आपल्या स्नेहीजनांना पुस्तके भेट द्या

बिझनेस, क्रिकेट आणि धर्म याभोवती गुंफलेली कहाणी

द थ्री मिस्टेक्स ऑफ माय लाईफ

चेतन भगत

अनुवाद
सुप्रिया वकील

मेहता पब्लिशिंग हाऊस

✆ +91 020-24476924 / 24460313

Email : info@mehtapublishinghouse.com
production@mehtapublishinghouse.com
sales@mehtapublishinghouse.com

Website : www.mehtapublishinghouse.com

- *या पुस्तकातील लेखकाची मते, घटना, वर्णने ही त्या लेखकाची असून त्याच्याशी प्रकाशक सहमत असतीलच असे नाही.*

THE 3 MISTAKES OF MY LIFE by CHETAN BHAGAT

Published by Arrangement with Rupa & Co., New Delhi.
Translated into Marathi Language by Supriya Vakil

द थ्री मिस्टेक्स ऑफ माय लाईफ / अनुवादित कादंबरी

अनुवाद : सुप्रिया वकील – १०२, यशोवर्धन अपार्टमेंट, ६५३ ई, शाहूपुरी ३री गल्ली, कोल्हापूर - ४१६००१ ✆ ०२३१-२६५८२८५

मराठी अनुवादाचे व प्रकाशनाचे हक्क मेहता पब्लिशिंग हाऊस, पुणे.

प्रकाशक : सुनील अनिल मेहता, मेहता पब्लिशिंग हाऊस, १९४१ सदाशिव पेठ, माडीवाले कॉलनी, पुणे – ४११०३०.

मुद्रक : मुद्रा, ३८३ नारायण पेठ, पुणे ४११०३०.

मुखपृष्ठ : चंद्रमोहन कुलकर्णी

प्रथमावृत्ती : नोव्हेंबर, २००९ / मार्च, २०१० / जानेवारी, २०१२ / जानेवारी, २०१३ / जानेवारी, २०१४ / सप्टेंबर, २०१५
पुनर्मुद्रण : फेब्रुवारी, २०१८

किंमत : ₹ २४०

P Book ISBN 9788184980806

मला परत बोलवणाऱ्या
माझ्या मायदेशास...

आभार

प्रिय वाचकहो,

माझं सारं यश तुमच्यामुळे आहे व मला प्रेरणा देण्याचं कामही तुम्हीच करता. आता माझं आयुष्य तुमचं आहे आणि तुमची सेवा हीच माझ्या जीवनातील सर्वांत अर्थपूर्ण गोष्ट आहे. मला तुम्हाला काही सांगायचं आहे. मी माझ्या लेखनध्येयाबद्दल अतिशय महत्त्वाकांक्षी आहे; मात्र मला भारतातील सर्वांत कौतुकप्राप्त लेखक व्हायचं नाही, मला व्हायचं आहे ते फक्त सर्वांत वाचकप्रिय लेखक. कौतुकाचा बहर ओसरतो... प्रेम टिकून राहतं.

इतकी वर्षं माझ्यासोबत असणारे शायनी ॲन्टोनी माझ्या लेखनाचं समीक्षकी नजरेतून परीक्षण करून, माझं लेखन वाचकांसमोर आणण्यायोग्य असल्याची खात्री करून घेत असतात. त्यांचे आभार! तसंच माझ्या सर्व उद्योगात मला नेहमीच पाठिंबा देणाऱ्या माझ्या कुटुंबाचे आभार! विशेषत: माझा भाऊ – केतन भगत याचे... त्याच्या सिडनीहून समीक्षणात्मक पावत्या मिळत असतात आणि माझा क्रिकेटवेडा मेव्हणा – आनंद सूर्यनारायण याचे... त्यानं मला क्रिकेटविषयी बरंच ज्ञान दिलं.

गुजरातमधल्या, विशेषत: अहमदाबादच्या लोकांचे आभार! अहमदाबादमध्ये माझ्या आयुष्यातली काही अतिशय छान आणि आयुष्याला आकार देणारा वर्षं गेली आहेत.

फिल्म इंडस्ट्रीतल्या माझ्या मित्र-मैत्रिणींचे आभार! त्यांनी मला माझ्या कथा सांगण्यासाठी नवं व्यासपीठ तर दिलंच; पण ते दररोज मला नवनव्या गोष्टी शिकवत असतात. विशेषत: अतुल अग्निहोत्री, राजू हिराणी, अलविरा खान, शर्मन जोशी, विपुल शाह, इम्तियाज अली, शिरीष कुंदेर, फराह खान आणि सलमान खान.

माझ्या कथांना सुंदर नाट्यरूप देणाऱ्या 'द मद्रास प्लेअर्स' व 'इवम् थिएटर ग्रुप' यांचेही आभार!

प्रसारमाध्यम क्षेत्रातील माझे मित्र – विशेषत: ज्यांनी माझ्या देशाविषयीच्या भावना समजून घेतल्या आहेत व जे माझ्यासोबत आहेत, त्यांचे आभार!

डॉईच बँकेतील माझे सहकारी, मुंबई व हाँगकाँग येथील माझे मित्र यांचे आभार!

आणि माझ्यातील दोष-उणिवा पोटात घालून माझी काळजी वाहणाऱ्या परमेश्वराचे आभार!

चेतन भगत

प्रारंभ

शनिवारी सकाळी तुम्ही तुमच्या कॉम्प्युटरसमोर बसता आणि एक अशी ई-मेल येऊन पडलेली असते... असं रोज-रोज घडत नसतं.

From : Ahd_businessman@gmail.com
Sent : 12/28/2005 11.40 p.m.
To : info@chetanbhagat.com
Subject : A final note

प्रिय चेतन,

ही ई-मेल म्हणजे माझं आत्महत्येपूर्वीचं अखेरचं पत्र आणि चुकांची कबुली असं दोन्हीही आहे. मी लोकांना निराश केलं आहे. मला जगायला काही कारणच नाहीये. तुम्ही मला ओळखत नाही. मी अहमदाबादमधला एक सामान्य मुलगा आहे. मी तुमची पुस्तकं वाचतो. का कोण जाणे, पण तुमची पुस्तकं वाचल्यानंतर तुम्हाला लिहावं असं वाटलं. मी काय करतोय... मी प्रत्येक वाक्याच्या अखेरीस एक एक झोपेची गोळी घेतोय... ते मी कुणालाही सांगू शकत नाही – म्हणून मनात आलं, की हे तुम्हाला सांगावं.

मी कॉफीचा कप खाली ठेवून ओळी मोजल्या. एव्हाना पाच पूर्णविराम येऊन गेले होते

मी तीन चुका केल्या आहेत; मला त्या तपशिलात शिरायचं नाही.

माझी आत्महत्या हा भावनेच्या आहारी जाऊन घेतलेला निर्णय नाही.

माझ्या आजूबाजूच्या बऱ्याच लोकांना मी चांगला बिझनेसमन म्हणून परिचित आहे. मी चांगला बिझनेसमन आहे, कारण माझ्यापाशी भावनेबिवनेला फारसा थारा नसतो. मला सणक आली आणि मी हा निर्णय घेतला अशातला भाग नाही. मी तीन वर्षं वाट पाहिली. मी दररोज ईशचा मूक चेहरा पाहत होतो. पण काल त्यानं माझा प्रस्ताव धुडकावल्यानंतर माझ्यापाशी कुठला पर्यायच उरला नाही.

मला अजिबात खेद नाही. विद्याशी आणखी एकदा बोलावं असं मनात येतंय... पण आत्ता ते योग्य होणार नाही.

तुम्हाला ही सगळी तसदी दिल्याबद्दल क्षमस्व! पण मला हे कुणालातरी सांगावं असं वाटलं. लेखक म्हणून तुम्हाला सुधारणेला वाव आहे. तुम्ही छान पुस्तकं लिहीत राहा. हॅव अ नाईस वीकेन्ड.

रिगार्ड्स
बिझनेसमन

१७, १८, १९. अहमदाबादमधल्या एका तरुण 'सामान्य' मुलानं मला मेल पाठवता पाठवता झोपेच्या १९ गोळ्या गट्टम केल्या होत्या आणि तरीही त्याची मी वीकेन्ड मजेत साजरा करावा अशी अपेक्षा होती. कॉफीचा घोट माझ्या घशाखाली उतरेना. मी अक्षरश: शहारलो होतो.

''एक तर तू उशिरा उठ आणि मग उठल्या उठल्या पहिल्यांदा कॉम्प्युटरसमोर मांडी ठोकून बस. आपल्याला घरदार, बायकापोरं आहेत हे तरी लक्षात आहे का तुझ्या?'' अनुशा म्हणाली.

या वाक्यातल्या अधिकारयुक्त स्वरावरून लक्षात आलं नसेल तर सांगतो, अनुशा माझी बायको आहे.

मी तिच्यासोबत फर्निचर खरेदीला जायचं कबूल केलं होतं. ...दहा आठवड्यांपूर्वी!

तिनं माझा कॉफीचा मग उचलून ठेवला आणि माझ्या खुर्चीची पाठ हलवत ती म्हणाली,

''आपल्याला डायनिंग चेअर्स घ्यायच्या आहेत. ए.... काय झालं? तू काळजीत दिसतोयस?'' तिनं विचारलं.

''बिझनेसमन?'' तिनं मेल वाचल्याबरोबर प्रश्न केला. तीसुद्धा चांगलीच हादरलेली दिसत होती.

''आणि ही मेल अहमदाबादहून आली आहे.'' मी म्हणालो, ''एवढंच काय

ते आपल्याला ठाऊक आहे.''

"हे खरं असेल असं वाटतंय?'' तिनं विचारलं. तिचा आवाज कापत होता.

"ही 'स्पॅम' नाही.'' मी म्हणालो, "ती मला उद्देशून आहे.''

माझी बायको स्टूल ओढून त्यावर बसली. मला वाटलं आम्हाला आणखी काही खुर्च्यांची खरंच गरज होती.

"विचार कर.'' ती म्हणाली, "आपण हे कुणालातरी कळवायलाच हवं. त्याच्या आईवडिलांना तरी.''

"पण कसं? मला तर ही मेल कुठून आली हेसुद्धा माहीत नाहीये.'' मी म्हणालो. "आणि अहमदाबादमध्ये आपल्या ओळखीचं कोण आहे?''

"आपण अहमदाबादमध्येच भेटलो होतो, आठवतंय?'' अनुशा म्हणाली.

माझ्या मनात आलं, किती अर्थशून्य विधान आहे हे! होय, बऱ्याच वर्षांपूर्वी आम्ही IIM-A मध्ये एका वर्गात होतो.

"मग?''

"इन्स्टिट्यूटमध्ये फोन कर. प्रोफेसर बसंतना किंवा आणखी कुणालातरी.'' ती नाकानं चाहूल घेत आत गेली. "आई ग, डाळ जळली वाटतं.''

बायको आपल्यापेक्षा हुशार असण्याचे फायदे असतात. मला 'जासूसी' कधीच जमत नाही.

मग मी इंटरनेटवर इन्स्टिट्यूटचे नंबर शोधून फोन लावला. ऑपरेटरनी मला प्रो. बसंत यांच्या निवासस्थानी फोन जोडून दिला. मी वेळ पाहिली, सिंगापूरमध्ये सकाळचे दहा म्हणजे भारतात सकाळचे साडेसात वाजले असणार. सकाळी सकाळी प्रोफेसर महोदयांच्या तोंडाला लागणं ही वैतागवाणी गोष्ट असते.

"हॅलो?'' फोनवर एक झोपाळू स्वर आला. प्रोफेसर असणार.

"प्रोफेसर बसंत, हाय. मी चेतन भगत बोलतोय. तुमचा जुना विद्यार्थी, आठवतंय?''

"कोण?'' त्यांच्या स्वरात जराही औत्सुक्य नव्हतं.

प्रथमग्रासे....

मग मी त्यांना आठवण करून दिली... ते आम्हाला कोणता विषय शिकवायचे, आम्ही त्यांना कॅम्पसमधील सर्वांत स्नेहशील प्रोफेसर म्हणून निवडलं होतं... पण या खुशामतीचा फारसा काही फायदा झाला नाही.

"हां हां, तो चेतन भगत होय.'' ते म्हणाले. जणू काही त्यांना लाखो चेतन भगत माहीत असावेत.

"तू आता लेखक झाला आहेस, होय ना?''

"होय सर,'' मी म्हणालो, "तोच मी.''

"तर तू पुस्तकं का लिहितोयस?"

"अवघड प्रश्न आहे, सर." मी वेळ मारून नेत म्हणालो.

"बरं, आता सोपा प्रश्न. तू शनिवारी सकाळी इतक्या लवकर कशाला फोन केला आहेस?"

मी त्यांना फोन करण्याचं कारण सांगितलं आणि ती ई-मेल त्यांना 'फॉरवर्ड' केली.

"नाव नाही. अं?" ते मेल वाचतावाचता म्हणाले.

"कदाचित तो अहमदाबादमधल्या एखाद्या दवाखान्यात असेल. कदाचित नुकतंच त्याला दवाखान्यात दाखल केलं असेल. कदाचित तो गेलाही असेल किंवा तो घरीच असेल आणि हा सगळा थट्टेचा प्रकार असेल." मी म्हणालो.

मी फारच बडबडत होतो. मला मदतीचा हात हवा होता – त्या मुलासाठी आणि माझ्यासाठीही. प्रोफेसरनी फार चांगला प्रश्न विचारला होता. मी पुस्तकं कशासाठी लिहितो – या असल्या भानगडीत अडकण्यासाठी?

"आपण दवाखान्यात जाऊन पाहू शकतो." प्रोफेसर म्हणाले, "मी काही विद्यार्थ्यांना सांगतो. पण या नावाचा नक्की उपयोग होईल. अरे, थांब, या मुलाचं जी-मेल अकाऊंट आहे, कदाचित तो ऑर्कुटवर सापडेल."

"काय... ऑर... काय?" आपल्यापेक्षा हुशार लोकांशी बोलताना जीवन नेहमी कठीणच वाटतं.

"चेतन, तू अगदीच 'आऊट ऑफ टच' आहेस. ऑर्कुट ही नेटवर्किंग साईट आहे. जी-मेल वापरणारे तिथं 'साईन-अप' करतात. तो जर तिथला सदस्य असेल आणि आपलं नशीब असेल तर आपल्याला त्याचा प्रोफाईल पाहता येईल."

मला त्यांच्या की-बोर्डच्या कीजचा आवाज ऐकू येत होता. मीही माझ्या पीसीसमोर बसलो. मी ऑर्कुट साईटवर नुकता कुठं पोहोचलो तितक्यात प्रो. बसंत चीत्कारले,

"आहा, अहमदाबाद बिझनेसमन. इथं संक्षिप्त परिचय आहे. नाव फक्त जी. पटेल असं दिलंय. बाकी इंटरेस्टचे विषय दिले आहेत. क्रिकेट, बिझनेस, गणित आणि मित्र. हा मुलगा ऑर्कुट फारसं वापरत नसावा."

"प्रोफेसर बसंत, हे काय सांगताय तुम्ही? आज सकाळी उठल्याउठल्या मला आत्महत्येपूर्वीचं पत्र आलंय. तेसुद्धा फक्त मला लिहिलंय आणि तुम्ही मला त्याचे छंद सांगताय. तुम्ही मला मदत करणार आहात की...."

क्षणभर स्तब्धता पसरली.

मग ते म्हणाले, "मी काही विद्यार्थ्यांना सांगतो. आम्ही झोपेच्या गोळ्यांचा डोस जादा झाल्यामुळं दवाखान्यात नुकत्याच दाखल झालेल्या जी. पटेल नावाच्या तरुण रुग्णाचा शोध घेतो. आम्हाला काही शोध लागला तर तुला फोन करतो. ओके?"

"यस, सर." मी म्हणालो. बऱ्याच वेळानं मी नीट श्वास घेतला.

"आणि अनुशा कशी आहे? तुम्ही दोघं 'डेट्स'साठी माझे क्लास बुडवायचात आणि आता मला विसरलात."

"ती मजेत आहे. सर."

"गुड. ती तुझ्यापेक्षा हुशार आहे असं मला नेहमी वाटायचं. एनी वे, आपण तुझ्या या मुलाला शोधून काढूया." असं म्हणून प्रोफेसरनी फोन ठेवला.

मला फर्निचर खरेदीला जायचं होतं. शिवाय ऑफिस प्रेझेंटेशनचं कामही हातावेगळं करायचं होतं. माझ्या बॉसचा – मायकेलचा – बॉस न्यूयॉर्कहून येणार होता. त्याच्यावर छाप पाडण्यासाठी मायकेलनं मला ग्रुपचं प्रेझेंटेशन तयार करायला सांगितलं होतं. त्यासाठी पन्नास चार्ट्स करायचे होते. आदल्याच आठवड्यात सलग तीन रात्री मी एक-एक वाजेपर्यंत जागून काम केलं होतं, तरी अजून कुठं ते अर्ध्यावर होतं.

"मी एक सुचवते, ते वाईट अर्थानं घेऊ नकोस. पण अंघोळ करायचा विचार कर." माझी बायको म्हणाली.

मी तिच्याकडं पाहिलं.

"फक्त एक पर्याय सुचवतेय." ती म्हणाली.

ती कधीकधी अतिजागरूकपणे वागत असते. मी प्रतिवार केला नाही.

"हो, हो, करतो." असं म्हणून मी पुन्हा कॉम्प्युटर सुरू केला.

माझ्या डोक्यात विचारांचा गदारोळ माजला होता. आपण स्वत:च काही दवाखान्यांत फोन करावा का? प्रोफेसर बसंतना पुन्हा डुलकी लागली असली तर? त्यांना या मोहिमेसाठी विद्यार्थ्यांना गोळा करणं जमलंच नाही तर? जी. पटेलचा मृत्यू झाला असला तर? आणि मी या सगळ्यात इतका का गुंतत चाललोय?

मी नाखुशीनं अंघोळ केली. ऑफिस प्रेझेंटेशन उघडून बसलो, पण एक शब्दही टाईप करता येईल तर शपथ!

मी न्याहरी नको म्हणून सांगितलं, अर्थात काही क्षणांतच मला त्याचा पश्चात्तापही झाला... कारण भूक आणि चिंता हातात हात घालून गुण्यागोविंदानं एकत्र नांदू शकत नाहीत.

दुपारी १ वाजून ३३ मिनिटांनी माझा फोन वाजला.

"सिव्हिल हॉस्पिटलमध्ये असा एक मुलगा आहे. त्याचं नाव आहे गोविंद पटेल. पंचवीस वर्षांचा आहे. दुसऱ्या वर्षातल्या माझ्या एका विद्यार्थ्यानं त्याला शोधून काढलं."

"आणि?"

"आणि तो जिवंत आहे, पण बोलत नाहीये. त्याच्या घरच्यांशीसुद्धा नाही. तो अजून धक्क्यातून सावरलेला नसणार."

"डॉक्टर काय म्हणतायत?" मी विचारलं.

"काही नाही. तो सरकारी दवाखाना आहे. तुझी काय अपेक्षा आहे? एनी वे, ते त्याचं पोट धुऊन काढतील आणि त्याला घरी पाठवतील. आता जास्ता चिंता करू नकोस. मी माझ्या विद्यार्थ्याला संध्याकाळी पुन्हा तिकडं जाऊन यायला सांगेन."

"पण तो कोण आहे? त्याच्याबाबतीत काय घडलंय?"

"ते सगळं मला माहीत नाही. हे बघ, जास्त गुंतू नकोस. भारत हा खूप मोठा देश आहे. अशा गोष्टी सतत घडत असतात. तू जितक्या जास्त खोदून चौकश्या करशील तितकी तुला पोलिसांकडून त्रास होण्याची शक्यता वाढेल."

मग मी सिव्हिल हॉस्पिटलमध्ये फोन लावला. तिथल्या ऑपरेटरला या 'केस'बद्दल काहीच माहिती नव्हती. आणि तिथं वॉर्डमध्ये फोन 'ट्रान्स्फर' करण्याची सुविधाही नव्हती.

तो मुलगा जिवंत आहे हे कळल्यावर अनुशानंही सुटकेचा निःश्वास टाकला. त्यानंतर तिनं त्या दिवसाचा बेत जाहीर केला – डायनिंग चेअर हंट. या मोहिमेची सुरुवात अलेक्झांड्रा रोडवरील 'आयकिया'पासून होणार होती.

आम्ही दुपारी तीनच्या सुमारास 'आयकिया'त पोहोचलो आणि जागेची बचत करणारे डायनिंग सेट्स पाहू लागलो. एक डायनिंग टेबल पाहिलं, त्याची चौघडी करून कॉफी टेबलही बनवता येत होतं. ...अगदी छान वाटलं.

"त्या पंचविशीतल्या बिझनेसमनच्या बाबतीत काय घडलं असेल ते मला जाणून घ्यायचं आहे." मी हळू आवाजात म्हणालो.

"ते तू शोधून काढशीलच. आधी त्याला बरं होऊ दे. तरुण पोरांच्या बाबतीत जी वेडपट कारणं असतात, त्यातलंच एखादं कारण असणार... प्रेमभंग, मार्क्स कमी किंवा अमली पदार्थ."

मी गप्प राहिलो.

"कमॉन, त्यानं तुला ई-मेल केलीय. तुझ्या पुस्तकाच्या मुखपृष्ठावर तुझा आयडी आहे. तुला यात इतकं गुंतायची काही गरज नाहीये. आपण सहा घेऊ या की आठ?" ती ओक-वुड सेटकडं वळली होती.

"आपल्याकडं खूप पाहुणे आलेत असं क्वचितच घडतं." असं म्हणून मी माझा निषेध नोंदवला. आम्हाला सहा खुर्च्या पुरेशा होत्या.

"आणखी दोन खुर्च्यांच्या वापराची शक्यता दहा टक्क्यांपेक्षा कमी आहे." मी म्हणालो.

"तुम्ही पुरुष काही कामाचे नसता." तिनं परतफेड केली आणि सहा खुर्च्या निवडल्या.

माझं मन त्या 'बिझनेसमन'भोवती घोटाळत होतं.

होय, सगळेच बरोबर सांगतायत. मी यात गुंतता कामा नये. पण... पण या जगातल्या इतक्या सगळ्या माणसांमध्ये या मुलानं त्याचे अखेरचे शब्द फक्त मलाच पाठवले होते. मग मी कसं नाही गुंतायचं....

आम्ही 'आयकिया'शेजारच्या 'फूड कोर्ट'मध्ये जेवायला गेलो.

"मला जावं लागेल." मी लेमन राईस चिवडत बायकोला म्हणालो.

"कुठं? ऑफिसमध्ये. ओके. आता तू मोकळा आहेस. माझी खरेदी आटोपलीय." बायको म्हणाली.

"नाही, मला अहमदाबादला जायचंय. मला गोविंद पटेलला भेटायचंय." मी तिच्या नजरेला नजर न देता म्हणालो. माझं वागणं बहुतेक वेडपटासारखं होत असावं.

"वेड लागलंय का तुला?"

मला वाटतं, भारतीय बायकांनी आपल्या नवऱ्यांना खाडकन फटकारण्याची प्रथा माझ्याच पिढीत सुरू झालीय.

"माझं मन सारखं तिथंच घोटाळतंय." मी म्हणालो.

"तुझ्या प्रेझेंटेशनचं काय? मायकेल तुला ठार मारेल."

"मला माहीत आहे. त्यानं त्याच्या बॉसवर छाप पाडल्याखेरीज त्याला बढती मिळणार नाही."

माझ्या बायकोनं माझ्याकडं पाहिलं. माझा चेहराच काय ते बोलत होता. त्या मुलाला भेटल्याखेरीज मी माणसात येणार नाही हे तिनं ओळखलं होतं.

"वेल, आज संध्याकाळी सहा वाजता एकमात्र थेट विमान आहे. तू तिकीट मिळतंय का बघ." तिनं सिंगापूर एअरलाईन्सचा नंबर लावून माझ्याकडे दिला.

✦

मी परिचारिकेनं दाखवलेल्या खोलीत प्रवेश केला. तिथल्या गूढ शांततेत व काळ्याकुट्ट अंधारात माझ्या पावलांचा आवाज जास्तच मोठा भासत होता. निरनिराळ्या प्रकारची दहा उपकरणं पिक-पिक करत होती आणि ठरावीक वेळानं LED चे दिवे लुकलुकत होते. त्या उपकरणांपासून निघालेल्या नळ्या ज्या माणसाच्या देहाशी येऊन लुप्त होत होत्या, त्या माणसाला पाहायला मी हजारो मैल पार करून इथं आलो होतो. त्या माणसाचं नाव होतं – गोविंद पटेल.

माझ्या सर्वप्रथम लक्षात आले ते त्याचे कुरळे केस. त्याचा वर्ण सावळा होता. भुवया दाट व जाड होत्या. त्याचे पातळसे ओठ औषधांमुळे कोरडे पडले होते.

"हाय, चेतन भगत... तू ज्याला लिहिलं होतंस तो लेखक." मी म्हणालो, पण त्यानं मला ओळखलं होतं की नाही कोण जाणे!

"ओ... पण तुम्ही... मला कसं काय शोधलंत?" तो कष्टानं शब्द उच्चारत होता.

"मला वाटतं ते विधिलिखित असावं." मी म्हणालो.

मी त्याच्याशी हस्तांदोलन केलं आणि त्याच्या शेजारी बसलो. तितक्यात त्याची आई खोलीत आली. तिला झोपेची इतकी प्रचंड गरज आहे असं दिसत होतं, की तिनंच झोपेची गोळी घेतली तर बरं असं वाटत होतं. मी तिला 'नमस्ते' केलं. त्यानंतर ती चहा आणायला बाहेर गेली.

मग मी त्या मुलाकडं वळलो. त्या क्षणी माझ्या मनात दोन अत्यंत निकडीच्या भावना होत्या – एक, त्याच्याकडून काय झालं ते जाणून घेणं आणि दुसरी, त्याच्या मुस्कटात लावणं.

"माझ्याकडं असं पाहू नका." तो बिछान्यात जरासा सरकत म्हणाला.

"तुम्हाला राग आला असेल. माफ करा, मी तुम्हाला मेल करायला नको होती."

"मेलचं जाऊ दे. तू जे केलं आहेस ते करायला नको होतंस."

त्यानं उसासा सोडला. त्यानंतर त्यानं माझ्याकडं एक तीक्ष्ण कटाक्ष टाकला आणि मग नजर बाजूला वळवत तो म्हणाला,

"मला अजिबात खेद नाही."

"गप्प बस. यात वीरश्रीयुक्त काहीही नाही. भेकड माणसं अशी गपागप गोळ्या गिळतात."

"तुम्ही माझ्या जागी असता तर तुम्ही हेच केलं असतं."

"का? काय झालं तुला?"

"त्यानं काहीही फरक पडत नाही."

काही वेळ आम्ही गप्प राहिलो. तितक्यात त्याची आई चहा घेऊन आली. तेवढ्यात परिचारिकाही खोलीत आली. तिनं त्याच्या आईला घरी जायला सांगितलं, पण त्याची आई तिथून हलायला तयार नव्हती. अखेर, डॉक्टरांना त्यात हस्तक्षेप करावा लागला.

अखेर रात्री साडेअकरा वाजता त्याची आई तिथून बाहेर पडली. मीही डॉक्टरना तिथून लगेचच बाहेर पडण्याचं कबूल केलं. आता खोलीत आम्ही दोघंच होतो.

"तर मग... आता मला तुझी कहाणी सांग." मी म्हणालो.

"का? तुम्ही काय करणार आहात? जे काही घडलं ते तर तुम्ही बदलू शकत नाही." तो वैतागलेपणानं म्हणाला.

"आपण दुसऱ्याचं बोलणं ऐकतो ते काही भूतकाळ बदलण्यासाठी नाही. कधीकधी काय घडलं ते जाणून घेणंही महत्त्वाचं असतं."

"मी बिझनेसमन आहे. माझ्या नजरेतून म्हणाल तर लोक जे काही करतात

ते फक्त स्वहितासाठी. यामध्ये तुम्हाला काय मिळणार आहे? आणि मी तुम्हाला काही सांगण्यात माझा वेळ का फुकट दवडावा?''

मृदू-मुलायम त्वचेच्या चेहऱ्याआडची ती करकरीत धार मी पाहतच राहिलो.

''कारण, मला ते इतरांना सांगावंसं वाटेल.'' मी म्हणालो. तोच माझा लाभांश होता.

''आणि इतरांना काय गरज पडलीय? माझी कहाणी काही आयआयटी आणि कॉल सेंटर्समधल्यासारखी नव्या फॅशनची किंवा सेक्सी नाही.

त्यानं अंगावरची गोधडी दूर केली. हिटर व आमचं संभाषण खोलीत ऊब पसरवत होतं.

''मला वाटतं... स्वतःला संपवण्याचा प्रयत्न करणाऱ्या एका तरुणाची कहाणी ते नक्की जाणून घेतील. हे कृत्य बरोबर नाहीच.''

''कुणी काळं कुत्रंसुद्धा ढुंकून बघणार नाही.'

मी प्रयत्न केला, पण संयम राखणं कठीण होत होतं. त्याला मुस्कटात लावण्याचा विचार मनात पुन्हा डोकं वर काढत होता.

''हे बघ,'' मी दवाखान्यात जितक्या मोठ्यानं बोलणं शक्य होतं तितकी आवाजाची पट्टी चढवत म्हणालो, ''तू तुझी अखेरची मेल मला पाठवलीस. म्हणजे कुठंतरी एका विशिष्ट स्तरावर तू माझ्यावर विश्वास ठेवला होतास. तुझी मेल मिळाल्यापासून काही तासांत मी तुला शोधून काढलं आणि विमान पकडून थेट इथं धावत आलोय. तरी तू 'मला काय पर्वा आहे' असं विचारतोस? आणि आत्ताचा तुझा हा उद्दाम उर्मटपणा तुझ्या बिझनेसचाच भाग म्हणायचा का? तू माझ्याशी मित्राच्या नात्यानं बोलू शकत नाहीस? तुला 'मित्र' म्हणजे काय, ते तरी माहीत आहे का?''

माझा चढलेला आवाज ऐकून परिचारिका खोलीत डोकावली. आम्ही गप्प झालो. रात्रीचे बारा वाजले होते.

तो सुन्नपणे बसला होता. आज दिवसभर सगळेजण त्याच्याशी छानच वागले होते. मी उठलो आणि तिथून निघालो.

''मित्र म्हणजे काय ते मला माहीत आहे.'' अखेर त्याच्या तोंडून शब्द आले.

मी त्याच्या शेजारी बसलो.

''मित्र म्हणजे काय ते मला नक्कीच माहीत आहे, कारण मला दोन मित्र होते. जगातले सर्वोत्तम मित्र.''

एक

भारत वि. दक्षिण आफ्रिका
चौथा एकदिवसीय सामना, वडोदरा
१७ मार्च, २०००

४५ वी ओव्हर

"तुला आत्ताच जागा सोडायचं काय कारण होतं?" टी.व्ही.वर स्टेडियममधला गलका ऐकू येत होता. त्या आवाजाच्या वर आवाजाची पट्टी नेत ईशान किंचाळला. मी जमिनीवरून सोफ्यावर येऊन बसलो होतो.

"अं?" मी विचारलं. आम्ही ईशानच्या घरी होतो – ईशान, ओमी व मी. ईशानच्या आईनं आमच्यासाठी चहा आणि खाखरा आणून दिला होता.

"सोफ्यावर बसून चरणं जास्त आरामदायी वाटतं, म्हणून मी तिथून उठून इथं येऊन बसलो."

"तेंडुलकर आलाय. फक्, तेसुद्धा आत्ता... अशा वेळी. ओमी, आता तू अजिबात जागा सोडायची नाहीस. पुढच्या पाच ओव्हर्समध्ये कुणीही हलायचं नाही."

मी टी.व्ही.कडे नजर वळवली. आपल्याला जिंकण्यासाठी २८३ धावांचं लक्ष्य होतं आणि पंचेचाळीस ओव्हर्सनंतर भारताची धावसंख्या होती २५६/२. आपल्याला पाच ओव्हर्समध्ये २७ धावा काढायच्या होत्या. अजून आठ विकेट बाकी होत्या. तेंडुलकर क्रीझवर आला होता. परिस्थिती अजूनही भारतासाठी अनुकूल होती... पण तेंडुलकर आऊट झाला. ईशानच्या कपाळावर नापसंतीच्या

आठ्या का उमटल्या ते लक्षात येत होतं.

"खाखरा छान खुसखुशीत आहे." ओमी म्हणाला.

राष्ट्रीय दुःखाच्या क्षणी ओमीनं असला उथळ आनंद व्यक्त केल्याबद्दल ईशाननं त्याच्याकडं संतप्त कटाक्ष टाकला. मग ओमीनं व मी चहाचे कप बाजूला ठेवून चेहऱ्यावर प्रसंगोचित शोकाकुल भाव आणले.

तेंडुलकर मैदानातून बाहेर पडला, तेव्हा प्रेक्षकांच्या गर्दीतून टाळ्यांचा गजर घुमला. त्यानंतर जडेजा आला. त्यानं धावसंख्येत सहा धावांची भर घातली. ४६ व्या ओव्हरच्या अखेरीस भारताची धावसंख्या होती २६२/३. आता विजयासाठी आणखी एकवीस धावा हव्या होत्या. अजून चार ओव्हर्स आणि सात विकेट्स शिल्लक होत्या.

४६ वी ओव्हर

"त्यानं १२२ काढल्यात. त्यानं त्याचं काम केलंय. आता फक्त अखेरचे काही शॉट्स राहिलेत. तू इतकी चिडचिड का करतोयस?" मी जाहिरातींच्या ब्रेकदरम्यान ईशानला विचारलं.

मी चहाचा कप घेणार इतक्यात ईशाननं मला त्याला हात न लावण्याची खूण केली. सामन्याचा निर्णय लागेपर्यंत आम्ही आनंद उपभोगणार नव्हतो. तसंही ईशान आमच्यावर वैतागलाच होता. हा सामना वडोदरा येथे सुरू होता. म्हणजे अहमदाबादपासून फक्त दोन तासांच्या अंतरावर. पण आम्ही तिथं जाऊ शकलो नव्हतो. याचं कारण होतं – आमच्याजवळ पैसे नव्हते. आणि दुसरं कारण म्हणजे – दोनच दिवसांनी माझी करस्पॉन्डन्स एक्झॅम होती. अर्थात मी हा सामना टी.व्ही.वर पाहण्यात अख्खा दिवस फुकट घालवला होताच, त्यामुळं या दुसऱ्या कारणामध्ये तितकासा दम नव्हता.

"ओव्हरला ५.२५ धावा पाहिजेत." मी म्हणालो. मला गणिती आकडेमोडीचा मोह अगदीच आवरता आला नाही. मला क्रिकेट आवडण्याचं हे एक कारण आहे, त्यामध्ये बरंच गणित असतं.

"तुला या संघाचं माहीत नाही. तेंडुलकर गेला की ते घाबरून जातात. मग ते बरंसुद्धा खेळत नाहीत. राणी माशी मेली की मधाच्या पोळ्याची व्यवस्था कोलमडते, तसा हा प्रकार आहे." ईशान म्हणाला.

ओमीनं मान डोलवली. ईशान क्रिकेटविषयी काहीही बोलला की ओमीची त्यावर हीच प्रतिक्रिया असते.

"एनी वे, मला वाटतं, आज आपण हा सामना बघण्यासाठी एकत्र जमलेलो नाही ही गोष्ट तुझ्या लक्षात असावी. श्रीयुत ईशान भविष्यात काय करणार आहेत, ते आपल्याला ठरवायचं आहे, बरोबर?" मी म्हणालो.

वर्षभरापूर्वी ईशान एनडीएतून पळून आला, तेव्हापासून तो कायम हा विषय टाळत आला आहे. त्याच्या डॅडनी तर उपहासात्मक भाष्यसुद्धा केलं होतं,

"तुझ्या निरुपयोगीपणाचा पहिला वर्धापनदिन आज केक कापून साजरा कर."

मी मात्र आज बेत योजून आलो होतो. आमच्या आयुष्याबद्दल बोलायचं तर मला त्यांना निवांत बसवावं लागणार होतं. अर्थात, क्रिकेटपुढं आयुष्य दुसऱ्या स्थानावर होतं.

"नंतर," ईशान मुरुमांच्या क्रीमची जाहिरात हावऱ्यासारखी बघताबघता म्हणाला.

"नंतर केव्हा ईशान? आपल्या सर्वांसाठीच उपयुक्त ठरेल अशी एक कल्पना माझ्याजवळ आहे. आपल्याजवळ फार पर्यायही नाहीत, कळतंय ना तुला?"

"आपल्या सर्वांसाठी? म्हणजे माझ्यासाठीसुद्धा?" ओमी थरारून विचारत होता. त्याच्यासारख्या येडचाप माणसांना, कशाचा तरी हिस्सा बनायला आवडतं. आत्ता मात्र आम्हाला ओमीची गरज होती.

"होय, ओमी, तुझी भूमिका महत्त्वाची आहे. पण ईश, नंतर म्हणजे केव्हा? कधी?"

"ए, गप रे! हे बघ. सामना सुरू होतोय. ठीक आहे. डिनरच्या वेळी बोलू. आपण गोपीला जाऊ या." ईश म्हणाला.

"गोपीला? बिल कोण देणार आहे?"

सामन्याला प्रारंभ झाला होता. त्यात व्यत्यय आणत मी प्रश्न केला.

पीप, पीप, पीप. गाडीच्या हॉर्ननं आमच्या संभाषणाचा ओघ तोडला. एक कार बाहेरून झूमकन गेली.

"काय हलकटपणा आहे. मी या साल्याला धडा शिकवणार आहे." ईश खिडकीतून बाहेर नजर टाकत म्हणाला.

"काय झालं?"

"पैसेवाल्या बापाचं हरामखोर कार्टं. दररोज आमच्या घराभोवती चकरा मारत असतं."

"का?"

"विद्यासाठी. तो कोचिंग क्लासेसना तिच्याबरोबर होता. तेव्हासुद्धा तिनं त्याच्या-बद्दल तिथं तक्रार केली होती." ईश म्हणाला.

पीप, पीप, पीप. गाडी पुन्हा घराजवळ आली.

"श्शाऽऽ, मला हा सामना चुकवायचा नाहीये." भारतानं चौकार ठोकलेला पाहून ईश म्हणाला.

त्यानं त्याची बॅट उचलली. आम्ही धावत घराबाहेर पडलो. तितक्यात ती रुपेरी रंगाची एस्टीम वळसा मारून प्रियाराधनाच्या दुसऱ्या फेरीसाठी पुन्हा परत आली.

ईश त्या कारसमोर उभा राहिला. त्यानं गाडीतल्या मुलाला गाडी थांबवायला सांगितलं. एस्टीम ईशच्या समोर थांबताच तो ड्रायव्हरच्या दिशेनं निघाला. ड्रायव्हर म्हणजे नुकताच तारुण्यात प्रवेशलेला पोरगा होता.

"एक्स्क्यूज मी, तुझ्या गाडीचा दिवा बाहेर लोंबकळतोय."

"रिअली?" असं म्हणत त्या मुलानं गाडी बंद केली आणि तो गाडीतून उतरून पुढच्या बाजूला आला.

तितक्यात ईशनं मागून त्याची मानगूट धरली आणि त्याचं तोंड बॉनेटवर धाडदिशी आपटवलं. त्यानंतर तो बॅट घेऊन गाडीच्या दिव्याच्या दिशेनं सरसावला. बॅटचा तडाखा बसताच काच फुटली आणि दिवा बाहेर लोंबकळू लागला.

"व्हॉट इज युअर प्रॉब्लेम," तो मुलगा म्हणाला. त्याच्या नाकातून रक्ताची धार लागली होती.

"मला सांग, तुझं काय चाललंय? तुला हॉर्न वाजवायला आवडतं?" ईशनं विचारलं.

त्यानंतर त्यानं त्याची गळपट्टी धरून त्याला फाडफाड नॉनस्टॉप सहा थोबाडीत लावल्या. ओमीनं बॅट घेतली आणि विंडस्क्रीनवर तडाखा दिला. त्याबरोबर त्या काचेचे कोट्यवधी तुकडे तुकडे झाले.

रस्त्यावरच्या हाणामाऱ्यांइतकं मनोरंजक दुसरं काही नसल्यामुळं रस्त्यावरचे लोक भोवती जमले.

तो मुलगा वेदना व भय यामुळं थरथरत होता. तो त्याच्या डॅडींना भग्न कार व चेहरा याबद्दल काय सांगणार?

बाहेरचा हा गलका ऐकून ईशचे डॅड घराबाहेर आले. ईशनं त्या मुलाला हाताच्या विळख्यात जखडलं होतं. तो मुलगा श्वास घेण्यासाठी धडपडत होता.

"सोड त्याला, सोड." ईशचे डॅड म्हणाले.

ईशनं हातांची पकड अधिकच आवळली.

"त्याला सोड म्हणून सांगतोय ना," ईशचे डॅड ओरडले, "काय चाललंय हे?"

"हा गेल्या आठवड्यापासून विद्याला त्रास देतोय." ईश म्हणाला.

त्यानं गुडघ्यानं त्या मुलाच्या तोंडावर लाथ हाणली आणि त्याला सोडलं. तो मुलगा गुडघ्यावर बसून धापा टाकत होता. ईशच्या अखेरच्या लाथेनं त्याच्या नाकातून वाहणारं रक्त तोंडावर पसरलं होतं.

"म्हणून तुझं हे काय चाललंय?" ईशचे डॅड म्हणाले.

"त्याला धडा शिकवतोय." असं म्हणून त्यानं विंडस्क्रीनमध्ये रुतलेली बॅट उपसून काढली.

"रिअली! तू तुझे धडे कधी शिकणार आहेस?" ईशचे डॅड विचारत होते.

ईश तिथून बाजूला झाला.

"तू जा आता." ईशचे डॅड त्या हॉर्नवाल्या ड्रायव्हरला म्हणाले. त्यानं हात जोडले. पण त्याच्या दिलगिरीशी कुणालाही काही देणंघेणं नसल्याचं पाहून तो कसातरी धडपडत गाडीत जाऊन बसला.

मग ईशचे वडील शेजारपाजाऱ्यांकडं वळून म्हणाले,

"संपूर्ण वर्षभर हा घरात बसलाय. आपल्या मायदेशाच्या सैन्यातून स्वतः पळून आलाय आणि आता इतरांना धडे शिकवतोय! हा आणि याचे रिकामटेकडे मित्र मिळून दिवसभर घराभोवती वेळ काढत असतात."

ईशनं डोळ्यांच्या कोपऱ्यातून डॅडकडं कटाक्ष टाकला आणि तो घरी निघाला.

"आता कुठं चालला आहेस?" ईशच्या डॅडनी विचारलं.

"मॅच बघायला, का? मला आणखी शिव्या घालायच्या आहेत का तुम्हाला?" ईशनं विचारलं.

"आता तू अख्खं आयुष्यच फुकट घालवलं आहेस, तिथं आणखी एका दिवसानं काय होणार आहे?" ईशचे डॅड म्हणाले. त्यावर शेजारपाजाऱ्यांनी सहानुभूतीनं जराशी मान हलवली.

या सगळ्या गोंधळात आमच्या अखेरच्या पाच ओव्हर्स हुकल्या. पण सुदैवानं, भारत जिंकला त्यामुळं ईश तितका बिथरला नाही.

"येस, येस, येस," ईशान उड्या मारत होता, "आज रात्री गोपी... माझ्याकडून.'

मला असली येडचाप माणसं फार आवडतात!

खरंतर ईशान येडचाप वगैरे नाही. निदान ओमीइतका तरी नाही. त्याचं असं आहे की, या दोघांची अभ्यासात दांडी गुल होते, विशेषतः गणितात. माझं मात्र गणित चांगलं आहे. त्यामुळं ही एक माझी जमेची बाजू आहे. कदाचित माझं बोलणं जरासं 'ग' ची बाधा झाल्यासारखं वाटेल, पण ही माझ्याजवळची एकमात्र जमेची गोष्ट आहे. उदाहरणादाखल सांगतो, मी आम्हा तिघांमध्ये सर्वांत गरीब आहे. (एके दिवशी मी सर्वांत श्रीमंत होईन हा भाग वेगळा.) ईशान व ओमी खास श्रीमंत म्हणावेत असे नसले तरी माझा नंबर शेवटचाच आहे. ईशानचे डॅड टेलिफोन एक्सचेंजमध्ये काम करतात. त्यांच्या घरी बरेच फोन असले तरी त्यांचा पगार बेताचाच आहे. ओमीचे वडील स्वामीभक्ती मंदिरात पुजारी आहेत. हे मंदिर खरंतर कित्येक पिढ्यांपासून ओमीच्या आईच्या माहेरच्यांच्या मालकीचं आहे. इथं त्यांना फारशी चांगली मिळकतही होत नाही, पण तरीही त्यांची अवस्था मी व माझ्या मॉमपेक्षा कितीतरी चांगली आहे. माझी मॉम गुजराथी खाद्यपदार्थांचा छोटासा

उद्योग चालवते आणि मी शिकवण्या करून चार पैसे मिळवतो, त्याचा आमच्या उदरनिर्वाहात जरासा हातभार लागतो, बस्स.... एवढीच काय ती आमची कमाई आहे.

"आपण जिंकलो, आपण मालिका ३-१ नं जिंकलो." ओमी टी.व्ही.च्या पडद्यावर वाचलेली अक्षरं पुन:पुन्हा उद्गारत होता. अर्थात असं मूलभूत ज्ञान त्यानं स्वत: व्यक्त करणं म्हणजे अतिच झालं असतं. काहीजण म्हणतात, की ओमी जन्मजात मूर्ख आहे. कुणी म्हणतात, की तो सहावीत असताना त्याच्या डोक्याला चिक्की बॉल लागला, तेव्हापासून तो वेडा झाला आहे. मला यामागचं कारण ठाऊक नाही. पण ओमीच्या दृष्टीनं पुजारी बनणं ही सर्वोत्तम कल्पना असणार असं मला वाटायचं. नाहीतरी त्याला दुसरं कुठलं करिअर वगैरे नव्हतंच. बारावीतून तो कसातरी सुटला होता. तेसुद्धा गणितात दोन वेळा धक्के खाऊन. पण त्याला पुजारी व्हायचं नव्हतं, त्यामुळं माझ्या मनातली योजना त्याच्यासाठी सर्वोत्तम होती.

मी खाखरा संपवला. ईशानच्या मॉमपेक्षा माझी आई खाखरा जास्त छान करते. काहीही असलं तरी आम्ही व्यावसायिक आहोत.

"मी घरी जाऊन कपडे बदलून येतो, मग आपण गोपीला जाऊ या, चालेल?" मी विचारलं. ईशान आणि ओमी अजूनही नाचतच होते. अकरा वर्षांचे होतो तेव्हापासून आम्ही भारताच्या विजयानंतर नाचण्याचा सोहळा साजरा करायला सुरुवात केली होती. हा सोहळा आम्ही तेरा वर्षांचे झाल्यावर थांबायला हरकत नव्हती, पण अजून वयाच्या एकविसाव्या वर्षीही आम्ही नाचतच होतो. ठीक आहे ना, आपण जिंकलो, कुणीतरी जिंकणारच होतं. गणिती परिभाषेत सांगायचं तर... देअर वॉज अ प्रिटी गुड प्रॉबॅबिलिटी... त्यासाठी उड्या मारायची खरंच गरज होती का?

✦

मी चालत घरी निघालो.

शहराच्या जुन्या भागातल्या अरुंद गल्ल्या संध्याकाळच्या गर्दीनं फुलून गेल्या होत्या. माझं घर ईशानच्या घरापासून फक्त अर्ध्या किलोमीटरवर होतं. माझं सारं विश्व एवढ्याच अंतरात सामावलेलं होतं. मी नाना पार्क ओलांडून पुढं गेलो. भारतानं सामना जिंकल्यामुळं लहान मुलांमध्ये क्रिकेटज्वर फुलला होता. पार्कमध्ये बाल-क्रिकेटपटूंची दाटीवाटी झाली होती. मी शाळेत असताना जवळपास रोजच इथं खेळत असे. अजूनही कधीकधी आम्ही इथं खेळायला येतो, पण सध्या आम्हाला माझ्या घराजवळचं बँकेचं रिकामं आवार जास्त आवडतं.

तितक्यात एक टेनिस बॉल माझ्या पायाशी येऊन पडला. त्यापाठोपाठ घामानं डबडबलेला, बारा वर्षांचा मुलगा पळतपळत माझ्या दिशेनं आला. मी त्याला चेंडू

उचलून दिला.

माझी, ईशान व ओमीची पहिल्यांदा भेट झाली ती इथंच, नाना पार्कमध्ये. या गोष्टीला आता पंधरा वर्षं उलटून गेली आहेत. आमच्या मैत्रीची मुहूर्तमेढ रोवली गेली त्या क्षणाची खूण सांगणारा कुठला नाट्यपूर्ण क्षण नाही. कदाचित, आम्ही सहा वर्षांचे असणारे म्हणून एकत्र आलो असू आणि एकत्रच खेळायला लागलो असू.

आमच्या शेजारची बरीचशी मुलं 'बेलरामपूर म्युनिसिपल स्कूल'मध्ये जात असत, त्याचप्रमाणे आम्हीही त्याच शाळेत गेलो. आमची शाळा नाना पार्कपासून शंभर मीटर होती. ईश आणि ओमी संधी मिळाली रे मिळाली की पार्कमध्ये पळत असत आणि मी एकटाच फक्त अभ्यास करत असे.

अरुंद गल्लीतून तीन सायकली एकमेकींशी स्पर्धा करत सुसाट निघाल्या होत्या. त्यांना चुकवण्यासाठी मला 'काझी रेस्टॉरंट'चा आसरा घ्यावा लागला. त्या छोट्याशा उपाहारगृहात तळलेल्या लसूण-कोथिंबिरीचा खमंग वास भरून राहिला होता. स्वयंपाक्यानं रात्रीच्या भोजनासाठी पाकसिद्धी केली होती. रोजच्यापेक्षा भव्य मेजवानीची सज्जता होती, कारण भारतानं सामना जिंकला होता ना! ईशान व मी कधीकधी इथं येतो. (अर्थातच, ओमीला न सांगता) इथं भोजन स्वस्त असतं आणि इथलं मटण एकदम मस्त असतं. उपाहारगृहाच्या मालकानं आम्हाला मटण बकऱ्याचंच असल्याची व 'बडे का' नसल्याची खात्री दिली होती. मी त्याच्यावर विश्वास ठेवला होता, कारण त्यानं 'बीफ' दिलं असतं तर तो त्या परिसरात जिवंत राहू शकला नसता. मला गोपीऐवजी इथंच यावंसं वाटत होतं, पण आम्ही ओमीला गोपीला जायचं कबूल केलं होतं आणि तिथंही जेवण छानच मिळायचं. इथं खाण्याची जबरदस्त आवड आहे, विशेषत: गुजरात 'ड्राय' राज्य असल्यामुळे, इथले लोक पिण्याची नशा खाण्यातच अनुभवतात.

होय, अहमदाबाद हे माझं शहर आहे. ऐकायला विचित्र वाटेल, पण तुम्ही एखाद्या शहरात बराच काळ सुखात घालवला असेल तर ते शहर तुम्हाला जगातलं सर्वोत्तम शहर वाटत असतं. माझी अहमदाबादबद्दल हीच भावना आहे. हे शहर दिल्ली, मुंबई किंवा बेंगलोरसारखं फॅशनेबल शहर नाही हे मला माहीत आहे. त्या शहरांतील माणसं अहमदाबाद हे लहान गाव आहे असं समजतात, हेही मला माहीत आहे. वास्तविक तसं नाहीये. अहमदाबाद हे भारतातील सहाव्या क्रमांकाचं मोठं शहर आहे. या शहराची लोकसंख्या पन्नास लाखांहून अधिक आहे. मात्र तुम्हाला कशाच्यातरी बाबतीत महत्त्वाचं असण्याच्या मुद्यावर भर द्यायचा असेल, तर मात्र या शहराचं महत्त्व पहिल्या क्रमांकाचं असेलच असं नाही. तुम्हाला सांगतो, अहमदाबादमध्ये दिल्लीपेक्षा चांगली मल्टिप्लेक्स आहेत, मुंबईपेक्षा चांगले रस्ते

आहेत आणि बेंगलोरपेक्षा चांगली उपाहारगृहं आहेत... पण तुम्ही माझ्या बोलण्यावर विश्वास ठेवणार नाही आणि समजा ठेवलात तरी तुम्हाला त्याची काहीही पर्वा असणार नाही. बेलरामपूर म्हणजे बांद्रा नव्हे, हे मला माहीत आहे. पण मी लहान गावातला माणूस म्हणून ओळखलं जाण्याबद्दल, त्यात जणू काही वाईट असल्यासारखं, मी स्वत:ची बाजू लढवत का राहू? छोट्या गावांच्या बाबतीतली एक गंमत म्हणजे – लोक म्हणतात की हाच खरा भारत. म्हणजे... मला वाटतं... मोठ्या शहरांचा भारत ही गोष्ट फसवी असल्याची कुठंतरी ते कबुली देतातच. होय, मी अम्बवाड या जुन्या शहरातला आहे आणि मला त्याचा अभिमान आहे. आमच्याकडे इतके फॅशन-शोज नसतात आणि अजूनही आम्हाला आमच्या बायकांनी कपडे परिधान केलेलं आवडतं. मला त्यात काहीही गैर दिसत नाही.

मी 'काझी'तून बाहेर पडून पुन्हा चालू लागलो... ओमीच्या देवळाकडं जाणाऱ्या रस्त्यावर वळलो. ओमी इथं राहत असल्यामुळं आम्ही या मंदिराला ओमीचं देऊळ असं म्हणायचो, पण या मंदिराचं अधिकृत नाव होतं 'स्वामीभक्ती मंदिर.' मी गल्लीत प्रवेश केला, तेव्हा दोन माणसं खचाखच गर्दीच्या भागात कचरा टाकण्यावरून कडाकडा भांडत होती.

माझ्या छोट्याशा गावातल्या काही गोष्टी मला बदलाव्याशा वाटतात. काही अर्थांनी माझं गाव उर्वरित अहमदाबादपेक्षा मागं आहे. संपूर्ण जुनं शहर कितीतरी अधिक स्वच्छ ठेवता येऊ शकेल. साबरमती नदीच्या पलीकडं वसलेल्या नव्या शहरात काचेच्या आणि स्टीलच्या चमकत्या इमारती आहेत आणि जुन्या शहरात मात्र वेळच्यावेळी कचऱ्याचा उठावसुद्धा होत नाही.

मला आणखी एक गोष्ट बदलायची आहे. ती म्हणजे – लोक इतर लोकांबद्दल ज्या अफवा पसरवतात त्या मला थांबवायच्या आहेत. आता ओमीच्या बाबतीतला काल्पनिक तर्क बघा... त्याला क्रिकेट बॉल लागल्यामुळे तो वेडा झालाय म्हणे. याला काहीही आधार नाही, पण बेलरामपूरच्या प्रत्येक गल्लीबोळात याबद्दल चर्चा झडते. तसाच आणखी एक कल्पनाविलास म्हणजे ईश एनडीएतून पळून आला नाही, तर त्याला तिथून काढून टाकलं. ही गोष्ट खरी नाही हे मला माहीत आहे. ईश अनभिषिक्त अधिकारशाही सोसू शकत नाही आणि तो सैन्यात जाण्याच्या (तेवढा एकमात्रच पर्याय त्याच्यापुढं होता) कल्पनेनं खरोखरच रोमांचित झाला असला, तरी आयुष्यात दोन दशकं कुठलासा मेजर आपल्याला हुकूम फर्मावत राहणार हे त्याला मानवणारं नव्हतं. त्यामुळं त्यानं दंड भरला, आईवडिलांचं आजारपण की अशीच काहीतरी व्यक्तिगत कारणं सांगितली आणि तो थेट बेलरामपूरला पळून आला.

याचबरोबर मला आणखी एका अफवेला, अशाच एका अत्यंत विचित्र तर्काला अतिशय निकडीनं पूर्णविराम द्यायचा आहे. ती गोष्ट म्हणजे, डॅड आम्हाला सोडून गेले त्या दिवसापासून मी भावनाशून्य बनलो. दहा वर्षांपूर्वी डॅड मॉमला आणि मला सोडून गेले, कारण गावातच त्यांची दुसरी बायको असल्याचं आम्हाला समजलं होतं. मला आठवतंय त्यानुसार मी भावनाप्रधान वगैरे कधीच नव्हतो. मला गणित आवडतं, मला तर्कशास्त्र आवडतं आणि या विषयात भावनेला जागा नसते. मला वाटतं, मनुष्यप्राणी भावनांच्या पायी फारच वेळ फुकट घालवतो. याचं प्रमुख उदाहरण म्हणजे माझी आई. डॅड आम्हाला सोडून गेल्यानंतर पुढं कित्येक महिने ती सांत्वनपर भेटीला येणाऱ्या प्रत्येक गल्लीबोळातल्या प्रत्येक बाईसमोर अश्रू ढाळत होती. त्यानंतरचं वर्ष तिनं फलज्योतिष्यांचा सल्ला घेण्यात – कोणत्या ग्रहामुळं डॅड घर सोडून गेले आणि ही ग्रहदशा कधी बदलेल हे जाणून घेण्यात – घालवलं. त्यानंतर आमच्या घरी तिच्या आत्या, मावश्या, मामी, काकू यांची माळच राहायला आली, कारण आईला एकटीनं राहणं जमत नव्हतं. मी पंधरा वर्षांचा झालो, जगाची रीत समजली तसं मी खाद्यपदार्थांचा उद्योग सुरू करण्यासाठी तिच्यामागे लागलो. अर्थात, यात मी तिच्यामागे लागण्याचा वाटा थोडा होता. एव्हाना तिचे सगळे दागिने विकून झाले होते, हे मुख्य कारण होतं.

तिचे खाद्यपदार्थ फारच स्वादिष्ट असत, पण ती बिझनेसमन नव्हती. भावनाप्रधान माणसांचा बिझनेस म्हणजे भयंकरच गोष्ट असते. ती माल उधारीवर विकायची आणि खरेदी मात्र रोखीनं करायची – छोट्या उद्योगातील पहिली चूक! दुसरी गोष्ट म्हणजे ती हिशेब वगैरे ठेवायची नाही. घरखर्चाचे आणि बिझनेसचे पैसे यांची बरेचदा सरमिसळ व्हायची आणि मग बरेचदा आमच्यावर स्वयंपाकासाठी तांदूळ आणायचे की पापडांसाठी काळे मिरे यात प्राधान्यक्रम ठरवण्याची वेळ येत असे.

दरम्यान, मी शक्य तितका मन लावून अभ्यास करत होतो. आमची शाळा काही ऑक्सफर्ड नव्हतं. तिथं विद्यार्थ्यांपेक्षा शिक्षकांच्याच जास्त दांड्या असल्यामुळं अभ्यासावर फारसा भर नव्हताच. तरीसुद्धा मी दरवर्षी गणितात पहिला यायचो. दहावीत मला गणितात शंभरपैकी शंभर मार्क मिळाले, तेव्हा तर लोकांना मला ही ईश्वरदत्त देणगी मिळाली आहे असं वाटलं होतं. पण माझ्या लेखी यात फार मोठं असं काही नव्हतं. यावेळी मात्र अफवांचं पीक माझ्या कामी आलं. माझ्या मार्कांची बातमी गावात पसरली आणि आम्हाला उत्पन्नाचा स्रोत गवसला... शिकवण्या. मी बेलरामपूरमध्ये गणिताची शिकवणी घेणारा एकमात्र मास्तर होतो आणि गणितात कमी मार्क पडायची जणू साथच आली होती. त्यामुळे पटेलांच्या घरात खमण आणि खाखऱ्याच्या जोडीनं त्रिकोणमिती आणि बीजगणित हेही मिळकतीचे मार्ग बनले. अर्थात आमच्या आजूबाजूचे लोक गरीब होते. त्यामुळं लोक फार पैसे देऊ

शकत नसत. तरीसुद्धा दरमहा एक हजार रुपयांची कमाई आमच्या लेखी जीवनशैली बदलणारा घटक ठरली. आमची पंख्यावरून कूलरपर्यंत प्रगती झाली. खुर्च्यांच्या जागी सेकंडहँड सोफा आला. आमचं आयुष्य मस्त झालं होतं.

मी ओमीच्या देवळात पोहोचलो. तिथल्या घंटांच्या लयबद्ध आवाजानं माझ्या विचारांची तंद्री भंगली. मी घड्याळ्यात पाहिलं. सायंकाळचे सहा वाजले होते... म्हणजे नित्य आरतीची वेळ झाली होती. मला दुरूनच ओमीचे वडील दिसले. ते डोळे मिटून स्तोत्रं म्हणत होते. मी अज्ञेयवादी असूनही मला एका गोष्टीचं फार नवल वाटायचं, ते म्हणजे त्यांच्या चेहऱ्यावरचे भाव. ते परमेश्वराची भक्ती अत्यंत सच्च्या भावनेनं करायचे. तो उत्कट भक्तिभाव त्यांच्या चेहऱ्यावर वाचता येत असे. त्यामुळे समाजातील सर्वांत प्रिय लोकांमध्ये त्यांचा समावेश होता यात आश्चर्य ते कसलं! ओमीची आई मरुन रंगाच्या साडीचा पदर डोक्यावरून घेऊन, हात जोडून त्यांच्या शेजारी उभी होती. तिच्या शेजारी उभा होता बिट्टूमामा – म्हणजे ओमीचा मामा. त्यानं शुभ्र धोती आणि भगवं उपरणं असा पोशाख केला होता. हात जोडून उभारल्यामुळे त्याचे मजबूत बाहू आणखीनच बलदंड दिसत होते. तोही कृष्ण व राधा यांच्या मूर्तींकडे तन्मयतेनं पाहत होता.

आरतीला वेळेवर न पोहोचल्यामुळे ओमी अडचणीत येणार होता, पण असं काही पहिल्यांदाच घडत नव्हतं. कारण सायंकाळी सहा वाजता नाना पार्कमधले सामने निर्णायक महत्त्वाच्या टप्प्यावर आलेले असतात.

✦

''मॅच कशी झाली?'' मी घराशी पोहोचताच मॉमनं प्रश्न केला. ती घराबाहेरच उभी होती.

तिला एका लग्नसमारंभात ढोकळा पोहोचवायचा होता. तो ताजा ढोकळा तिनं नुकताच भाड्याच्या रिक्षात चढवला होता. अखेर माझी आई माल पोहोचवण्यासाठी नित्याची कामं आटोपून, स्वयंपाक या तिच्या मध्यवर्ती कौशल्यावर लक्ष केंद्रित करू लागली होती. तिनं माझ्यासाठी रिक्षातून एक ढोकळ्याची वडी आणली. बिझनेसमध्ये असं करू नये... ग्राहकाच्या ऑर्डरमधून काहीही काढून घेणं अयोग्य!

''ग्रेट मॅच. आपण जिंकलो.'' मी घरात जाता जाता म्हणालो.

मी आत जाऊन दिवा लावला. आमच्या भागातल्या घरात दिवसासुद्धा दिवा लावावा लागतो.

''माझा दिवाळीचा सिझन चांगला झाला ना, तर मी तुला रंगीत टी.व्ही. घेऊन देईन.'' मॉमनं प्रतिज्ञा केली.

"काही आवश्यकता नाही." मी म्हणालो. पायातले बूट काढून अंघोळीला जाता जाता मी तिला सांगितलं की, "तुलाच मोठ्या ग्राईंडरची निकड आहे, छोटा ग्राईंडर आता आचके देतोय."

"अरे, मला जादा पैसे मिळाले तरच टी.व्ही घेऊ या." ती म्हणाली.

"नको, तुला जादा पैसे मिळाले तर ते पुन्हा बिझनेसमध्येच घाल. निरुपयोगी वस्तू विकत घेऊ नकोस. मी ईशानच्या घरी रंगीत टी.व्ही.वर मॅच कायम बघू शकतो."

ती तिथून गेली. माझ्याशी वाद घालणं निष्फळ आहे हे तिला माहीत होतं. डॅड घरात नसल्यामुळं माझ्या मताला घरात किती मान असतो ते पाहून आश्चर्य वाटायचं. आता ईश व ओमीनंही माझं म्हणणं ऐकावं एवढीच माझी इच्छा होती.

मी पहिल्यांदा शिकवण्या सुरू केल्या, तेव्हाच माझं बिझनेसप्रेमही सुरू झालं. पै पै जमा होताना पाहणं मोठं विलक्षण होतं. पैशानं केवळ कूलर्स किंवा सोफा अशा वस्तूच नव्हे, तर सर्वांत महत्त्वाची एक गोष्टही मिळते – ती म्हणजे मान... आदर! आता दुकानदार आम्हाला टाळत नव्हते, नातेवाईक आम्हाला पुन्हा लग्नसमारंभांना बोलावू लागले होते आणि आमच्या घरमालकाची फेरी झाली की पोटात भयाचा गोळा उभा राहात नव्हता. शिवाय त्या जोडीनं एक थरारही होताच... की मी पैसे 'कमवतोय'. कुणा बॉसच्या हाताखाली घासून मिळवत नाहीये किंवा मी गरजू असल्यामुळे मदत म्हणून कुणाकडून फुकट घेत नाहीये. मी माझ्या मनाचा मालक होतो... किती मुलांना शिकवायचं, प्रत्येक वर्गाला किती तास शिकवायचं – सगळं काही 'मी' ठरवत होतो.

गुजराथी लोकांचं एक विशेष असतं – आम्हाला बिझनेस प्रिय असतो आणि अम्बवाडी लोकांना तर तो साऱ्यासाऱ्यांहून प्रिय! भारतातलं गुजरात हे असं एकमात्र राज्य आहे की जिथं लोक नोकरी करणाऱ्या माणसापेक्षा बिझनेस करणाऱ्या माणसाला अधिक मान देतात. उर्वरित देश नियमित पगार व स्थैर्य देणाऱ्या आरामदायी नोकरीचं स्वप्न बघतो. अहमदाबादमध्ये, नोकरी असते ती कमजोर लोकांसाठी. त्यामुळेच माझ्या मनात हे भव्यदिव्य स्वप्न जागलं – एके दिवशी मोठा बिझनेसमन बनण्याचं. त्यातला एकमात्र अडथळा म्हणजे भांडवलाची उणीव. पण मी हळूहळू भांडवल जमवीन आणि माझं स्वप्न साकार करीन. भारतीय क्रिकेट संघात स्थान मिळवण्याचं ईशचं स्वप्न साकार होणार नाही हे नक्की, कारण मुळात हे स्वप्न पाहणंच मूर्खपणाचं आहे. एक अब्ज लोकसंख्येच्या देशात पहिल्या अकरा खेळाडूंमध्ये स्थान मिळवणं हे अनेक अर्थांनी अशक्य कोटीतलंच स्वप्न आहे आणि ईश बेलरामपूरमधला उत्तम खेळाडू असला तरी तो तेंडुलकर नाही. त्यापेक्षा माझं स्वप्न अधिक वास्तववादी होतं. मी धिम्या गतीनं आरंभ करणार होतो आणि मग

माझा बिझनेस वाढवत नेणार होतो. हजारातून लाखात... मग कोटीत आणि मग हजारो कोटींत.. अशी उलाढाल वाढवणार होतो.

मी अंघोळ करून बाहेर आलो. पुन्हा कपडे चढवले.

"काही खाणार आहेस?" आईनं स्वयंपाकघरातून विचारलं. हे वाक्य आजवर तिच्या मुखातून सर्वाधिक वेळा आलं असेल.

"नको! मी, ईश आणि ओमी बरोबर गोपीत चाललोय."

"गोपीत? का? मी तेच पदार्थ बनवते. मी तुला घरी देऊ शकत नाही असं गोपीत काय मिळतं?"

शांती आणि निवांतपण... मला उत्तर द्यावंसं वाटत होतं.

"ईशची पार्टी आहे आणि मला त्यांच्याशी माझ्या नव्या बिझनेसबद्दल बोलायचं आहे."

"म्हणजे तू इंजिनिअरिंगच्या प्रवेश परीक्षेला पुन्हा बसणार नाहीस तर." माझी आई स्वयंपाकघरातून बाहेर येत, पिठानं माखलेले हात उंचावत म्हणाली, "तू वर्षभर तयारी करू शकतोस. काही काळ शिकवण्या थांबव, आता आपल्याकडं पैसे आहेत."

माझ्या आईला लक्षावधी गोष्टींबद्दल अपराधी वाटायचं. त्यातली एक म्हणजे मी चांगल्या इंजिनिअरिंग कॉलेजमध्ये जाऊ न शकणं. मी शिकवण्या करायच्या, आईच्या बिझनेसमध्ये मदत करायची. यातून प्रवेश परीक्षेच्या अभ्यासाला वेळ कमी उरायचा. त्यामुळं मी आयआयटी किंवा तत्सम बड्या संस्थेत प्रवेश मिळवू शकलो नाही. मला कच्छमधल्या दूरवरच्या एका कॉलेजात प्रवेश मिळवता आला, पण मला ते माझी शिकवण्यांची कमाई, मित्र, नाना पार्कातलं क्रिकेट आणि मॉमला सोडून जाण्याच्या लायकीचं वाटत नव्हतं. मी कुठल्या भावनिक धाग्यात गुंतलो होतो अशातला भाग नव्हता, पण मला तो मार्ग योग्य वाटत नव्हता. मी इथंच राहून अम्बवाड विद्यापीठात मॅथ्स ऑनर्स करू शकत होतो. त्याच वेळी शिकवण्याही सुरू ठेवू शकत होतो आणि बिझनेसचाही विचार करू शकत होतो. कच्छमधल्या कॉलेजनं नोकरीची हमी दिली नव्हतीच.

"मॉम, मला इंजिनिअर व्हायचं नाहीये. माझं मन बिझेनसमध्ये आहे. शिवाय मी कॉलेजची दोन वर्षं पूर्ण केली आहेत. अजून एका वर्षात मी पदवीधर होईन."

"हो, पण गणिताच्या पदवीधराला कोण नोकरी देतंय?"

हे खरं होतं. आर्थिकदृष्ट्या पाहिलं तर 'मॅथ्स ऑनर्स' हा अभ्यासक्रम निवडणं मूर्खपणाचं होतं.

"असू देत. मला पदवीची आवश्यकता होती आणि ती मी फारसा अभ्यास न करताही मिळवू शकतो." मी म्हणालो, "मॉम, मी बिझेनसमन आहे. मी हे बदलू शकत नाही."

आईनं माझे गाल ओढले. तिच्या हाताचं पीठ माझ्या चेहऱ्यावर कुठं कुठं चिकटलं.

"काहीही हो. सगळ्यात आधी तू माझा मुलगा आहेस."

तिनं मला जवळ घेतलं. मला हे अजिबात आवडत नाही. मला भावनेपेक्षा भावनाप्रदर्शनाचा तिरस्कार आहे.

"मी येतो."

✦

"ही तुझी दहावी चपाती आहे." ईश ओमीला म्हणाला.

"नववी आहे. इथं कुणाला काळजी आहे? हे बफे आहे. प्लीज, तुपाचं भांडं इकडं देतोस?"

"इतकं सगळं खाणं तुझ्या दृष्टीनं चांगलं नाही रे." ईश म्हणाला.

"दोनशे पुशअप्स," ओमी म्हणाला. "नाना पार्कला दहा फेऱ्या आणि बिट्टू मामाच्या घरच्या जिममध्ये एक तास. तुम्हीसुद्धा दररोज माझ्यासारखं करा म्हणजे तुम्हीही निर्धास्तपणे हाणू शकाल."

ओमीसारखी माणसं म्हणजे बिननफ्याची गिऱ्हाइकं असतात. गोपीवाल्यांना त्याच्यामुळं चार पैसे मिळायची सुतराम शक्यता नव्हती.

"आमरस आणि रसमलई. थँक्स." ओमीनं वेटरला सांगितलं.

ईश व मी, आम्ही दोघांनी मानेनंच त्याच्या सुरात सूर मिसळला.

"तर तू काय सांगत होतास? मी ऐकतोय." ईश आमरसाचा शेवटचा चमचा भुरकत म्हणाला.

"आधी जेव. आपण चहा घेताना बोलू." मी म्हणालो. लोक भरल्यापोटी कमी वाद घालतात.

"मी चहाचे पैसे देणार नाही. माझी ट्रीट फक्त थाळीपुरतीच आहे." ईशाननं निषेध नोंदवला.

"चहाचे पैसे मी देईन." मी म्हणालो.

"रिलॅक्स मॅन, मी मजेनं म्हणालो. मिस्टर अकाउंट्सना विनोदसुद्धा सोसत नाही. काय ओमी?"

ओमी हसला.

"असू दे. हे बघा, आज तुम्ही खरोखरच ऐकण्याची आवश्यकता आहे आणि मला हे मिस्टर अकाऊंट्स म्हणणं थांबवा."

मी चहा सांगितला, तोवर वेटरनं आमच्या बशा उचलल्या.

"मी गांभीर्यानं सांगतोय, ईश. तू आयुष्याचं काय करायचं ठरवलं आहेस?

आपण काही आता लहान राहिलेलो नाही.'' मी म्हणालो.

''दुर्दैवानं,'' ईश उसासा सोडत म्हणाला. ''ठीक आहे. मी नोकरीसाठी अर्ज करीन. त्याआधी एनआयआयटीचा कॉम्प्युटर कोर्स करीन. का मी विम्याचं काम करू? तुला काय वाटतं?''

मी ईशकडे पाहिलं. तो चेहरा हसरा ठेवण्याचा प्रयत्न करत होता, पण त्यामागची वेदना मला दिसत होती. बेलरामपूरमधला सर्वोत्कृष्ट फलंदाज विमा विक्रेता बनणार होता. बेलरामपूरमधली पोरं नाना पार्कमध्ये त्याच्या चौकारांवर टाळ्यांचा कडकडाट करत लहानाची मोठी झाली होती आणि आता, त्याच्यापुढं काहीही भविष्य नसल्यामुळं तो इतर लोकांचा जीवनविमा उतरवणार होता.

ओमीनं माझ्याकडं, जणू काही मी सान्ताच्या पोतडीतून एखादा विलक्षण पर्याय आणलाय अशा आशेनं पाहिलं. मला त्यांना सांभाळण्याचा वैताग आला होता.

''मला बिझनेस सुरू करायचाय.'' मी विषयाला आरंभ केला.

''पुन्हा नाही बाबा,'' ईश म्हणाला. ''ते मला नाही जमणार. गेल्या खेपेला काय केलं होतं? फ्रूट डिलरशिप? छे! मी दिवसभर कलिंगडं तोलत नाही बसू शकत. आणि ओमी, त्यानंतरचा वेडपटपणा कुठला होता?''

''कार ॲक्सेसरीज. हा म्हणाला होता की त्यात खूप पैसे मिळतात.'' ओमी डिझर्ट भुरकत म्हणाला.

''क्काय? दिवसभर सीट कव्हर्स चढवत बसायचं? नो थँक्स! आणि एक कुठला बिझनेस होता... स्टॉक ब्रोकर. नाहीतरी त्यात काय असतं?'' ईश खांदे उडवत म्हणाला.

''मग तुम्हाला सालं करायचंय तरी काय? विमा घ्या, विमा घ्या म्हणून लोकांपुढं हात पसरायचेत का रस्त्याच्या कोपऱ्याकोपऱ्यावर उभं राहून क्रेडिट कार्ड विकायची आहेत? ईश, तू सैनिकी शाळा सोडून आला आहेस.'' मी एका दमात म्हणालो. त्यानंतर क्षणभर थांबून ओमीला म्हणालो, ''आणि तू बारावीत एकाच वर्गात दोनदा धक्के खाल्ले आहेस. ओमी, तू पुजारी होऊ शकतोस, पण आमचं काय?''

''मला पुजारी व्हायचं नाही.'' ओमी अनुत्सुकपणे म्हणाला.

''मग तरी तुमचा माझं बोलणं ऐकण्याआधीच विरोध का? या खेपेला मी तुम्हाला इंटरेस्ट वाटेल अशी गोष्ट सांगणार आहे.''

''काय?'' ईशनं विचारलं.

''क्रिकेट.'' मी म्हणालो.

''क्काय?'' दोघांनीही एका सुरात विचारलं.

“आता कसं... तुमचं लक्ष वेधलं गेलं हे छान झालं. आता मी सांगू का?”

“शुअर,” ईशनं हातानं खूण केली.

“आपण क्रिकेट शॉप सुरू करायचं आहे.”

एवढं सांगून मी मुद्दामच प्रतीक्षागृहात गेलो.

“पण कसं?” मी तिथून परत येताच ओमीनं विचारलं, “आणि क्रिकेट शॉप म्हणजे काय?”

“खरंतर क्रीडा साहित्याचं दुकान. पण क्रिकेट हा बेलरामपूरमधला सर्वांत लोकप्रिय खेळ असल्यामुळे आपण त्यावरच लक्ष केंद्रित करायचं.”

ईश गप्प होता, याचा अर्थ तो माझं बोलणं ऐकत होता.

“आपलं दुकान छोटं, किरकोळ विक्रीचं दुकान असेल. दुकानासाठी डिपॉझिटची रक्कम भरायला पैसे लागणार ही अडचण आहे, त्यासाठी मला ओमीची मदत लागणार आहे,”

“माझी?” ओमीनं विचारलं.

“होय तुझी. आपण स्वामी मंदिर इमारतीच्या आतल्या बाजूलाच आपण दुकान उघडायचं. फुलं आणि पूजेच्या साहित्याच्या दुकानांशेजारीच. मी तिथं एक रिकामा दुकानगाळा पाहून ठेवला आहे आणि तो मंदिराच्या जमिनीचाच हिस्सा आहे.”

“मंदिराच्या इमारतीत क्रिकेट शॉप?” ईशनं प्रश्न केला.

“थांब जरा. ओमी, तू याची व्यवस्था करू शकशील का? कारण त्याविना आपला हा बेत पुढं पाऊलच टाकू शकणार नाही.”

“तू त्या नुकत्याच बंद झालेल्या कुबेर मिठाई भांडाराबद्दल बोलतोयस का? पण मंदिराचे विश्वस्त तो दुकानगाळा लवकरच भाड्यानं देतील आणि सर्वसाधारणपणे ते लोक मंदिराशी संबंधित उपक्रमासाठीच तो गाळा देतात.” ओमी म्हणाला.

“ते मला माहीत आहे. पण तू तुझ्या वडिलांना याबद्दल पटवून द्यायचंस. काहीही असलं तरी मंदिर ट्रस्ट तेच चालवतात.”

“ते चालवतात. पण दुकानांचा व्यवहार मामा बघतो. आपण भाडं देणार आहोत का?”

“होय.” मी उसासत म्हणालो. “पण आत्ता लगेच नाही. आपल्याला दोन महिन्यांची सवलत पाहिजे आणि आपण डिपॉझिटची रक्कम भरू शकत नाही.”

“हे काम मला आईकरवी करावं लागेल.” ओमी म्हणाला.

गुड, त्याचं डोकं कामाला लागलं होतं.

“पुन्हा विचारतोय त्याबद्दल सॉरी, पण मंदिराच्या इमारतीत क्रिकेट शॉप? इथं कोण खरेदीला येणार? कीर्तनाला येणाऱ्या सत्तरीच्या माम्या-मावश्या विलो बॅट्स

नेणार?'' ईशनं उपहासात्मक हसत विचारलं.

वेटरनं आमचे चहाचे कप उचलले आणि बिल आणून दिलं. गोपीच्या नियमानुसार आम्हाला दोन मिनिटांत तिथून बाहेर पडावं लागणार होतं.

''चांगला प्रश्न विचारलास. मंदिरात क्रिकेट शॉप हे ऐकायला विचित्र वाटतंय, पण विचार करून बघ... बेलरामपूरमध्ये क्रीडा साहित्याचं एक तरी दुकान आहे का?''

''एकही नाही. इथं आपल्याला लेदर बॉलसुद्धा मिळत नाहीत. सगळ्यात जवळचं म्हणजे 'एलिसब्रिज'.'' ईश म्हणाला.

''हे बघ, हा पहिला मुद्दा झाला. दुसरा म्हणजे, मंदिर हे कौटुंबिक ठिकाण असतं. देवळात सगळ्यात जास्त कुणी कंटाळत असेल तर ती म्हणजे लहान मुलं. ती कुठं जाणार?''

''बरोबर आहे.'' ओमी म्हणाला. ''त्यामुळेच बाहेर इतके फुगेवाले उभे असतात.''

''आणि इथंच ईशची भूमिका सुरू होते. तू चांगला खेळाडू आहेस हे लोकांना माहीत आहे. तू आपल्या दुकानात खरेदीला येणाऱ्या प्रत्येक मुलाला खेळाच्या टिप्स देऊ शकतोस. हळूहळू आपली कीर्ती होत जाईल.''

''पण ख्रिश्चन आणि मुस्लीम मुलांचं काय? ती येणार नाहीत त्याचं काय?'' ईश म्हणाला.

''सुरुवातीला येणार नाहीत, पण दुकान मंदिराच्या बाहेरच्या बाजूला आहे. जसजसा आपल्या दुकानाचा नावलौकिक वाढेल तशी ती मुलंही येतील. नाहीतरी त्यांच्यापुढं दुसरा पर्यायच कुठं आहे?''

''आपण विक्रीच्या वस्तू कुठून आणायच्या?'' ईशनं विचारलं.

''वस्त्रपूरमध्ये क्रीडा साहित्याचा एक सप्लायर आहे. तो आपल्याला एक महिन्याच्या उधारीवर माल देईल. त्यामुळं आपली जागेची व्यवस्था झाली तर आपण रोख पैशांविनाही सुरुवात करू शकतो.''

''पण जर दुकान चाललं नाही तर?'' ईशनं साशंकतेनं विचारलं.

''अगदी वाइटात वाईट घडलं तर आपण माल तोट्यात विकून टाकू आणि बाकीचे पैसे मी माझ्या शिकवणीच्या पैशांतून शिल्लक टाकलेल्यातून भरीन. पण दुकान चालेल रे. तुम्ही तनमन अर्पून काम केलंत तर चालेल.''

दोघंही गप्प झाले.

''अरे बाबांनो, प्लीज. यात मला तुमची गरज आहे. मला खरंच बिझनेस करायचाय. तो मी भागीदारांविना करू शकत नाही. हे क्रिकेट आहे...'' मी ईशला आवाहन केलं.

“मी यात आहे.” ओमी सस्मित चेहऱ्यानं म्हणाला, “मला पुजारी व्हावं लागणार नाहीय आणि मला घरातच काम मिळतंय. त्यामुळं मी यात आहे.”

“मी पैसे वगैरे सांभाळणार नाही. मी क्रिकेटवर लक्ष एकवटीन.” ईश म्हणाला.

मी हसलो. तो पट्ट्यात येऊ लागला होता.

“अर्थातच, तुला काय वाटलं, मी तुला पैशांचे व्यवहार पाहू देईन? मग, आपण भागीदार व्हायचं?” मी हात पुढं करून विचारलं.

ओमीनं माझ्या हातात हात मिळवला, त्यापाठोपाठ ईशनंही.

“आपण दुकानाला नाव काय द्यायचं?” परत येताना ओमीनं रिक्षात विचारलं.

“ईशला विचार.” मी म्हणालो. त्यानं नामकरण केलं तर त्याला या दुकानाशी अधिक जवळीक वाटली असती.

“ ‘टीम इंडिया क्रिकेट शॉप’ कसं वाटतंय?” ईशनं सुचवलं.

“छानच नाव आहे.” मी म्हणालो. त्या सायंकाळी मी प्रथमच ईशच्या चेहऱ्यावर स्मित फुललेलं पाहत होतो.

बेलरामपूरमध्ये आमच्या गल्लीच्या जवळ रिक्षातून उतरताना मी म्हणालो, “प्रत्येकानं दोन रुपये पन्नास पैसे द्या.”

“हे बघ हा... मिस्टर अकाऊंट्स,” असं म्हणून ईशनं त्याच्या वाटणीचे पैसे दिले.

दोन

२९ एप्रिल २००० रोजी सकाळी श्रीफळ वाढवून 'टीम इंडिया क्रिकेट शॉप'चं उद्‌घाटन झालं. या वेळी आमच्या तिघांच्याही घरचे सर्वजण आले होते. माझ्या आईच्या व ओमीच्या घरच्यांच्या चेहऱ्यावर आनंद स्पष्ट दिसत होता. पण ईशचे आईवडील मात्र गप्पगप्प होते. त्यांच्या डोळ्यांसमोर अजूनही ईश लष्करी अधिकाऱ्याच्या रूपातच येत होता. ते त्याला बेलरामपूरमधला दुकानदार म्हणून पाहू शकत नव्हते.

"लक्ष्मीचा तुम्हा कष्टाळू मुलांवर वरदहस्त राहू दे." ओमीच्या आईनं निघण्यापूर्वी आशीर्वाद दिला.

आता आम्ही आमच्या त्या वीस बाय दहा फुटांच्या दुकानात तिघं होतो.

"काऊंटर आत ओढ, शटर लागणार नाही." ईश ओमीवर खेकसला. ओमीनं ते जडच्या जड काऊंटर इंचभर आत सरकवण्याचा प्रयत्न केला. त्यामुळे त्याच्या कपाळावर घर्मबिंदू डवरून आले.

मी दुकानातून बाहेर पडून रस्ता ओलांडून दहाव्यांदा बोर्ड पाहायला गेलो. दुकानाचा बोर्ड सहा फूट लांब व दोन फूट रुंद होता. आम्ही तो निळ्या रंगानं रंगवून घेतला होता – भारतीय संघाचा रंग म्हणून. बोर्डच्या मध्यात भारताच्या झेंड्याच्या रंगात अक्षरं होती – 'टीम इंडिया क्रिकेट शॉप'. शाहपूरमधल्या उत्साही चित्रकारानं तेंडुलकर आणि गांगुलीची छबी फुकटात रंगवून दिली होती. गांगुली तिरळा आला होता आणि तेंडुलकरचे ओठ मधमाशी चावल्यासारखे दिसत होते, पण एकूणच त्यामुळे बोर्ड अधिक छान दिसत होता.

"छान झालाय." ओमीसुद्धा माझ्यासोबत बोर्ड पाहायला आला.

आमचं पहिलंवहिलं गिऱ्हाईक दुपारी बारा वाजता आलं. दहा वर्षांच्या आतला एक मुलगा आमच्या दुकानासमोर घुटमळत होता. त्याची आई पूजेसाठी फुलं विकत घेत होती. आम्ही तिघंही सज्ज झालो.

"मी त्याला काय हवंय विचारू?" ओमीनं हळूच मला विचारलं.

मी मानेनंच नको म्हणून सांगितलं, कारण मागं लागणं म्हणजे गरजूपणा दाखवणं.

त्या मुलानं टेनिस बॉल्स पाहिले, त्यातले काही उडवूनही पाहिले. बेलरामपूरमध्ये कुणीही टेनिस खेळत नसलं, तरी मुलं या चेंडूंनी क्रिकेट खेळतात.

"बॉल केवढ्याला?" तो मुलगा लोकल चेंडूंकडे वळत म्हणाला. हे गिऱ्हाईक दराच्या बाबतीत दक्ष होतं हे स्पष्ट होतं. त्यानं पाच निरनिराळे चेंडू घेऊन जमिनीवर टप्पे टाकून पाहिलं.

"आठ रुपयाला. तुला पाहिजे?" मी विचारलं.

त्यानं मान डोलवली.

"तुझ्याजवळ पैसे आहेत?"

"ममीजवळ आहेत." तो म्हणाला.

"ममी कुठाय?"

"तिथं." तो मंदिर परिसरातल्या दुकानांकडं निर्देश करत म्हणाला.

मी त्यानं उडवून पाहिलेले चेंडू गोळा करून पुन्हा टोपलीत नीट रचले.

तितक्यात त्याची आई धावत पळत आमच्या दुकानात आली.

"इथं आहेस होय तू, सोनू. मूर्ख कुठला." तिनं त्याला कोपराला धरून बाहेर ओढत नेलं.

"ममी, बॉल," तो त्याला हव्या असणाऱ्या वस्तूबद्दल एवढंच बोलू शकला.

"काळजी करू नका, आपण माल खपवू." मी माझ्या व्यावसायिक भागीदारांना म्हणालो.

त्यानंतर लवकरच आमची पहिलीवहिली विक्री झाली. ब्रँडेड कपडे घातलेल्या दोघा छोट्या भावंडांचं दुकानात आगमन झालं.

"टेनिस बॉल केवढ्याला?" त्यातल्या एकानं विचारलं.

"ॲरोचा आठ रुपयाला आणि त्या टोपलीतला लोकल बॉल सहा रुपयाला."

"ती मुलं लोकल टोपलीकडे वळली. त्यांनी पुन्हा चेंडूचे टप्पे टाकायचा सोहळा सुरू केला. माझं काळीज नुसतं तुटत होतं.

"तुम्ही क्रिकेट कुठं खेळता?" ईशनं त्यांना विचारलं.

"सॅटेलाईट." त्यातला मोठा भाऊ म्हणाला.

सॅटेलाईट हा साबरमती नदीच्या पलीकडचा छानसा भाग होता.

"तुम्ही इथं जुन्या शहरात कशाला आला आहात?" ईशनं विचारलं.

"आम्ही मंदिरात आलोय. आज हर्षभय्याचा वाढदिवस आहे." त्यातला धाकटा भाऊ म्हणाला.

आपण किती सोन्यासारखी जागा मिळवलीय हे माझ्या लक्षात आलं. हे मंदिर प्राचीन होतं. इथं शहराच्या नव्या भागातूनसुद्धा लोक येत होते आणि आज तर त्याचा वाढदिवस होता. म्हणजे खिसा गरम असण्याची पूर्ण शक्यता होती.

"तुला बॅट्स बघायच्या आहेत?" मी गल्ल्यावरूनच विचारलं.

त्या मुलांनी नकारार्थी मान डोलवली.

ईशनं माझ्याकडं वळून मला गप्प राहण्याची खूण केली.

"हॅपी बर्थडे, हर्ष. तू बॉलर आहेस की बॅट्समन?" ईशनं विचारलं.

हर्षनं ईशानकडं पाहिलं. एका मोठ्या माणसानं अकरा वर्षांच्या पोराला तू फलंदाज आहेस की गोलंदाज आहेस हे विचारणं म्हणजे केवढा मोठा सन्मान होता. याचाच अर्थ होता की, तो आता विशिष्ट क्षेत्रात नैपुण्य प्राप्त करण्याइतका मोठा झाला आहे. (हा विचार त्याच्या मनातसुद्धा डोकावला नसला तरी!)

"अं.... मी बॅट्समन आहे." हर्ष म्हणाला.

"डिफेन्सिव्ह की अॅटॅक?" ईश तेंडुलकरची ईएसपीएन वर मुलाखत घेत असल्याच्या थाटात प्रश्न विचारत होता.

"अं?" हर्ष म्हणाला.

"तुला शॉट्स आवडतात?" ईशनं विचारलं.

कुठल्या पोराला आवडत नाहीत?

हर्षनं होकारार्थी मान हलवली.

"मला तुझा 'स्टॅन्स' दाखव बघू." ईशनं सांगितलं.

मग त्यानं माझ्याकडं वळून बॅट मागितली. मी विलो बॅट्स रचल्या होत्या तिथं गेलो. मी त्या थेट लॉ गार्डनमधल्या काश्मिरी सप्लायरकडून आणल्या होत्या. मी त्या मुलाच्या दृष्टीनं योग्य मापाची होईल अशी बॅट काढली. सहा नंबरची. किंमत २०० रुपये. इथं आम्ही अगदी टॉपवर जाण्याची वगैरे नसली तरी विक्री होण्याची आशा करू शकत होतो.

हर्षनं दुकानासमोरच्या मोकळ्या जागेत स्टॅन्स घेतला. सगळ्या मुलांसारखंच त्यानंही बॅटवर त्याचं सगळं वजन टाकलं होतं. मग ईश पुढं आला. त्यानं झुकलेल्या हर्षची पाठ हळूच सरळ ताठ केली. त्यानं त्याची मनगटं वर केली आणि त्याला पायांवर वजन समान तोलायला सांगितलं.

"आणि आता, तू जेव्हा जेव्हा फटकेबाजी करशील तेव्हा पुढं असलेला पाय आणखी पुढं घे, पण मागं असणारा पाय विसरू नकोस. तो तुझा आधार आहे,

तुला घट्ट धरून ठेवणारा आधार. तेंडुलकर बघ, तो एक पाय घट्ट रोवून ठेवतो.''

आदरानं भारून गेलेल्या हर्षनं हवेत काही फटके टोलवले.

''मला पण टिप्स द्या.'' धाकटा भाऊ पिरपिर करू लागला.

''चिनू, आधी माझं होऊ दे.'' हर्ष म्हणाला.

मग ईश चिनूकडं वळला.

''चिनू, तू काय करतोस?''

''ऑल-राऊंडर!'' चिनूनं तत्परतेनं सांगितलं.

''छान, मला तुझी बॉलिंग ग्रिप दाखव.''

अखेर त्यांचे आईवडील आमचं दुकान शोधत आले. आता त्यांना मंदिरात जायचं होतं.

''ममी, मला बॉल पायजे.'' चिनू म्हणाला.

''केवढ्याला आहे?'' त्याच्या आईनं विचारलं.

''सहा रुपयाला.'' ईश म्हणाला.

तिनं विसाची नोट काढून दिली आणि दोन चेंडू द्यायला सांगितलं.

''ममी, मला बॅट पायजे.'' हर्ष म्हणाला.

''तुझ्याकडं बॅट आहे ना...?''

''पण, ही माझ्या स्टॅन्सला जास्त छान आहे. ममी, प्लीज.'' हर्ष पुन्हा स्टॅन्स घेत म्हणाला. त्यानं धडा गिरवून सुधारणा केली होती, पण त्याच्या आईनं त्याच्याकडं दुर्लक्ष केलं.

''ही कितीला आहे?'' तिनं विचारलं.

''दोनशे रुपयाला.'' मी म्हणालो.

''फारच महाग आहे. नको, हर्ष आपण बॅट घ्यायला नको.''

''माझं बर्थडे प्रेझेंट म्हणून घेऊ या, ममी, प्लीज.'' हर्ष तिला लाडीगोडी लावत होता.

''घेऊ या, पण बेटा, इथं मंदिरातल्या दुकानात कशाला घ्यायचं? जुन्या शहरात चांगल्या दर्जाचं मिळत नाही. आपण नवरंगपूरला मार्केटमध्ये जाऊया.''

''ही फार उत्तम दर्जाची आहे, आंटी. आम्ही काश्मिरी सप्लायर्सकडून आणतो. माझ्यावर विश्वास ठेवा.'' ईश म्हणाला.

'आंटी'नं आमच्याकडं संशयानं पाहिलं.

''आंटी, मी या भागातल्या सगळ्या म्युनिसिपल स्कूलसच्या संघाचा कर्णधार होतो. मी स्वत: या बॅट निवडून आणल्या आहेत.'' ओमीचे डॅड जितक्या तळमळीनं प्रार्थना करतात, तितक्याच तळमळीनं ईश म्हणाला.

''प्लीज, ममी.'' हर्ष आईची साडी ओढत म्हणत होता.

साडी ओढण्याचं सूत्र आंटीच्या पर्सशी जोडलेलं होतं. अखेर त्या पर्सचं मुख उघडलं आणि त्यातून दोनशेच्या नोटा बाहेर आल्या.

डन. आमचा त्या दिवसाचा व्यवहार पूर्ण झाला होता. आम्हाला ती बॅट एकशेसाठ रुपयाला मिळाली होती, म्हणजे चाळीस रुपये फायदा!... मी मनातल्या मनात चीत्कारलो.

"गुडबाय, चॅम्प," ईश हर्षला टाटा करत म्हणाला.

"मी माझ्या वाढदिवशी तुमच्या दुकानात येईन." चिनू म्हणाला.

"येस, ईश तू कमाल केलीस." मी म्हणालो आणि त्या दोघांनाही आनंदानं टाळी दिली.

"तो पोरगा पटकन शिकणारा आहे. त्यानं सराव केला तर तो चांगला खेळाडू होईल. अर्थात तो दहावीत गेला रे गेला की त्याची आई त्याच्या माथ्यावर अभ्यासाचं ओझं लादेलच. मग तो फक्त एकच स्टॅन्स घेईल... पुस्तकं घेऊन बाकावर बसणं." ईश म्हणाला.

"निराश होऊ नको रे." मी म्हणालो. "आपल्याला बॅटमध्ये चाळीस रुपये आणि दोन बॉलमध्ये चार रुपये मिळाले आहेत. म्हणजे आपल्याला चव्वेचाळीस रुपये फायदा झालाय, महाशय!"

त्यानंतर पुढच्या दोन तासांत आम्ही काही कॅन्डी आणि दोन चेंडू विकले. आमचा त्या दिवसाचा एकूण नफा होता पन्नास रुपये. मंदिरात पूजा झाल्यानंतर सायंकाळी सात वाजता आम्ही बॅट्स, चेंडू सगळं आत आणून ठेवलं आणि दुकान बंद केलं. दुकानाचं उद्घाटन साजरं करण्यासाठी आम्ही चना-भटुरा स्टॉल निवडला होता. चार रुपये प्रति प्लेट. मी एवढाच खर्च करू शकत होतो.

"मी थोडे पैसे घरी नेऊ? मला आईला माझा पहिला पगार द्यायची मनापासून इच्छा आहे." गरमागरम भटुऱ्यांवर ताव मारत ओमीनं विचारलं.

"थोडं थांब, हा खरा नफा नाही. आत्ता मिळकत सुरू झालीय. आधी आपण भाड्याचे पैसे जमवू या, मग पाहता येईल."

मी माझी रिकामी बशी स्टॉलवर नेऊन ठेवली.

"अभिनंदन! आपण बिझनेसमध्ये उतरलोय."

तीन महिन्यांनी

"आठ हजार तीनशे, चारशे आणि पाचशे." मी गल्लापेटी रिकामी करत म्हणालो. "हा आपला पहिल्या तीन महिन्यांचा नफा... भाडं वेगळं काढून. काही वाईट नाही, अजिबातच वाईट नाही."

मी प्रचंड म्हणजे प्रचंड खूश होतो. आमचं दुकान अगदी नेमक्या वेळी सुरू

झालं होतं. उन्हाळी सुट्टी सुरू झाली होती आणि भारतानं दक्षिण आफ्रिकेविरुद्धची एकदिवसीय मालिका जिंकली होती. भरपूर फावला वेळ असलेल्या आणि देशप्रेमानं भारलेल्या पोरांचे थवे पॉकेटमनी मिळाला रे मिळाला की त्या दिवशी 'टीम इंडिया क्रिकेट शॉप'मध्ये दाखल होत होते.

काहीजण तर पैसे न घेताच यायचे. त्यांना फक्त ईशला भेटून त्याच्याकडून क्रिकेटच्या टिप्स घ्यायच्या असत. याचा वेळ घालवायलाही उपयोग व्हायचा. त्यामुळं माझी त्याबद्दल हरकत नव्हती. दुकान उघडण्यातला वैतागवाणा भाग म्हणजे यातला कंटाळवाणेपणा. आम्ही दुकान सकाळी नऊ ते सायंकाळी सात या वेळात उघडं ठेवायचो. म्हणजे दररोज वीस जरी ग्राहक आले तरी तासाभरात फक्त दोनच ग्राहक येणार.

"मग... आता आपण आपला हिस्सा घ्यायचा?" ओमीनं थरारून विचारलं.

मी पैशांची चार भागांत वाटणी केली – पंधराशे पंधराशे रुपयांचे तीन वाटे. हे पैसे आम्ही घरी नेऊ शकणार होतो आणि उरलेले चार हजार रुपये पुन्हा बिझनेससाठीच ठेवायचे होते.

"ठेवायचे म्हणजे? कशासाठी ठेवायचे?" ओमी आनंदानं त्याच्या वाटणीच्या नोटा मोजत होता, पण ईशला प्रश्न पडला होता.

"ईश, समजा आपल्याला दुकानाचं नूतनीकरण करावंसं वाटलं तर आपल्या-जवळ थोडीफार बचत पाहिजे. तुला नाही वाटत की आपल्या दुकानात जास्त चांगलं काचेचं काऊंटर पाहिजे किंवा दिव्यांची योजना आणखी छान पाहिजे?"

ईशनं मान डोलवली.

"नक्कीच, आपण ते करू या आणि... माझ्या डोक्यात विस्तारयोजनासुद्धा आहे." मी म्हणालो.

"काय?"

"नवरंगपुरा चार रास्ताजवळ एका नवीन शॉपिंग मॉलचं बांधकाम सुरू आहे. आपण लवकर बुकिंग केलं तर आपल्याला दुकानाच्या भाड्यात सवलत मिळू शकेल."

"भाड्यात? पण आपल्याजवळ हा दुकानगाळा आहे की," ईश म्हणाला. तो कोड्यात पडला होता व त्याच वेळी वैतागलाही होता.

ईशची कुरकुर का आहे हे मला ठाऊक होतं. त्याला दुकानात टी.व्ही. घ्यायचा होता. दुकानाच्या वेळेत रेडिओवर सामन्यांचं समालोचन ऐकण्यात मजा नव्हती.

"नाही ईश, दुकान चांगलं पाहिजे. तरुण मुलांना झगमगाटी मॉल्समध्ये खरेदी करणं आवडतं. आता भविष्यात असाच प्रवाह राहणार. आपलं दुकान छान चाललंय, पण आपण शहराच्या नव्या भागात गेल्याशिवाय आपली

प्रगती होणार नाही.''

''मला इथंच आवडतं.'' ओमी म्हणाला, ''हा आपला भाग आहे. आपण इथं जे काही विकतो ते नाना पार्कमधली मुलंच वापरतात.''

''मला असली अदूरदर्शी मनोवृत्ती नकोय. मी मॉलमध्ये दुकान सुरू करीन आणि पुढच्या वर्षापर्यंत आणखी एक दुकान सुरू करीन. बिझनेसमध्ये तुम्ही प्रगती केली नाही तर साचलेपण येतं.''

''आणखी एक दुकान? काय? म्हणजे आपण एकत्र काम करायचं नाही?'' ओमीनं विचारलं.

''हा गोविंदचा मूर्खपणा आहे. आत्ता कुठं आपली सुरुवात आहे आणि याला अंबानी व्हायचे वेध लागलेत. आपण फक्त टी.व्ही. घेतला तर नाही का चालणार?'' ईश म्हणाला, ''आपण चार हजार रुपये डाऊनपेमेंट भरले, तर 'शाह इलेक्ट्रॉनिक्स' वाला आपल्याला हप्त्यावर टी.व्ही देईल.''

''अजिबात नाही. आपण हे चार हजार रुपये बिझनेससाठी ठेवायचे.''

''वेल, टी.व्ही. बिझनेसचा भागच आहे ना?'' ईशनं विचारलं.

''होय, पण ती डेड ॲसेट होईल. त्यातून काही उत्पन्न मिळणार नाही. आपल्याला अजून बराच पल्ला गाठायचा आहे. महिना तीन हजार रुपये म्हणजे काहीच नाही आणि ईश मला वह्या-पेन्सिली ठेवू देत नाही...''

''माझं म्हणणं आहे, की हे क्रीडा साहित्याचं दुकान आहे. मुलं जेव्हा इथं येतील तेव्हा त्यांना अभ्यासाची आठवण व्हायला नको.''

आमचा दोघांचा यावर यापूर्वीही वाद झाला होता. मला ही चांगली संधी वाटत होती, पण दर खेपेला ईश त्याला विरोध करायचा.

''ठीक आहे, असं करू या,'' ईश म्हणाला, ''वह्या विकायला ठेवायचं मी मान्य करतो, पण शालेय पुस्तकं नाही. फक्त वह्या, तुला आधीच सांगतो. पण, आपण टी.व्ही. घेऊ या. मला मॅचेस बघायच्या असतात, हे माझे पंधराशे रुपये घेतलेस तरी चालेल.''

त्यानं त्याच्या वाटणीचे पैसे माझ्याकडं फेकले.

ओमीनंही त्याच्या वाटणीचे पैसे फेकले. मग नेहमीप्रमाणेच मला मूर्खांसमोर मान तुकवावी लागली.

''ठीक आहे. पण आपण मिळकत वाढवायला हवी. पुढच्या तिमाहीचं लक्ष्य असेल वीस हजार रुपये.''

ते टी.व्ही.च्या ब्रँडबद्दल चर्चा करत होते. त्यांनी माझ्याकडं दुर्लक्ष केलं. मी मानेला नापसंतीचा झटका देत, मिळकत वाढवण्यासाठी व्यूहरचना आखू लागलो.

''तू कोचिंग क्लासेस घेशील?'' मी ईशला विचारलं.

“काय?”

“मुलांना तुझ्या क्रिकेट टिप्स फार आवडतात. फीसाठी क्रिकेट कोचिंगचा विचार करायला काय हरकत आहे?”

“मी? मी तितका कुठं प्रवीण आहे? आणि कुठं घ्यायचा? देवळात?”

“नाही, आपण ते उजाड एसबीआय कंपाउंडमध्ये घेऊ.”

“का? आपल्याला पुरेसे पैसे मिळत नाहीत का?” ओमी म्हणाला.

“आपण पुरेसे पैसे कधीच मिळवू शकत नाही. मला दर तिमाहीला पन्नास हजार रुपये मिळायला हवे आहेत. ओमी, तू विद्यार्थ्यांना फिटनेस ट्रेनिंग देऊ शकतोस.”

“म्हणजे आम्हाला जादा काम. तू काय करणार?” ईश म्हणाला.

“मी पुन्हा गणिताच्या शिकवण्या सुरू करणार आहे.”

“इथं?”

“होय, थोडा वेळ इथं किंवा एसबीआय कंपाउंडमध्ये... तू मुलांना क्रिकेटचे धडे देत असशील तेव्हा तिथं.”

ओमी आणि ईशनं माझ्याकडे मी जगातला सर्वांत भुकेला शार्क असावा तशा नजरेनं पाहिलं.

“कमॉन गाईज, आपला बिझनेस चांगला मजबूत व्हावा यासाठी मी हे करतोय.”

“इट्स ओके, फक्त दुकान चालवणं फारच कंटाळवाणं आहे, ईश.” ओमी म्हणाला. तो मुलांकडून पुशअप्स काढून घेण्याच्या कल्पनेनं रोमांचित झाला होता.

“होय, निदान मला तरी मैदानात तडाखेबाजी करता येईल.” ईश म्हणाला.

मग मीही माझ्या वाटणीचे पंधराशे रुपये पुढे केले आणि आम्ही त्याच दिवशी टी.व्ही. आणला. त्यावर आम्ही ‘स्पोर्ट्स चॅनल’ कायमस्वरूपी सेट करून ठेवला. ओमीनं चटया व उशा आणून ते टी.व्ही.पुढं अंथरलं. सामन्यांच्या दिवशी आम्ही गिऱ्हाईक येईपर्यंत तिथं बसायचो. त्यामुळं दिवस बराच जलद पुढं सरकू लागला होता, हे कबूल करावंच लागेल.

मी दुकानाचा बोर्ड बदलून घेतला. ‘टीम इंडिया क्रिकेट शॉप’ या अक्षरांखाली ‘स्टेशनरी, क्रिकेट कोचिंग ॲन्ड मॅथ्स ट्यूशन्स अव्हेलेबल’ अशी अक्षरंही आली. मी भौगोलिकदृष्ट्या विविधता साध्य करू शकलो नसलो, तरी मी माझ्याकडून देऊ करण्याजोग्या गोष्टींत वैविध्य आणलं होतं.

तीन

बेलरामपूरमध्ये क्रिकेट व्यतिरिक्त बॅडमिंटन हा लोकप्रिय खेळ होता. खरंतर फक्त मुलीच बॅडमिंटन खेळत असत. हा बिझनेसही अतिशय उत्कृष्ट होता. यात शटल कॉक्स पुन:पुन्हा घ्यावी लागतात, रॅकेट्सच्या वायर पुन्हा गुंफून घ्याव्या लागतात आणि बॅडमिंटन रॅकेट्स क्रिकेटच्या बॅटइतक्या टिकतही नाहीत.

लवकरच शालेय स्टेशनरी हा आमच्या दुकानातला आणखी एक हिट प्रकार ठरला. फक्त काही मुलंच खेळ खेळतात, पण बाकी प्रत्येक मुलाला वह्या, पेनं, पेन्सिली लागत असतात आणि आईवडील या गोष्टींना कधीही नाही म्हणत नाहीत. बरेचदा असंही व्हायचं, की चेंडू विकत घ्यायला आलेली व्यक्ती वहीसुद्धा विकत घ्यायची. अशाप्रकारेही विक्री होत होती. आम्ही टोटल सोल्युशन देऊ करत होतो. लवकरच सप्लायर आपणहून आमच्याकडे येऊ लागले. ते उधारीवर आणि परत घेण्याच्या बोलीवर आमच्याकडे माल ठेवू लागले – कागद, डिंकाच्या बाटल्या, भारताचे नकाशे, पाण्याच्या बाटल्या, टिफीन बॉक्सेस असं साहित्य आमच्या दुकानात विराजमान झालं. भारतीय विद्यार्थी उद्योगाची लांबी-रुंदी, त्याची एकूणच व्याप्ती केवढी आहे ते तुम्हाला दुकान काढल्याशिवाय नाही समजणार.

आम्ही क्रिकेट कोचिंग आणि शिकवणी, दोन्हींचंही शुल्क सारखंच म्हणजे अडीचशे रुपये प्रतिमहिना ठेवलं होतं. गणिताच्या शिकवणीसाठी 'ग्राहक' मिळणं अगदी सोपं होतं, कारण त्याला बरीच मागणी होती आणि माझी गणितातली ख्याती अतिशय उत्तम होती. मी सकाळच्या वेळेत एसबीआय कंपाऊंडमधल्या इमारतीत शिकवण्या घ्यायचो. ईश कंपाऊंडमधल्या मैदानात दोघा विद्यार्थ्यांना क्रिकेटचे धडे द्यायचा. ही दोन्ही मुलं बेलरामपूर म्युनिसिपल स्कूलमधली सर्वोत्तम

खेळाडू होती. त्यांनी आईवडिलांशी भांडून तीन महिन्यांच्या क्रिकेट प्रशिक्षणासाठी येण्याची परवानगी मिळवली होती.

आमचा बराचसा वेळ अर्थातच दुकानात जात असे.

आपण भेटकार्डं ठेवावीत का?.... एका सप्लायरनं नमुन्यादाखल भेटकार्डांचं पुडकं पाठवलं होतं. ते उघडता उघडता माझ्या मनात विचार आला. कार्डांची किरकोळ विक्रीची किंमत होती पाच रुपये आणि त्याला खर्च येत होता दोन रुपये... कार्डांमध्ये जबरदस्त फायदा होता. मात्र बेलरामपूरमधले लोक भेटकार्डांचं आदानप्रदान करत नव्हते.

"हा इन स्विंगर आणि हा ऑफ स्विंगर. अरे, दोन आठवड्यांत तिसरा बॉल. तपन, काय चाललंय?" ईशनं आमच्या एका नेहमीच्या ग्राहकाला विचारलं. तेरा वर्षीय तपन बेलरामपूर म्युनिसिपल स्कूलमधला त्याच्या वयोगटातला एक उत्तम गोलंदाज होता. ईशनं क्रिकेटचा चेंडू हातात धरून त्याला मनगटाची हालचाल कशी करायची ते दाखवलं.

"तो भयानक अली आहे ना. त्यानं फटकेबाजी केली की बॉल हरवतो. तो आमच्या शाळेत कशाला आलाय कुणास ठाऊक!" तपन अर्ध्या चड्डीवर चेंडू घासता घासता कुरकुरत होता.

"अली? नवा विद्यार्थी आहे? मी त्याला इथं पाहिलं नाही कधी." ईश म्हणाला. कारण सगळे चांगले खेळाडू आमच्या दुकानात येत असत. ईश त्यांना व्यक्तिशः ओळखत असे.

"हो, बॅट्समन आहे. नुकताच आमच्या शाळेत आलाय. तुम्ही त्याला बघायला पाहिजे. तो इथं येणार नाही ना!" तपन म्हणाला.

ईशनं मान डोलवली. आमचे काही मुस्लीम ग्राहक होते. त्यातले बरेचजण हिंदू मुलांकरवी खरेदी करायचे.

"तुला क्रिकेटची ट्यूशन घ्यायचीय ना, ईश शिकवेल तुला. तो जिल्हा पातळीवर खेळला आहे." मला आमच्या आणखी एका सेवेबद्दल सांगण्याचा मोह आवरला नाही.

"ममी परवानगी देणार नाही. ती म्हणाली, की पाहिजे असली तर फक्त अभ्यासाची शिकवणी लाव. स्पोर्ट्स कोचिंग नको." तपन म्हणाला.

"असू दे, हॅव अ गुड गेम." ईश त्या मुलाच्या केसात हात फिरवून ते विस्कटत म्हणाला.

"हे बघ, हे असं असतं. म्हणून भारत प्रत्येक सामन्यात जिंकत नाही." तपन गेल्यावर ईश माझ्याकडं वळून म्हणाला.

होय, ईशची ही नेहमी हास्यास्पद संकल्पना असते की भारतानं प्रत्येक सामना

जिंकला पाहिजे.

"अरे, आपण जिंकलंच पाहिजे असं नाही. नाहीतर त्यात खेळ काय उरणार." मी गल्लापेटी बंद करत म्हणालो.

"आपल्या देशात एक अब्ज लोक आहेत. आपण कायम जिंकलं पाहिजे." ईश आग्रही होता.

"हे संख्याशास्त्रीयदृष्ट्या अशक्य आहे."

"का? ऑस्ट्रेलियात दोन कोटी लोक आहेत. तरीसुद्धा ते जवळपास कायमच सामना जिंकतात. आपल्याकडं त्यांच्या पन्नासपट लोकसंख्या आहे. म्हणजे आपल्याकडं पन्नासपट गुणवत्ता आहे. शिवाय, क्रिकेट हा भारतातला एकमात्र खेळ आहे. ऑस्ट्रेलियात रग्बी, फुटबॉल आणि कसले कसले खेळ आहेत. त्यामुळे आपण त्यांच्याकडून अजिबात हरता कामा नये. मित्रा, संख्याशास्त्रीयदृष्ट्या पाहिलं तर ऑस्ट्रेलियानं हरलं पाहिजे."

"मग असं का घडतं?" मी म्हणालो.

"बघ ना, तो मुलगा पाहिलास ना? पालक आपल्या मुलांना निरुपयोगी त्रिकोणमिती आणि कॅल्क्युलस शिकवण्यासाठी हजारो रुपये खर्च करतात, त्याचा खऱ्या आयुष्यात त्यांना कधीही उपयोग होत नाही. पण स्पोर्ट्स कोचिंग घ्यायचं म्हटलं की तो पैशांचा अपव्यय मानला जातो."

"काळजी करू नकोस. आपण त्याचाही विचार केलाय. आपल्या दुकानातर्फे आता दोन्हींचीही सोय केली आहे."

"गोविंद, यात फक्त बिझनेसचा विचार नाही. तुझ्या लेखी याला फक्त पैसा एवढाच अर्थ आहे?"

"पैसा चांगलाच असतो..."

"गोविंद, ही मुलं... बघ त्यांच्याकडं. तेरा वर्षांची पोरं किती अभिमानानं बॅट मिरवत असतात बघ किंवा त्यांची आणखी चांगलं बॉलिंग करायला शिकण्याची तळमळ बघ. नाना पार्कमधल्या प्रत्येक छोट्या मॅचच्या आधी त्यांच्या डोळ्यांतली चमक बघ. भारत जिंकला की ते बेहोश होऊन नाचतात. माझ्या लेखी झपाटलेपण फक्त या पोरांत पाहायला मिळतं. मला त्यांचा सहवास आवडतो."

"ते काहीही असेल," मी खांदे उडवले.

"अर्थात, दोन वर्षांत ही मुलं दहावीत जातील. मग त्यांच्या हातात बॅटच्या जागी भौतिकशास्त्राची पुस्तकं येतील. आणि मग... ती चमक हळूहळू मावळायला सुरुवात होईल आणि लवकरच या मुलांची लांब चेहऱ्याची प्रौढ माणसं होतील."

"असं काही नाही, ईश. प्रत्येकालाच काहीतरी झपाटलेपण असणं आवश्यक असतं. मला माझं आहे."

"मग बहुतेकशी मोठी माणसं असंतुष्ट, चिडकी का असतात? त्यांच्या चेहऱ्यावर नेहमी स्मित का नसतं? त्यांच्यामध्ये नाना पार्कमधल्या मुलांसारखा थरार का उसळत नाही?"

"आता तू असंतुष्ट चिडकेपणा बंद करून मला दुकानाच्या साफसफाईत मदत करशील का?"

✦

"ओके, ओके, आपण दारू पार्टी करू या." मी हसून म्हणालो. मी या बेताला हिरवा कंदील देईपर्यंत ओमी व ईश दोघांनी मला दोन्ही बाजूंना घट्ट धरून ठेवलं होतं.

"ओमी बेटा कुठं आहे?" दुकान बंद करण्याच्या वेळेला बिट्टूमामा आमच्या दुकानात प्रवेशला आणि भाच्याला आलिंगन देण्यासाठी पुढं आला. त्याच्या हातात लाल मखमली कापडात एक मिठाईचं खोकं होतं.

"मामा, कुठं होतास तू?" ओमीनं विचारलं. आमच्या दुकानाच्या उद्घाटनापासून ते आत्तापर्यंत तो कधीच इकडं फिरकला नव्हता.

"मी पारेखजींबरोबर संपूर्ण गुजरातचा दौरा केला. केवढा विलक्षण अनुभव मिळाला. हे घ्या, मी बेसनाचे लाडू आणले आहेत बडोद्याहून. अगदी ताजे आहेत." बिट्टूमामा म्हणाला.

मी फ्रूटी सांगितलं. ईशनं स्टुलं बाहेर काढली. आम्ही बाहेरच्या बाजूला बसलो. मी एक लाडू उचलला.

"काय हे ओमी? चप्पल घालूनच?"

बिट्टूमामानं डोळ्यांत काजळ रेखलं होतं आणि कपाळावर मधोमध लाल गंध लावलं होतं.

"मामा?" ओमी चिरकला.

माझी नजर माझ्या पायांकडे गेली. माझ्या पायात बनावट रिबॉक स्लीपर्स होत्या. ईशच्या पायात रबरी तळव्याचे जुने बूट होते.

"तुझं दुकान मंदिरात आहे आणि तरी तू पायात घालून फिरतोयस? ब्राह्मण पुजाऱ्याचा मुलगा?"

"मामा, कमॉन, हे दुकान देवळाच्या बाहेरच्या बाजूला आहे. बाकी सगळे दुकानदार..."

"बाकीचे दुकानदार भिकार व्यापारी आहेत. म्हणून तूही त्यांच्यासारखाच होणार का? दररोज सकाळी दुकान उघडण्याआधी पूजा करतोस?"

"होय मामा," ओमी ढळढळीत खोटं बोलला.

"तुम्हीसुद्धा रे!" मामा ईश व माझ्याकडे बघत म्हणाला.

"तुम्ही हिंदू मुलं आहात. तुमचं दुकान अशा पवित्र ठिकाणी आहे. निदान पायातलं काढून ठेवत जा. दिवा लावत जा."

"आम्ही इथं काम करायला येतो. विधी-संस्कार पार पाडायला नाही." मी म्हणालो.

मी आता या दुकानाचं दरमहा पूर्ण भाडं देत होतो. माझा बिझनेस मी कसा चालवावा याबद्दल कुणीही मला काही सांगायची गरज नव्हती.

मामाच्या चेहऱ्यावर आश्चर्य पसरलं होतं.

"तुझं नाव काय?"

"गोविंद."

"गोविंद काय?"

"गोविंद पटेल."

"हिंदू ना?"

"मी अज्ञेयवादी आहे." मी वैतागून म्हणालो. मला दुकान बंद करून घरी जायचं होतं.

"अज्ञे...?"

"म्हणजे परमेश्वर आहे की नाही याबद्दल त्याला खात्री नाही." ईश स्पष्ट करत म्हणाला.

"परमेश्वरावर विश्वास नाही? ओमी, कसले मित्र आहेत तुझे?" मामा भयचकित झाला होता.

"नाही, त्याला नास्तिक म्हणतात." मी अधिक स्पष्ट करत म्हणालो. "अज्ञेयवादी म्हणजे कदाचित परमेश्वर अस्तित्वात असेल, कदाचित नसेल, मला माहीत नाही."

"तुम्ही तरुण पोरं म्हणजे..." बिट्टूमामा म्हणाला. "किती लाजिरवाणी गोष्ट आहे. मी तुम्हाला आमंत्रण द्यायला आलो आहे आणि तुम्ही बघा."

ओमीनं माझ्याकडं पाहिलं. मी नजर दुसरीकडं वळवली.

"मामा, गोविंदची काळजी करू नकोस. तो गोंधळलेला आहे."

माझ्या धार्मिक मतांना लोक असं 'गोंधळल्याचं' स्वरूप देतात हे मला अजिबात आवडत नाही. माझी एखाद्या गोष्टीवर श्रद्धा असायला अथवा नसायला का हवी?

ईशनं बिट्टूमामाला फ्रूटी दिलं. त्यामुळं तो जरासा थंड झाला.

"तुझं काय?" मामानं ईशला विचारलं.

"मी हिंदू आहे, मामा. मी प्रार्थना करतो, सगळं काही करतो." ईश म्हणाला.

होय, बरोबर आहे... सामन्यात जेव्हा शेवटचे सहा चेंडू उरलेले असतात तेव्हाच फक्त!

मामानं फ्रूटीचा मोठा घोट घेतला आणि ओमी व ईशकडं नजर वळवली. त्याच्या लेखी माझं अस्तित्वच नव्हतं.

"मामा, तू आम्हाला कशाचं आमंत्रण देणार होतास?" ओमीनं विचारलं.

मामानं लाल मखमली कापड दूर करून तीन फूट लांबीचं एक पितळी त्रिशूळ बाहेर काढलं. दुकानातल्या ट्यूबलाईटमध्ये त्रिशुळाची धारदार पाती लखलखत होती.

"किती छान आहे! कुठून आणलंस?" ओमीनं प्रश्न केला.

"पारेखजींनी भेट दिलंय. ते म्हणाले की, त्यांना माझ्यात पक्षाचं भविष्य दिसतंय. मी रात्रंदिवस काम केलं. आम्ही गुजरातच्या प्रत्येक जिल्ह्याचा दौरा केला. ते म्हणाले, 'बिट्टू, आपल्याकडं तुझ्यासारखी आणखी माणसं असतील तर लोकांना हिंदू असण्याचा पुन्हा अभिमान वाटू लागेल.' त्यांनी मला अहमदाबादमधील तरुण मुलांच्या भरतीकामाचं प्रमुख केलंय."

ईशनं व मी ओमीकडं 'तळटीप' स्पष्टीकरणासाठी पाहिलं.

"पारेखजी ज्येष्ठ हिंदू पक्षनेते आहेत. ते बडोद्याच्या सर्वांत मोठ्या मंदिर ट्रस्टचे प्रमुख आहेत." ओमी म्हणाला.

"मामा, त्यांची सी.एम.शी की कोणाशी ओळख आहे ना?"

"पारेखजींची सी.एम.शी नुसती ओळखच नाहीये, तर ते दिवसातून दोनदा त्यांच्याशी बोलतात." बिट्टूमामा म्हणाला.

"आणि मी पारेखजींना तुझ्याबद्दल बोललोय. ओमी, तरुण मुलांना हिंदुत्वाचा अभिमान शिकवण्याचं सामर्थ्य मला तुझ्यात दिसतंय."

"पण मामा, मी तर पूर्ण वेळ कामात असतो..."

"मी तुला काहीही सोडायला सांगत नाहीये. पण आपल्यावर यापेक्षा मोठ्या ज्या जबाबदाऱ्या आहेत त्यांचीही जाणीव ठेव. आपण समारंभात तोंडपाठ ओळी म्हणून दाखवणारे केवळ पुजारी नाही. आपण भारतातील भावी पिढ्यांना हिंदुत्वाचा अर्थ व्यवस्थित समजेल याची दक्षता घ्यायला हवी. मी तुला पारेखजींच्या घरच्या भव्य मेजवानीचं आमंत्रण द्यायला आलोय. ईश, तूसुद्धा ये. पुढच्या सोमवारी, गांधीनगरमध्ये आहे."

माझ्यासारख्या ईश्वरनिंदकाला अर्थातच आमंत्रण मिळालं नाही.

"थँक्स मामा, कल्पना छान आहे, पण आम्हाला जमेल असं वाटत नाही." ईश म्हणाला.

काही माणसांना इतका छान नम्रपणा कसा काय जमतो!

"का? काळजी करू नकोस. तिथं काही फक्त पुजारी असणार नाहीत. बरेच तरुण, काम करणारी माणसंसुद्धा येणार आहेत."

"मला राजकारण आवडत नाही." ईश म्हणाला.

"अं? बेटा, हे राजकारण नाही. ही जीवनाची रीतच आहे."

"मी येईन." ओमी म्हणाला.

"पण, ईश तूसुद्धा यायला हवंस. आम्हाला तरुण रक्ताची गरज आहे."

ईश नाही-होयमध्ये अडखळला होता.

"का तुला असं वाटतंय... पारेखजी म्हणजे कुणी पारंपरिक म्हातारा आहे, जो तुला पवित्र ग्रंथांचं वाचन करायला लावेल? पारेखजी कुठल्या कॉलेजात होते, माहीत आहे का तुला? केंब्रिजमध्ये आणि पुढं, हार्वर्डमध्ये. त्यांचा अमेरिकेत खूप मोठा हॉटेल बिझनेस होता. तो विकून ते मायदेशी परत आलेत. ते तुमचीच भाषा बोलतात आणि हो, ते केंब्रिज कॉलेज टीममधून क्रिकेटसुद्धा खेळायचे."

"गोविंद येणार असेल तर मी येईन." ईश गधडा बोललाच.

मामानं माझ्याकडं पाहिलं. त्याच्या दृष्टीनं, अलीकडे हिंदू संस्कृतीच्या झालेल्या अधोगतीचं कारण मीच होतो.

"आधी मी तुम्हाला तिघांनाही आमंत्रण द्यायला आलो होतो, पण हाच म्हणाला की, त्याचा देवावर विश्वास नाही."

"मी तसं म्हणालो नाही." मी म्हणालो.

माझ्या मनात आलं, विसरून जा ते.

"मग ये," मामा उभा राहिला. "तुम्ही तिघंही या. मी ओमीला पत्ता देईन. त्यांचं घर गांधीनगरमधलं सर्वांत भव्य घर आहे."

✦

लोक मला मिस्टर अकाऊंट्स म्हणोत, हावरट म्हणोत, चिक्कू म्हणोत की काहीही म्हणोत, पण मी इतकी खर्चिक पार्टी आयोजित केली होती ती माझ्या दुकानाच्या भागीदारांना प्रेरित करण्यासाठी. अहमदाबादमध्ये दारू मिळवणं म्हणजे महाकठीण काम! अगदी बिअरच्या मोठ्या बाटल्या मिळवणं म्हणजेसुद्धा मुष्कील असतं. पण माझ्या एका ओळखीच्या माणसानं – रोमीभाईंनी मला एक हजार रुपयांना 'एक्स्ट्रा स्ट्राँग बिअर'चा क्रेट आणून देण्याचं कबूल केलं होतं.

पार्टीच्या दिवशी सायंकाळी सात वाजता रोमीभाईंनी एसबीआय कंपाउंडच्या प्रवेशद्वाराशी जुन्या-फाटक्या कापडात गुंडाळून बिअरचा क्रेट आणून ठेवला. मी प्रवेशद्वाराशी येऊन त्यांच्या हातात त्या दिवसाचं वर्तमानपत्र दिलं. त्या वर्तमानपत्राच्या तिसऱ्या पानावर मी शंभराच्या दहा नोटा स्टेपल केल्या होत्या. रोमीभाई

मान हलवून निघून गेले.

मी ते फाटकं कापडी आवरण दूर केलं आणि बिअरच्या बाटल्या बर्फाच्या बादल्यांत ठेवल्या. मी स्वयंपाकघरात तीन बादल्या भरून बर्फ आणूनच ठेवलं होतं. तसंच स्वयंपाकघरातल्या शेल्फमधून बॉटल ओपनरही आणला होता. या शेल्फमध्ये आम्ही सगळं काही ठेवायचो... मॅगी नूडल्सपासून ते फटाक्यांपर्यंत सारं काही. भारतानं सामना जिंकला की आम्ही फटाके उडवत असू.

दुसऱ्या कुणा माणसाला एसबीआय शाखेचं हे वैराण स्थान पार्टीसाठी भयंकर वाटू शकेल. ही पूर्वी एका वृद्ध माणसाची हवेली होती. या हवेलीचा मालक कर्ज फेडू शकला नाही, त्यामुळे बँकेनं ही मालमत्ता ताब्यात घेतली. त्यानंतर बँकेनं या हवेलीत शाखा उघडली. हवेलीच्या मालकाच्या मृत्यूनंतर त्याच्या कुटुंबीयांनी कोर्टात खटला गुदरला. तो वाद अजूनही मिटलेला नाही. हवेलीच्या मालकाच्या कुटुंबीयांनी कोर्टाकडून हुकूम आणला, की बँकेला स्वत:च्या फायद्यासाठी या मालमत्तेचा वापर करता येणार नाही. दरम्यान, बेलरामपूरमधला बारकासा बोळ बँकेची शाखा चालवण्याच्या दृष्टीनं भयंकरच स्थान आहे हे एसबीआयच्याही लक्षात आलं. त्यांनी ती जागा मोकळी केली आणि किल्ल्या कोर्टाच्या हवाली केल्या. कोर्टाच्या अधिकाऱ्यांनी त्या भागातले सर्वांत विश्वासू व्यक्ती म्हणून ओमीच्या वडिलांकडे किल्ल्या ठेवल्या होत्या.

अधिकाऱ्यांना हवेली पाहण्याची गरज भासली व त्यावेळी कोर्ट बंद असलं तर खोळंबा नको म्हणून या किल्ल्या ओमीच्या वडिलांकडे ठेवण्याची खबरदारी घेण्यात आली होती. अर्थातच इकडं कधीच कुणी फिरकलं नव्हतं आणि ओमीला किल्ल्या सहज मिळू शकत होत्या.

हा सहाशे चौरस यार्डांचा प्लॉट होता. ...म्हणजे बेलरामपूरमधल्या दृष्टीनं प्रचंड मोठा. या हवेलीच्या प्रवेशद्वारातून आत गेलं की थेट दिवाणखानाच होता. या ठिकाणी बँकेनं 'कस्टम सर्व्हिस एरिया' केला होता. आता तोही रिकामाच होता. पहिल्या मजल्यावरच्या तीन बेडरूम्समध्ये शाखाधिकाऱ्याचं ऑफिस, डेटा रूम आणि लॉकर रूम केल्या होत्या. शाखाधिकाऱ्याच्या ऑफिसला सहा फुटाचं मोठंच्या मोठं व्हॉल्ट होतं. आता या रिकाम्याच असणाऱ्या कपाटात आम्ही आमचं क्रिकेट किट ठेवत असू.

आमचा मुक्काम बरेचदा हवेलीच्या मागच्या बाजूच्या अंगणातच असे. हवेलीच्या वैभवशाली काळात इथं त्या श्रीमंत कुटुंबानं हिरवळ फुलवली होती. बँकेची शाखा सुरू झाल्यावर या जागेचा पार्किंगसाठी थोडाफार वापर होत असे. आता हे ठिकाण म्हणजे आमची सरावाची खेळपट्टी होती.

बिअरच्या सगळ्या बाटल्या समप्रमाणात थंड व्हाव्यात म्हणून मी बर्फाच्या

बादलीत बाटल्या फिरवून ठेवल्या.

ईश बँकेत आला.

''किती उशीर.'' मी म्हणालो, ''साडेआठ वाजलेत.''

''सॉरी, क्रिकेट हायलाईट्स बघत होतो. वॉव, स्ट्राँग बिअर.'' ईश एक बाटली उचलत म्हणाला. आम्ही खालच्या मजल्यावरच्या ग्राहक प्रतीक्षाकक्षातल्या सोफ्यांवर पसरलो. मी सोफ्यावर मागं रेललो. ईश भुजिया आणायला स्वयंपाकघरात गेला होता.

''ओमी आलाय?'' ईश भुजियाचा पुडा उघडत म्हणाला.

''नाही, मी एकटा गाढव इथं आलोय. मी आणून दिलेल्या बिअर घेतल्या, सगळी साफसफाई केली आणि माझे थोर मालक यायची वाट बघत बसलोय.''

''पार्टनर्स मॅन, पार्टनर्स,'' ईश माझं वाक्य दुरुस्त करत म्हणाला.

''आपण सुरू करायचं?''

''नको. थांब.''

दहा मिनिटांत ओमी तिथं आला. त्यानं उशीर झाल्याबद्दल दिलगिरी व्यक्त केली. त्याच्या वडिलांनी त्याला मंदिराच्या स्वच्छतेसाठी थांबवून घेतलं होतं. त्यानंतर ओमीनं मद्यपान करण्यापूर्वी प्रार्थना करून क्षमायाचना केली.

''चीअर्स!!!'' आम्ही मोठा घोट घेत चीत्कारलो. बिअरची चव कडवट लागली... फिनेलपेक्षा जराशी बरी!

''काय आहे हे? अस्सल आहे ना?'' ईशनं विचारलं.

आम्ही क्षणभर गप्प झालो. अहमदाबादमध्ये बनावट मद्य ही खरीच मोठी समस्या आहे.

''अंहं, कुणीही बनावट बिअर बनवत नाही. ही स्ट्राँग आहे एवढंच.'' मी म्हणालो.

भुजियाचा बकाणा भरला तर बिअरची चव इतकी वाईट लागत नाही. खरंतर, अर्धी बाटली रिचवल्यानंतर चवीत लक्षणीय फरक पडतो... जसा सगळ्यांच्याच मूडमध्ये पडतो तसा.

''मला ते अली कोण पोरगं आहे ते पाहायचंय. तीन ग्राहकांनी त्याचा उल्लेख केला.'' ईश म्हणाला.

''मुस्लीम मुलगा?'' ओमीनं विचारलं.

''तुझ्या मामासारखं बोलू नकोस!'' ईश डाफरला, ''त्याचा काय संबंध आहे? मुलं सांगत होती की त्याचं टायमिंग जबरदस्त आहे.''

''तो कुठं खेळतो?'' मी भुजियाच्या तोबऱ्यातून प्रश्न केला.

''आपल्याच शाळेत. मुलं सांगत होती, की त्याचा अगदी नेहमीचा शॉट

म्हणजे सिक्स.''

''आपण त्याला पाहायला जाऊ या. आपल्या शाळेला तुझ्या तोडीचा वारसदार मिळालाय असं दिसतंय.'' मी म्हणालो.

ईश गप्प झाला. हा विषय मोठा संवेदनशील होता आणि बिअर नसती तर माझ्याही तोंडून हे गेलं नसतं.

''ईशची गादी चालवणं सोपं नाही.'' ओमी म्हणाला.

''महिप म्युनिसिपल स्कूलबरोबरच्या सामन्यात त्रेसष्ट बॉलमध्ये शतक ठोकलेलं आठवतंय ना? तो खेळ कुणीही विसरणार नाही.''

दहा वर्षांपूर्वीचा तो सामना आत्ता काही मिनिटांपूर्वी संपला असावा अशा थाटात ओमीनं उभं राहून पुन्हा ईशची पाठ थोपटली.

''राज्य निवड चाचणीच्या वेळी दोनदा भोपळे काढलेत ते तरी कोण विसरणार आहे...'' एवढं बोलून ईश पुन्हा गप्प झाला.

''जाऊ दे ते, त्यावेळी तू फॉर्ममध्ये नव्हतास.'' ओमी म्हणाला.

''पण त्याच मॅचेस धरल्या गेल्या ना? आता आपण विषय बदलू या का?''

ओमी मागं सरकला आणि मी आनंदानं विषय बदलला.

''मला वाटतं आपण आज रात्रीच्या आपल्या प्रायोजकांना – 'टीम इंडिया क्रिकेट शॉप'ला धन्यवाद द्यायला हवेत. सात महिन्यांत आपला नफा आहे ४२,६०० रुपये. त्यापैकी आपण १८,००० रुपये भागीदारांमध्ये वितरित केले असून २२,००० रुपये नवरंगपुरामधल्या दुकानाच्या डिपॉझिटसाठी भरले आहेत. उरलेले २,६०० रुपये आजच्यासारखे मौजमजेसाठी आहेत. सो... थँक यू, प्रिय समभागधारक व भागीदार बंधूंनो... लेट्स से चीअर्स टू द सेकंड बॉटल!''

मी बर्फाच्या बादलीतून तिघांसाठी आणखी एक एक बाटली काढली.

''स्टड-बॉय,'' ईश उभा राहिला होता. त्याची जीभ जड झाली होती. ''हा बिझनेस आणि त्यातला नफा सगळं काही स्टड-बॉय, मिस्टर गोविंद पटेल याच्यामुळं आहे. थँक यू, बडी. तुझ्यामुळं या लष्करी शिक्षण सोडून आलेल्या मुलाला भविष्य मिळालंय आणि या मूर्खालाही, नाहीतर हा आयुष्यभर देवळात घंटा बडवत बसला असता. गिव्ह मी अ हग, स्टड बॉय.''

तो मला आलिंगन देण्यासाठी पुढं आला. हे प्यायल्यामुळं उफाळलेलं प्रेम असलं तरी ते खरोखरचं होतं.

''माझ्यावर आणखी एक कृपा करशील?'' ईशनं विचारलं.

''काय?''

''एका व्यक्तीला गणिताची शिकवणी हवी आहे.'' ईश म्हणाला.

''नको, ईश मला आणखी जमणार नाही. माझ्याकडं आधीच सात विद्यार्थी

आहेत...'' मी सांगत होतो तितक्यात ईश माझं बोलणं तोडत म्हणाला,

''विद्यासाठी विचारतोय.''

''तुझ्या बहिणीसाठी?''

''ती बारावी झालीय. आता ती मेडिकल एन्ट्रन्सच्या तयारीसाठी एक वर्ष ड्रॉप घेतेय.''

''पण डॉक्टर व्हायला गणिताची गरज नसते.''

''नसते... पण एन्ट्रन्स एक्झॅमला असते आणि तिचं गणित भयंकर आहे. गणितासाठी तू सर्वोत्तम व्यक्ती आहेस. मी दुसऱ्या कुणावर भिस्त ठेवू शकतो?''

''तुझी बहीण असेल तर मग मी...'' मी श्वास घेतला.

''वॉव, विद्या मेडिकलला जाणार आहे? ती तेवढी मोठी तरी आहे का?''

''अरे बाबा, अठराची होत आलीय.''

''मी लहान मुलांना शिकवतो रे... पाचवी ते आठवीला. तिचा अभ्यास जास्त पुढचा आहे. माझा त्याच्याशी संपर्क उरला नाहीये.''

''पण तू या विषयात सालं शतक ठोकलंयस ना. तिला गणितात जी काही मदत मिळेल ती हवीय.''

मी जरा वेळ काहीच बोललो नाही. मी आठवायचा प्रयत्न करत होतो... मला विद्याबद्दल काय माहीत आहे... ती तर एवढीशी होती.

''कसला विचार करतोयस? ओह्, मिस्टर अकाऊंट्स, आलं माझ्या लक्षात. काळजी करू नकोस. मी तुला त्याचे पैसे देईन,'' असं म्हणून ईशनं बिअरचा मोठा घोट घेतला.

''शट अप, मॅन. विषय तुझ्या बहिणीचा आहे. ओके. मी घेईन शिकवणी. केव्हापासून सुरुवात करायची?''

''सोमवारपासून सुरू करू शकशील... नको, सोमवारी पारेखजींकडं मेजवानी आहे. श्शाऽऽ, ओमी, आपण तिथं जाऊन काय झक मारणार आहोत?''

''आपण तुझ्या मामाला खूश करण्यासाठी हे करतोय.'' मला नवरंगपुरात जायला धीर निघत नव्हता.

''पारेखजी बडी आसामी आहे.'' ओमी म्हणाला. ''आणि मी नेहमी तुमचं ऐकतो. या वेळी तुम्ही माझ्यासाठी या.''

''ठीक आहे, मग मंगळवारपासून,'' मी ईशला म्हणालो, ''ती इथं बँकेत येईल?''

''डॅड तिला एकटीला बाहेर कधीही पाठवणार नाहीत. तूच घरी ये.''

''काय?'' मी म्हणालो. त्याच्याकडून फी घेतली असती तर बरं झालं असतं असं वाटू लागलं होतं. ''ठीक आहे, मी काही वर्गांच्या वेळा बदलीन. संध्याकाळी सात वाजता चालेल?''

"चालेल. आता माझ्या एका गणिती प्रश्नाचं उत्तर द्याल, मिस्टर अकाऊंट्स?" ईशनं विचारलं.

"काय?"

"तू दहा बाटल्यांच्या क्रेटची ऑर्डर दिली होतीस. आपण प्रत्येकी तीन बाटल्या ढोसल्या. पण दहावी बाटली कुठं आहे?" ईश झोकांड्या खात उठला.

मीही उठलो.

"दहावी बाटली कुठं आहे, हा तो प्रश्न नाहीये, तर दहावी बाटली कुणाची हा प्रश्न आहे."

मी बर्फाच्या बादलीच्या दिशेनं झेप घेतली. ईशनंही त्याच दिशेनं सूर मारला. आम्ही बाटलीची हिसकाहिसकी करत असताना बादलीतल्या थंडगार पाण्याचा जमिनीवर सडा झाला होता. दहा सेकंदांच्या धुमश्चक्रीनंतर त्यानं बाटली सोडली.

"घे, घे तूच घे. तुझ्याविना मी एकटा तरी काय करणार आहे?"

चार

आम्ही रात्री आठच्या सुमाराला पारेखजींच्या निवासस्थानी पोहोचलो. प्रवेशद्वारा-वरच्या दोघा सशस्त्र पहारेकऱ्यांनी आमच्या नावांची खातरजमा करून आम्हाला आत सोडलं. घराच्या प्रवेशद्वाराशी सुंदर रांगोळी रेखली होती. दिवे आणि ताज्या फुलांनी आसमंत उजळून गंधित झाला होता.

''बघा, काय संमेलन आहे!'' बिट्टूमामा आम्हाला दारातच भेटला. ''भाषण सुरू होण्याआधी जेवून घ्या.''

त्यानं आमच्या कपाळावर आरतीच्या तबकातल्या गंधाचे मोठे लाल टिळे लावले. पारेखजी भोजनानंतर भाषण देणार असल्याचं त्यानं सांगितलं.

आम्ही भोजनाच्या टेबलाकडं गेलो. भरभक्कम पाकसिद्धी सज्ज होती. गुजराथी मेजवानीत मनुष्यप्राण्याला ज्ञात असलेला प्रत्येक शाकाहारी उपाहार हजर असतो. तिथं मद्य नव्हतं, पण कल्पनेच्या परिघातल्या प्रत्येक फळाचा रस ठेवला होता. अशा पार्ट्यांच्या वेळी आपल्याला फक्त एकच पोट असल्याचा खेद वाटतो. गी जैन पिझ्झा घेतला आणि भव्यदिव्य दिवाणखान्यात आजूबाजूला नजर टाकली. मेजवानीला पन्नास पाहुणे आले होते. त्यांच्या अंगावर शुभ्र अथवा भगवा पोशाख होता. पारेखजींनी भगवी धोती व शुभ्र पांढरा शर्ट परिधान करून उपस्थितांच्या पोशाखाशी उत्तम रंगसंगती साधली होती. मानवी कवटी व हाडांच्या फुलीचं चित्र असलेला काळा मेटॅलिका टी-शर्ट घातलेला ईश तिथं अगदीच विसंगत दिसत होता. आम्ही तिघं वगळता तिथे सगळे करड्या केसांचे होते किंवा माथ्यावर चंद्र मिरवणारे होते... टकले. हा समारंभ अगदी लग्नसमारंभासारखा वाटत होता, जिथं फक्त पुजाऱ्यांनाच निमंत्रण होतं. त्यांच्यापैकी बहुतेकांजवळ त्रिशूळ किंवा रुद्राक्ष

किंवा पवित्र पोथी अशासारखी काही ना काही वस्तू होती.

ईशनं व मी एकमेकांकडं 'आपण इथं काय करतोय' अशा अर्थाचा कटाक्ष टाकला.

ओमी एका गटाशी बोलायला गेला. त्या गटात दोन शुभ्रवस्त्रांकित टकले होते, एक भगव्या वस्त्रांतला करड्या केसांचा माणूस होता आणि एक भगव्या वस्त्रांतला टकला होता. ओमीनं त्यांना चरणस्पर्श करताच त्या सर्वांनी त्याला आशीर्वाद दिले. ओमी अशा प्रकारच्या लोकांना वरेचवर भेटतो ही गोष्ट लक्षात घेतली तर भारतात दरडोई सर्वाधिक आशीर्वादप्राप्त लोकांमध्ये त्याची गणती होत होती असं लक्षात येईल.

"जेवण मस्त आहे, नाही?" ओमी उद्गारला. गुजरातमध्ये जेवण नेहमी छानच असतं, तरी लोक हे वाक्य बोलतातच. ईशनं जैन-डिमसम ओमीकडं सरकवलं.

"कोण आहेत हे लोक?" मी सुस्तावलेल्या अवस्थेत प्रश्न केला.

"ओळखणं अगदी सोपं आहे." ओमी म्हणाला. भगव्या वस्त्रांतले लोक शहरातले पुजारी किंवा इतर कुणी... धर्मगुरू वगैरे आहेत आणि पांढऱ्या कपड्यातले लोक राजकीय पक्षाचे लोक आहेत. तू डिमसम का खात नाहीयेस?"

"मला चायनीज आवडत नाही." ईश म्हणाला, "आणि हे पारेखजी कोण आहेत?"

"ते मार्गदर्शक गुरू आहेत." ओमी म्हणाला.

"किंवा ते म्हणतात तसे नम्र व्यक्ती आहेत. पण खरंतर ते मुख्य मंदिराच्या ट्रस्टचे अध्यक्ष आहेत. त्यांचा राजकारण्यांशीसुद्धा फार चांगला परिचय आहे."

"म्हणजे ते संकरित आहेत म्हण... पॉली-प्रिस्ट... राजकारणी आणि धर्मगुरू." मी माझं अनुमान सांगितलं.

"जरा आदरानं वगैरे बोलशील? आणि ईश, काय... कसला हा टी-शर्ट?"

तितक्यात पारेखजी अवतरले. ते दिवाणखान्याच्या मधोमध येताच सर्वांनी शुकशुक करून गप्प बसण्याची खूण केली. पारेखजींच्या हातात लाल मखमली मऊसूत उशी होती. ती अगदी आरामदायी असणार असं वाटत होतं. त्यांनी सर्वांना गालिच्यावर बसण्याची खूण केली. माशांचा थवा वेगळा व्हावा तसे भगवे व पांढरे लोक वेगवेगळे झाले आणि दोन भागांत व्यवस्थित विभागणी करून खाली बसले.

"आपण कुठं बसायचं?" ईश माझ्याकडं वळून म्हणाला. मी निळा टी-शर्ट घातला होता. मला माझा 'कलर झोन' सापडत नव्हता. बिट्टूमामानं ओमीला कोपरानं ढोसून आम्हाला भगव्या गटात बसायला सांगितलं. आम्ही आमच्या

विसंगत कपड्यांसह त्या गटात बसलो. बिट्टूमामानं तीन भगवी उपरणी आणून आमच्या हातात ठेवली.

"हे काय? मी नाही..." मी ओमीपुढं निषेध नोंदवला.

"श्श्यऽऽ... मुकाट्यानं घाल हे." ओमी म्हणाला. त्यानं आम्हाला उपरणं मानेभोवती कसं घ्यायचं ते दाखवलं.

पारेखजी त्यांच्याजवळच्या देखण्या, जादुई उशीवर बसले. सगळीकडं नीरव शांतता पसरली होती. ईशनं एकदा कटकन बोट मोडलं. त्यावर ओमीनं त्याच्याकडं खाऊ की गिळू अशा नजरेनं पाहिलं. मी सोडून सर्वांनी डोळे मिटले होते. सगळेजण संस्कृत मंत्र म्हणत होते. मी मात्र इकडंतिकडं बघत होतो. मिनिटभरानंतर त्यांचं मंत्रपठण झालं. त्यानंतर पारेखजींनी भाषणाला प्रारंभ केला.

"भक्तगणहो, तुमचं स्वागत! माझ्या गरीबखान्यात तुमचं स्वागत. मी सिंधीपूर मंदिराच्या गटाचं खास स्वागत करतो. ते अयोध्येत महिन्याभराहून अधिक काळ कारसेवा करून परतले आहेत. आपण त्यांना अभिवादन करून आशीर्वाद घेऊ या."

त्या सहा त्रिशूलधारी भगव्यांना सर्वांनी लवून नमस्कार केला.

पारेखजी पुढं बोलू लागले, "आज इथं काही तरुण मुलंही आलेली आहेत. आम्हाला त्यांची अत्यंत गरज आहे. बिट्टूमामानं त्यांना इथं आणलं त्याबद्दल त्याचे आभार. बिट्टू पक्षासाठी खूप परिश्रम घेतोय. पुढच्या वर्षी होणाऱ्या निवडणुकीत तो आपले उमेदवार हसमुखजी यांना पाठिंबा देणार आहे."

सर्वांनी आमच्याकडं पाहून सस्मित चेहऱ्यानं मान डोलवली. आम्हीही उत्तरादाखल मान हलवली.

"भक्तगणहो, हिंदू धर्म आपल्याला खूप सहन करायला शिकवतो आणि आपण खूप काही सहन करतोही. त्यामुळं आज चर्चेचा विषय आहे, "किती सहन करायचं? हिंदू लोक किती काळ क्लेश सहन करत राहणार?"

यावर सर्वांनी मान डोलवली. मांडी घालून खाली बसल्यामुळं माझे गुडघे आखडून दुखू लागले होते. आपण आत्ताच क्लेश सहन करणं थांबवून पाय ताणून घ्यावेत का, असा विचार माझ्या मनात डोकावत होता.

"आपले पवित्र ग्रंथ आपल्याला इतरांना उपद्रव न देण्याची शिकवण देतात." पारेखजी सांगत होते.

"ते आपल्याला सर्व प्रकारच्या श्रद्धा स्वीकारायला सांगतात, जरी त्या श्रद्धा आपला स्वीकार करत नसल्या तरीही. ते आपल्याला सहनशीलता शिकवतात. हजारो वर्षांपूर्वी आपल्याकडच्या शहाण्यासुरत्या माणसांनी अशा विलक्षण मूल्यांचा विचार मांडला. जी आजही साधार योग्य आहेत आणि आज तुम्ही थोर लोक हीच

मूल्यं समाजापर्यंत पोहोचवता.'' पारेखजी धर्मगुरूंकडं निर्देश करत म्हणाले.

धर्मगुरूंनी माना डोलवल्या.

''त्याच वेळी आपले पवित्र ग्रंथ आपल्याला अन्याय सहन करू नका अशी शिकवणही देतात. गीतेनं अर्जुनाला सद्वर्तनी युद्ध लढायला सांगितलं आहे. म्हणजे कधीतरी एखाद्या क्षणी आपल्यालाही हल्ल्याला प्रत्युत्तर द्यावं लागणार आहे. त्या क्षणाचा विचार व्हायला हवा.''

उपस्थितांनी जोरदार माना डोलवल्या. मला हे एकूणच सगळं संमेलन आणि ती जादूई लाल उशी जरा अतिच वाटत असली तरी, पारेखजींच्या तर्कशास्त्रात उणीव काढायला कुठं जराही जागा नव्हती.

''आणि आता, मला तो अन्याय पुन्हा दिसतो आहे. हिंदूंना तडजोड करायला सांगितलं जातं, त्यांना स्वीकार करायला, सहन करायला सांगितलं जातं. हिंदूंनी एका मंदिराच्या पुनरुत्थानाची मागणी केली. तेसुद्धा दुसऱ्या कुठल्या मंदिराच्या नव्हे, तर ज्या मंदिरात आपल्या सर्वांत पूजनीय ईश्वराचा जन्म झाला त्या मंदिराच्या पुनरुत्थानाची. पण ते आम्हाला हे करू देणार नाहीत. आम्ही म्हणालो, आम्ही मशीद आदरपूर्वक जवळच हलवतो. पण नाही, हे असयुक्तिक मानलं गेलं. आम्ही पुरावा सादर करण्याचा प्रयत्न केला, पण तो दडपण्यात आला. हा न्याय आहे? आपण हे सहन करत राहायचं? मी म्हातारा माणूस, माझ्याजवळ उत्तरं नाहीत.''

ईश माझ्या कानात कुजबुजला, ''हे राजकारण आहे बघ, फक्त राजकारण.''

पारेखजी पुढं बोलू लागले, ''मला तर हा देश कुणाच्या मालकीचा या विषयातही शिरायचं नाहीय. कारण बिचाऱ्या हिंदू माणसाला दुसऱ्या कुणाच्या तरी अधिपत्याखाली राहायची सवय लागली आहे. ७०० वर्षं मुस्लिमांनी राज्य केलं, २५० वर्षं ब्रिटिशांनी राज्य केलं. आता आपण स्वतंत्र आहोत, पण अजूनही हिंदू माणूस स्वत्वानं, आत्मविश्वासानं वागत नाही. मला दुःख होतं ते या गोष्टीचं, की अजून आपल्याला समानतेची वागणूकसुद्धा मिळत नाही. ते स्वतःला धर्मनिरपेक्ष म्हणवतात; पण ते मुस्लिमांना अधिक सवलती देतात. आपण समान वागणूक मिळावी यासाठी लढा देतो तर आपल्याला जातीयवादी म्हणायचं? सर्वांत अमानुष दहशतवादी मुस्लीम आहेत, पण ते म्हणतात, की आपण कडवे आहोत. रोज रात्री उपाशीपोटी झोपणाऱ्या हिंदू मुलांची संख्या मुस्लीम मुलांपेक्षा जास्त आहे, पण ते म्हणतात की मुस्लीम पददलित आहेत.''

पारेखजी पाणी प्यायला थांबले. पेलाभर पाणी पिऊन ते पुढं बोलू लागले.

''लोक मला म्हणतात, पारेखजी, तुमचा इतक्या राजकारण्यांशी परिचय कसा? मी त्यांना सांगतो, मी ईश्वराचा सेवक आहे. मला राजकारणात पडायचं नाहीय. पण एक हिंदू म्हणून मला न्याय हवा असेल तर देशाच्या कारभारात माझी

गोवणूक असणं गरजेचं आहे आणि त्यासाठी राजकारणात उतरणं हे सोडून दुसरा कुठला मार्ग आहे? त्यामुळं मी निम्मा भगवा आणि निम्मा पांढरा... तुमच्या सेवेला हजर आहे.''

श्रोतृवृंदानं जराशा टाळ्या वाजवल्या. ओमीनंही वाजवल्या. ईश आणि मी तडस लागेपर्यंत जेवल्यामुळे काही प्रतिक्रिया द्यायच्या स्थितीत नव्हतो.

''पण अजूनही आशेचा किरण आहे. हा किरण कुठून येतोय माहीत आहे?... गुजरातमधून. आपलं बिझनेसमनचं राज्य आहे. तुम्ही बिझनेसमनबद्दल हजार वाईट गोष्टी सांगू शकाल, पण बिझनेसमनला वास्तवाचं भान असतं ही गोष्ट तुम्ही नाकारू शकत नाही. एकेका भागाची कशी भर पडत जाते, जगरहाटी कशी चालते, हे त्याला ठाऊक असतं. आपण दांभिकपणा अगर अन्याय्य वागणूक सहन करायची नाही. त्यामुळंच आपण ढोंगी-धर्मनिरपेक्ष पक्षांना निवडून देत नाही. आपण जातीयवादी नाही, आपण प्रामाणिक आहोत आणि जर आपण प्रत्युत्तर दिलं तर त्याच्यामागं कारण आहे – ते म्हणजे आपण कितीतरी दीर्घ काळ क्लेश सोसत आलोय.''

यावर टाळ्यांचा प्रचंड कडकडाट झाला. मी या अल्पशा विश्रामाचा फायदा घेऊन बाहेर सटकलो आणि पारेखजींच्या घरासमोरच्या बागेतल्या नक्षीदार झोपाळ्यावर बसलो. पारेखजींचं भाषण सुरू होतं. ते आणखी दहा मिनिटं चाललं. पण इथं ते शब्द माझ्या कानावर पडत नव्हते. मी आकाशात चांदण्या पाहत होतो. मनात त्या मखमली उशीवरच्या माणसाचे विचार रेंगाळत होते. विचित्रच घडत होतं... पण मला त्यांच्याविषयी आकर्षण आणि तिरस्कार दोन्हीही वाटत होतं. त्यांच्या ठायी श्रोत्यांना मंत्रमुग्ध करण्याचं तेज आणि वेडपटपणा एकाच वेळी जाणवत होता.

त्यांच्या भाषणानंतर समारोपाचं मंत्रपठण झालं. त्यानंतर भूजहून आलेल्या धर्मगुरूंची दोन भजनं झाली.

ईश बाहेर आला.

''तू इथं आहेस होय?''

''आपण घरी जाऊ या?'' मी विचारलं.

✦

मी मंगळवारी संध्याकाळी सात वाजता ईशानच्या घरी पोहोचलो. ती स्टडी टेबलाशी बसली होती. तिच्या खोलीला मुलीला साजेलसं टिपिकल रुपडं होतं... जादाच स्वच्छ, जास्तच छान आणि जरा जास्तच गुलाबी. कापूस भरलेली खेळणी आणि 'आय ॲम द बॉस' सारखे लाडिक संदेश लिहिलेली पोस्टर्स तिच्या खोलीच्या भिंतींची शोभा वाढवत होती. मी खुर्चीवर बसलो. तिचे तपकिरी डोळे

पूर्ण अवधानानं माझ्यावर रोखले होते. तिचा बालिश चेहरा देखण्या स्त्रीत रूपांतरित होण्याच्या प्रक्रियेत होता ही गोष्ट माझ्या लक्षात आल्यावाचून राहिली नाही.

''मग... गणितातला कोणता भाग तुला चांगला येतो?''

''खरंतर कुठलाच नाही.'' ती उत्तरली.

''बीजगणित?''

''नाही.''

''त्रिकोणमिती?''

''अजिबात नाही.''

''कॅल्क्युलस?''

मी जणू एखाद्या भयपटाचा उल्लेख केला असावा अशा तिनं भुवया उंचावल्या.

''रिअली?'' मी उद्गारलो. माझ्या आवडत्या विषयाच्या बाबतीत अशी उदासीनता पाहून मी वैतागलो होतो.

''खरंतर मला गणित हा विषय फारसा आवडतच नाही.''

''हंऽऽऽ.'' असं म्हणून मी विचारमग्न प्रोफेसरची मुद्रा धारण करण्याचा प्रयत्न केला.

''तुला ते फारसं आवडत नाही, का काही गोष्टी समजत नाहीत म्हणून तुला ते आवडत नाही? तुला सांगतो, गणितात गंमत असू शकते.''

''गंमत?'' ती आंबट चेहरा करून म्हणाली.

''होय.''

मग ती ताठ बसत मान हलवत म्हणाली, ''मी आधीच माझी बाजू स्पष्ट करते. मला गणिताचा विलक्षण तिटकारा आहे. माझ्या दृष्टीनं त्याचं स्थान थेट तिथं... झुरळं आणि पालींच्या जागी आहे. मला त्याची किळस येते, तिटकारा वाटतो आणि त्याच्यामुळे खिन्नता घेरून येते. मला जर विद्युत-झटके आणि गणित यात निवड करायला सांगितलं तर मी विद्युत-झटक्यांची निवड करीन. मी असं ऐकलंय की राजस्थानात काही लोकांना पाण्यासाठी दोन-दोन मैल पायी चालत जावं लागतं. माझ्यामागचं गणित टळत असेल तर मीसुद्धा त्यांच्यासारखं करायला तयार आहे... अगदी रोज. गणित ही आजवर मानवानं शोधलेल्यापैकी सर्वांत वाईट गोष्ट आहे. त्यांनी काय विचार केला असेल? भाषा विषय फारच सोपा असतो, म्हणून आपण काही भयानक चिन्हं तयार करू या आणि पिढ्यान्‌पिढ्या ती मुलांवर सोडू या. साईन थिटा, कॉस थिटापेक्षा निराळं असण्यानं कुणाला काय फरक पडतो? घनांच्या बेरजेचा विस्तार इथं कुणाला जाणून घ्यायचाय?''

''वॉव, काय हा प्रतिसाद?'' मी म्हणालो. माझा आ अजून वासलेलाच होता.

"आणि गंमत? जर गणितात गंमत असेल तर मग दात उपटणं हीसुद्धा गंमतच म्हटली पाहिजे. विषाणूसंसर्ग हीसुद्धा गंमतच. कुत्रं चावल्यावर रेबिजची इंजेक्शनं हीसुद्धा गंमतच."

"तू याकडं चुकीच्या पद्धतीनं पाहतेयस."

"ओ हो हो, त्याबद्दल बोलूच नकोस. मी त्याकडे नुसतं पाहत नाहीये. मी त्याची सोबत सहन केलीये, त्याच्याशी जुळवून घेतलंय. त्याच्याशी दोन हात केलेत. आमचे अनेक वर्षांचे वैतागवाणे संबंध आहेत. पहिलीपासून ते बारावीपर्यंत, हा विषय काही पाठ सोडत नाही. लोकांना बागुलबुवाची भयभीत करणारी स्वप्नं पडतात. मला अचानक घेतल्या जाणाऱ्या गणिताच्या चाचणी परीक्षांची भयानक स्वप्नं पडतात. तुला गणितात शंभरपैकी शंभर मार्क पडलेत त्यामुळं तुला त्याचं प्रेम आहे, हे मला माहीत आहे. पण लक्षात ठेव, जगातल्या बहुतेकशा भागात विद्यार्थ्यांच्या दृष्टीनं गणित म्हणजे फक्त एकच गोष्ट असते."

ती श्वासोच्छ्‌वासासाठी थांबली. मला तिथून उठून पळून जावं असं आत्यंतिकतेनं वाटत होतं. या रानटी पशूला मी कसं काय माणसाळवणार होतो कोण जाणे!!

"कोणती?"

"अंगावर काटा! बघ, माझ्या अंगावर आलाय." ती कोपरापर्यंत बाही वर घेत म्हणाली. तिच्या त्वचेवरचे छोटे छोटे गुलाबी ठिपके गणितामुळं नसून तिच्या भावनोद्रेकामुळं उठले असावेत असं मला वाटलं.

तिचा हात किती नाजूक होता. इतका नितळ गोरापान, की तीन शिरासुद्धा स्पष्ट दिसत होत्या. तिच्या तळहातावर खोल ठळक रेषा होत्या. त्यातसुद्धा जीवनरेषा भलतीच लांबच लांब होती. तिची बोटंही अगदी सडपातळ होती. त्यामुळं ती अधिकच लांब वाटत होती. तिनं नखांच्या बाहेरच्या टोकांना चमकतं रुपेरी-पांढरं नेलपॉलिश लावलं होतं. बायकांच्या डोक्यात असल्या कल्पना कशा काय येतात?

"काय झालं?" तिनं विचारलं. मी तिचा हात जरा जास्तच वेळ निरखत होतो.

"काही नाही. माझं काम आहे तुला गणित शिकवणं, तुझ्यात त्याची आवड निर्माण करणं नाही. तुला डॉक्टर व्हायचं असं ऐकलं मी."

"मला मुंबईतल्या कॉलेजमध्ये जायचं आहे."

"एक्स्क्यूज मी?"

"मला अहमदाबादमधून बाहेर पडायचं आहे. पण मॉम आणि डॅड मला जाऊ देणार नाहीत. अर्थात, मेडिकल किंवा इंजिनिअरिंगसारखा प्रतिष्ठित अभ्यासक्रम असेल तर त्यांची परवानगी मिळेल. इंजिनिअरिंगमध्ये गणित असतं... आणि गणित म्हणजे ओकारी, त्यामुळं ते अशक्यच आहे. मग राहिलं मेडिकल... तोच

माझा इथून बाहेर पडण्याचा परवाना असेल. पण त्यासाठी ही एन्ट्रन्स एक्झॅम द्यावी लागते आणि...''

विद्यामध्ये 'पॉज' बटण नसल्याचं माझ्या लक्षात आलं. माझ्यापाशी फक्त एक तास होता आणि ही शिकवणी अनवाणी पायानं एव्हरेस्ट चढण्याच्या तोडीची होती, त्यामुळं मला मुद्यावर यायचं होतं.

''तर मग तुला सुरुवातीला कुठला भाग शिकायला आवडेल?''

''समीकरण नसलेलं काहीही!''

''मी तुझ्या मेडिकल एन्ट्रन्स एक्झॅमचा अभ्यासक्रम पाहिला. त्यात काही भाग भरपूर मार्क मिळवण्याजोगा आहे, तो तुलनेनं सोपाही आहे.''

मी मेडिकल एक्झॅम एन्ट्रन्सचं गाईड उघडून तिच्यापुढं धरलं.

''हे बघ, प्रॉबबिलिटी,'' मी म्हणालो, ''गणिताच्या परीक्षेत हा धडा आणि पर्म्युटेशन मिळून पंचवीस मार्क आहेत. दहा मार्कांचं स्टॅटिस्टिक्स आहे. यात समीकरणं वगैरे नाहीत, आपण या धड्यापासून सुरुवात करायची का?''

''चालेल,'' ती म्हणाली. तिनं कोरं करकरीत पुस्तक बाहेर काढलं. तिनं दोन पेनं वहीला समांतर ठेवली होती. त्यानंतर तिनं प्रॉबबिलिटी धड्याचं पहिलं पान उघडलं. ती जणू भारतातील सर्वांत मेहनती विद्यार्थिनी असावी असा तिचा आव होता... बहुतेक सर्वांत मूर्ख.

''प्रॉबबिलिटी,'' मी सुरू केलं. ''सर्वांत गमतीचा भाग आहे. मी असं म्हणतो, कारण तुम्ही प्रॉबबिलिटीच्या संकल्पना नित्याचे प्रश्न सोडवण्यासाठी प्रत्यक्षात वापरू शकता.''

''म्हणजे कशा?''

''काय कशा?''

''नित्याचे कोणते प्रश्न सोडवता येतात?'' तिनं केसांची बट मागं सारत प्रश्न केला.

''तू पुढं निघालीयेस, पण आपण पाहू या.''

मी सोपं उदाहरण शोधण्यासाठी आजूबाजूला पाहिलं. तिची अत्यंत सुव्यवस्थित खोली गुलाबी चादरींनी सजली होती. समोरच्या भिंतीवर वेस्टलाईफ, बॅकस्ट्रीट बॉईज आणि हृतिक रोशनची पोस्टर्स होती. त्याशेजारच्या भिंतीवर भेटकार्डं होती.

''ती कार्डं पाहिलीस?''

''ती माझ्या शाळेतल्या मैत्रिणींनी दिलेली भेटकार्डं आहेत. दोन महिन्यांपूर्वी माझा वाढदिवस झाला.''

मी माहितीच्या भडिमाराकडं दुर्लक्ष करत म्हणालो, ''समज तिथं वीस भेटकार्डं आहेत. त्यातली काही रंगीत आहेत, काही पांढरी आहेत. किती आहेत?''

"रंगीत भेटकार्डं पाच आहेत." ती भेटकार्डं निरखत म्हणाली. तिच्या डोळ्यांत प्रश्न होता... 'मग?'

"बरोब्बर, पाच आहेत. आता समजा मी ही सगळी भेटकार्डं घेऊन एका सॅकमध्ये ठेवली आणि त्यातलं एक कार्ड बाहेर काढलं तर ते कार्ड रंगीत असण्याची प्रॉबबिलिटी किती आहे?"

"तू ती कार्ड सॅकमध्ये कशाला ठेवशील?"

"गृहीत धर, किती शक्यता आहे?"

"मला नाही माहीत."

"ओके. आपण प्रॉबबिलिटीला सुरुवात करण्यासाठी हे उदाहरण घेऊ या. प्रॉबबिलिटी कॅन बी डिफाईन्ड अ‍ॅज..." मी लिहायला सुरुवात केली.

Probability = No. of times something you want happens /
No. of times something can happen

"यात चिन्हं कशी काय नाहीत?" तिनं विचारलं.

"बघ, प्रॉबबिलिटी इंटरेस्टिंग असतं... मी तुला सांगितलं होतं. आता आपण डिनॉमिनेटर बघू या. मी वीस कार्डांमधून एक कार्ड काढून घेतलं, अशी किती कार्डं काढून घेता येतील?"

"अं... वीस?"

"अर्थात, गुड."

"हुश्शऽऽ!" ती म्हणाली.

मी वैताग कसाबसा आवरला. मी तिला इथं गणित समजावून देतोय आणि ही मला हुश्शऽऽ करून दाखवतेय. वागण्याला काहीतरी अर्थ पाहिजे.

"आणि आता न्यूमरेटर. मला रंगीत कार्ड हवं आहे. मी जर एक कार्ड काढलं तर अशी किती रंगीत कार्डं काढता येऊ शकतील?"

"पाच?"

"बरोब्बर, आता आपण आपल्या फॉर्म्युल्यात हे आकडे घालू या." असं म्हणून मी लिहिलं.

Probability = No. of times something you want happens (५) /
No. of times something can happen (२०)

म्हणून Probability = ५/२० = ०.२५

"देअर यू गो. प्रॉबबिलिटी आहे ०.२५ किंवा २५ टक्के," असं म्हणून मी पेन पुन्हा टेबलावर ठेवलं. मी लिहिलेलं तिनं काही वेळ पुन्हा वाचलं.

"हे सोपं आहे. पण परीक्षेतली गणितं अवघड असतात." अखेर ती वदली.

"आपण तीसुद्धा सोडवणार आहोत. पण आधी मूलभूत संकल्पना समजून घेणं आवश्यक आहे आणि तू ओकलीही नाहीस."

तितक्यात तिच्या सेलफोनवर दोनदा बीप वाजलं. ती तिच्या बिछान्यालगतच्या टेबलावर ठेवलेला सेल उचलायला धावली. तिनं बिछान्यावर बसून मेसेज वाचला.

"माझी शाळेतली मैत्रीण. वेडी आहे," ती सेलकडे प्रेमळपणे पाहत हसली.

मी मूकपणे तिच्या परत येऊन बसण्याची प्रतीक्षा करत होतो.

"ओके. आपण आणखी एक उदाहरण पाहू या." मी म्हणालो. "समजा, आपल्याकडे एक बरणी आहे. त्यात चार लाल आणि सहा निळ्या गोट्या आहेत..."

पुढच्या अर्ध्या तासात मी आणखी तीन गणितं संपवली.

"बघ, तू नीट लक्ष दिलंस तर हे इतकं अवघड नाहीये. गुड जॉब!" तिनं गणितं सोडवल्यावर मी तिचं कौतुक केलं.

"चहा घेणार?" तिनं माझ्या शाबासकीकडं दुर्लक्ष करत विचारलं.

"नो थँक्स, मला चहा जास्त वेळा आवडत नाही."

"ओह, मलासुद्धा नाही. मला कॉफी आवडते. तुला आवडते कॉफी?"

"मला प्रॉबबिलिटी आवडते आणि ती तुलाही आवडली पाहिजे. आपण पुढचं गणित करायचं का?"

तितक्यात तिच्या सेलफोनवर पुन्हा बीप झालं. तिनं पेन टाकून सेलवर उडी घेतली.

"ठेव तो, माझ्या क्लासमध्ये एसेमेसिंग अजिबात करायचं नाही."

"नाही... मी फक्त..." तिनं वाटेतच हात आवरला.

"तू नीट लक्ष दिलं नाहीस तर मी निघून जाईन. मी याबद्दल बऱ्याच मुलांना घालवून दिलं आहे."

माझा ठामपणा पाहून ती गार झाली होती. पण मी कुणी मिस्टर नाईस नव्हे. मला चित्त एकाग्र न करणारी माणसं आवडत नाहीत. विशेषतः ज्यांना गणिताचा तिरस्कार वाटतो ती तर नाहीच नाही.

"सॉरी." ती म्हणाली.

"आपल्याला फक्त एक तास आहे. तुझी काय गंमत-बिंमत असेल ती नंतर कर."

"सॉरी म्हटलं ना."

तिनं पुन्हा पेन उचललं आणि अत्यंत तिटकाऱ्यानं पेनचं टोपण उघडलं.

पाच

"तुम्ही चला, आत्ता चला." आम्हाला बोलवायला आलेला मुलगा दर शब्दागणिक धापत होता, "अली. ईश...."

"पारस, दमानं घे." ईश त्या धापणाऱ्या मुलाला सांगत होता. तो आम्हाला बोलवण्यासाठी बेलरामपूर म्युनिसिपल स्कूलपासून धावत आमच्या दुकानापर्यंत आला होता. आम्ही त्याच्या सोबत यावं म्हणून तो मागं लागला होता.

"आत्ता? आत्ता फक्त चार वाजलेत. मी आत्ता एवढ्यात दुकान टाकून कसा येणार?" मी विचारलं.

"तो सारखं सारखं क्रिकेट खेळायला येत नाही. तो नेहमी गोट्या खेळतो. ईशभय्या आज चला ना..."

"चला जाऊ या, नाहीतरी आज दिवस जरा आळसावलेलाच आहे." ईश चप्पल घालत म्हणाला.

ओमी आधीच बाहेर पडला होता. मी गल्लापेटीला कुलूप घातलं आणि शेजारच्या फुलांच्या दुकानदाराला आमच्या दुकानाकडं लक्ष ठेवायला सांगून बाहेर पडलो.

आम्ही आमच्या शाळेच्या परिचित मैदानावर पोहोचलो. वीसएक मुलं अलीभोवती घोळका करून उभी होती.

"मला आत्ता नाही खेळायचं." त्या घोळक्याच्या मध्यातून आवाज आला.

एक हडकुळा, जवळपास कुपोषित म्हणावा असा मुलगा हातांनी चेहरा झाकून जमिनीवर बसला होता.

"नाही, ईशभय्यांनी तुझा खेळ पाहायला पाहिजे." पारस त्या मुलाला कोपरानं ढोसत आग्रह करत होता.

"मला क्रिकेट आवडत नाही. त्यामुळं माझं डोकं दुखतं." अली म्हणाला. त्याचे हात अजूनही चेहऱ्यावरच होते.

"मी तुझ्याबद्दल बरंच ऐकलंय." ईश अलीच्या उंचीला येण्यासाठी एक गुडघा वाकवून खाली झुकला होता.

ईशला पाहण्यासाठी अलीनं बोटं जराशी सरकवली. त्याचे डोळे विलक्षण हिरवेगार होते.

"हाय. मी ईश. तेरा वर्षं याच शाळेत होतो. मी क्रिकेट शिकवतोही." असं म्हणून ईशनं हस्तांदोलनासाठी हात पुढं केला.

अलीनं ईशचा चेहरा वाचला आणि नाखुशीनंच हात पुढं केला.

अलीचे लांब केस नीट भांग पाडून बसविले होते. त्याचा लहानखुरा, नाजूकसा देह मुलीसारखा होता. तो कला अथवा संगीतातल्या एखाद्या विलक्षण अवलियासारखा दिसत होता, क्रिकेटपटूसारखा नाही.

"हा किती वर्षांचा आहे?" मी घोळक्यातल्या एका चष्मीस पोराला विचारलं.

"तो 'सातवी क'त आहे?" ते पोरगंसुद्धा सर्दीमुळे सुरसुरत होतं.

मी हिशेब केला... म्हणजे अली बारा वर्षांपेक्षा जास्त नसणार.

"हा आत्ताच आलाय ना? कुठून आलाय?" मी विचारलं.

"याआधी तो शाहपूर मदरशात होता. त्याच्या वडिलांनी त्याला इथं आणलंय. तेव्हापासून सगळ्या बॉलर मंडळींचा आत्मविश्वास संपलाय." त्या पोराला शिंक आली... मी शेंबडाच्या फवाऱ्यातून निसटताना वाचलो.

ईश आणि ओमी अलीसोबत मैदानावर मांडी घालून बसले होते.

"मी जास्त वेळ खेळू शकत नाही. माझं डोकं दुखतं." अली सांगत होता.

"तुला खेळायचं नसेल तर काही हरकत नाही." ईश म्हणाला, "ओमी, चल आपण जाऊ या."

ईश व ओमी उठले. त्यांनी पँटवरची धूळ झटकली.

"तुम्ही बॉलिंग केलीत तर मी एक ओव्हर खेळेन."

आम्ही तिथून निघालो, तितक्यात अली म्हणाला.

"चालेल." ईश सहजपणे म्हणाला. एका मुलानं त्याच्याकडं चेंडू टाकला.

आता गर्दी मागं सरकली होती. काही मुलं क्षेत्ररक्षणासाठी स्वयंस्फूर्तीनं आली. ओमी यष्टिरक्षक बनला. मी अम्पायर्स स्लॉटपाशी बॉलर्स एन्डजवळ उभा राहिलो. अली खेळपट्टीवर आला. त्याला गोलंदाजाकडं पाहताना कष्ट पडत होते. ईशनं 'रन-अप'नं सुरुवात करताच टाळ्यांचा गजर घुमला. मला तरी या नाजूक, हरणाच्या डोळ्यांच्या पोराचा खेळ बघण्यात काहीही अर्थ वाटत नव्हता. बॅटची उंची त्याच्या जवळपास दोन तृतियांश होती.

ईशचं रन-अप वगैरे लुटुपुटीचं होतं. मोठ्या माणसानं बारा वर्षांच्या पोराला चेंडू टाकणं हा वेडपटपणाच होता. ईशनं अलीकडं पाहिलं आणि चेंडू टाकला... सिम्पल लॉलीपॉप डिलिव्हरी!

मंदगती चेंडू मार्गस्थ झाला... फटॅक्... अलीनं सफाईदारपणे बॅट चालवली, त्याबरोबर चेंडू उंच उडाला... मी आणि ईश चेंडूचा तीन सेकंदांचा हवाईप्रवास पाहतच राहिलो... सिक्स!

ईशनं अलीकडं पाहून कौतुकानं मान डोलवली. अलीनं पुन्हा स्टॅन्स घेतला. त्याचा चेहरा आक्रसून वेडावाकडा झाला होता, त्याचं एक कारण उन्ह हे होतंच, पण त्यामध्ये 'रिअल डिलिव्हरी' होत नसल्याचा वैतागही होता.

पुढच्या बॉलला ईशनं आठ पावलांचा रन-अप घेतला. पोरीसारखा दिसत असला तरी हा मुलगा खेळू शकत होता. ईशचा मध्यमगती चेंडू त्यानं उंच फटकावला!... आणखी एक सिक्स!

ईश किंचितसा हसला. अलीच्या बॅटनं चेंडूलाच नव्हे तर ईशच्या अभिमानाला तडाखा दिला होता. गर्दीतून टाळ्यांचा गजर घुमला.

पुढच्या चेंडूला ईशनं अकरा पावलांचा रन-अप घेतला. चेंडू त्याच्या हातातून सुटला त्यावेळी त्यानं डुरकल्यासारखा आवाज काढला. त्याचा चेंडू उसळून अलीच्या खांद्यापर्यंत पोहोचला. अली नृत्यामध्ये पदन्यास करावा तसा एका पायावर गर्रकन वळला... चेंडू त्याच्या बॅटला भिडला... आणि... अजून एक सिक्स!

तीन चेंडूत तीन सिक्स.... ईश वैतागलेला दिसत होता. ओमीचा आ वासला होता, पण त्यानं यष्टिरक्षणावर लक्ष केंद्रित ठेवलं होतं. मला वाटतं त्यानं ईशमुळं त्याच्या भावना आवरून धरल्या होत्या.

"नाद करायचा नाही, अलीचा नाद करायचा नाही." मिड-ऑनवर क्षेत्ररक्षण करणारं एक पोरगं ओरडलं. त्यामुळं अलीचं चित्त विचलित झालं.

"तू खेळ." ईश अलीला म्हणाला आणि त्यानं त्या क्षेत्ररक्षकाकडं एक कटाक्ष टाकला.

ईशनं पँटवर तीनदा चेंडू घासला. त्यानंतर त्यानं ग्रिप बदलली आणि देहाच्या वरच्या भागाला आळोखेपिळोखे दिले. त्यानंतर त्यानं सर्वांत दीर्घ रन-अप घेतला आणि तो सर्वशक्तीनिशी धावत पुढं आला. त्याचा चेंडू विजेच्या वेगानं गेला, पण तो फुलटॉस होता. ईशच्या डिलिव्हरीत त्याची उद्विग्नता दिसत होती. हे शिक्षेस पात्रच होतं.

अलीनं दोन पावलं पुढं येत चेंडू तडकावला... तो थेट उंच गेला आणि वर्गाच्या खिडकीवर आपटून मैदानापलीकडं लुप्त झाला.

मी हसलो. आपण हसू नये हे मला कळत होतं तरी मी हसलो. माझ्या बॅचच्या शालेय क्रिकेट चॅम्पियनला बारा वर्षांच्या एका किरकोळ पोराकडून असं चारचौघांत माती खाताना पाहणं फार मौजेचं होतं. निदान माझ्या दृष्टीनं तरी. खरं सांगायचं तर फक्त माझ्या दृष्टीनं.

"काय झालं?" ईशनं तिरस्कारानं विचारलं.

"काही नाही." मी म्हणालो.

"साला बॉल कुठं गेलाय?"

"मुलं शोधतायत. प्रशिक्षक महोदय, माझ्या दुकानातून तुम्हाला खरेदी करायचाय का?" मी काहीशा उपहासानं विचारलं.

"गप्प बस." ईश फिस्कारला. एव्हाना चेंडू त्याच्याकडं आला होता.

ईश रन-अपच्या बेतात होता तितक्यात अली खेळपट्टीवर खाली बसला.

"काय झालं?" सर्वप्रथम ओमी त्याच्याजवळ गेला.

"मी तुम्हाला सांगितलं होतं ना, माझं डोकं दुखतं. मी जाऊ आता?" अलीनं विचारलं. त्याच्या बालिश आवाजातून रडू फुटण्याच्या बेतात होतं.

ओमीनं आम्हा दोघांकडं पाहिलं. मी खांदे उडवले.

"मी सांगितलं होतं ना तुम्हाला! हे विलक्षण आहे!" पारस आमच्या दिशेनं धावत आला.

अली उठून उभा राहिला.

"मी जाऊ?"

आम्ही मानेनंच होकार भरला. अलीनं खिशातून गोट्या काढल्या... त्याच्या डोळ्यांच्याच रंगाच्या, त्या हातात खुळखुळवत तो मैदानातून बाहेर पडला.

✦

"माझा विश्वासच बसत नाही." ईश सकाळी पन्नास पुशअप्स झाल्यावर उद्‌गारला. बँकेच्या मागच्या अंगणात तो माझ्याशेजारी येऊन बसला.

ओमी शतकपूर्तीच्या दिशेनं वाटचाल करत होता.

"चहा." मी ईशच्या हातात चहाचा कप दिला. माझ्या या बेस्ट फ्रेन्डवर काल गंभीर मानसिक आघात झाला होता. त्याला बरं वाटावं म्हणून मी बँकेच्या स्वयंपाक-घरात मस्तपैकी आल्याचा चहा करणं सोडून फारसं काही करू शकत नव्हतो...

"हे केवळ नशिबानं घडलेलं असू शकत नाही. नाही का? अजिबात नाही..." ईश स्वतःच्याच प्रश्नांना स्वतःच उत्तरं देत होता.

मी मानेनंच बिस्किटांच्या बशीकडं खूण केली, पण त्याकडं ईशनं साफ दुर्लक्ष

केलं. या अली प्रकरणामुळं ईशची भूक कायमची मरणार की काय? ईश स्वत:शीच बोलत होता. मग मी नजर बाहेर वळवली. आता ओमीच्या सिटअप्स सुरू होत्या. व्यायाम करताकरता तो मोठ्यानं हनुमान चालिसा म्हणत होता. मला सकाळची ही छोटीशी विश्रांती फार आवडायची... शिकवणीची मुलं गेली, की दुकान उघडेपर्यंतचा मधला थोडा वेळ. या वेळात मला विचार करायला उसंत मिळत असे आणि सध्या माझ्या डोक्यात फक्त नवीन दुकानाचा विचार होता.

"पंचवीस हजार रुपये साठले आहेत. डिसेंबरपर्यंत अजून पंधरा हजार साठतील." मी स्वत:शीच पुटपुटलो. "बिल्डरनं चाळीस हजार रुपये डिपॉझिट म्हणून घेतले तर या वर्षाअखेर नवरंगपुरातला भाडे करार पूर्ण होऊ शकेल."

मी आणखी एक कप चहा घेतला.

'मामा, या तुझ्या दुकानाच्या किल्ल्या. आम्ही नवरंगपुरातल्या आमच्या दुकानात जातोय. वातानुकूलित मॉलमध्ये.' मी मनातल्या मनात शंभराव्यांदा हा स्वप्नसंवाद घोकला.

"तुम्ही सगळी बिस्किटं फस्त केलीत?" ओमी व्यायाम संपवून आमच्या दिशेनं येत म्हणाला.

"सॉरी, चहा?" मी त्याला चहा घेणार का विचारलं. पण त्यानं मानेनंच नकार दिला. त्यानं दुधाची पिशवी फोडून सरळ तोंडाला लावली. माझ्यासारखाच तोही चहा जास्त पीत नाही. ईशच्या कुटुंबाच्या धमन्यांत मात्र कॅफिन वाहतं. मला विद्याचं चहा विचारणं आठवलं. मूर्ख मुलगी... मलाच हुश्शऽऽ करून दाखवतेय.

"अजून अलीचाच विचार करतोयस?" ओमीनं दुधाच्या मिशा पुसत ईशला विचारलं.

"तो खरंच विलक्षण आहे रे! मी काही माझं सर्वोत्तम बॉलिंग केलं नाही, पण इतकं वाईटही केलं नाही. पण तो ना, तो..." ईशला शब्द सुचेनात.

"चार सिक्स! अविश्वसनीय आहे!" ओमी म्हणाला, "त्याच्या बाबतीत नाद करायचा नाही म्हणतात, त्यात आश्चर्य कसलं!"

"तो विलक्षण, असामान्य आहे की नाही ते मला माहीत नाही, पण तो चांगलाच आहे." ईश म्हणाला.

"तुला सांगतो, ही मुस्लीम मुलं. तुला कळणारसुद्धा नाही की..." एवढं बोलून ओमी राहिलेलं दूध पिऊ लागला.

"गप्प बस. तो अतिशय चांगला आहे इतकंच. मी आजवर कुणालाही असं खेळताना पाहिलेलं नाही. मला त्याला शिकवायचं आहे."

"चालेल की... तो खेळेल तोवर शिकव. तो चार बॉलपलीकडं खेळू शकत नाही. तू त्याला मदत करू शकशील." मी ईशला म्हणालो.

"काय? तू त्या मुल्ला पोराला शिकवणार?" ओमीच्या चेहऱ्यावर चिंतेचं जाळं पसरलं.

"मला बेलरामपूरमधल्या सर्वोत्तम खेळाडूला शिकवायचं आहे. त्या मुलाजवळ खरोखर गुणवत्ता आहे. तुला सांगतो तो...."

"टीम इंडियासारखी?" मी त्याचं वाक्य पूर्ण करत विचारलं.

"श्शऽऽ, घाई करू नकोस. पण खरंतर होय, तसंच आहे. मला त्याला शिकवायचं आहे. त्या शाळेत त्याची नासाडी होईल. ते शाळेत अभ्यासच कसाबसा शिकवतात. मग खेळ-बिळ तर विसराच."

"आपण एका मुस्लीम पोराला शिकवणार नाही आहोत." ओमी नकाराधिकार वापरत म्हणाला, "बिट्टूमामा मला ठार मारेल."

"बाऊ करू नकोस. त्याला समजणारही नाही. आपण त्याला बँकेजवळ शिकवू." ईश म्हणाला. उर्वरित वादावादीत, ईश व ओमी दरम्यान भेदक कटाक्षांची देवाणघेवाण झाली. अखेर, नेहमीप्रमाणे ओमीनं ईशपुढं शरणागती पत्करली.

"ते तू ठरव. पण तो देवळाच्या जवळ कधीही फिरकणार नाही याची दक्षता घे. जर बिट्टूमामाला समजलं तर तो आपल्याला लाथ घालून दुकानाबाहेर काढेल."

"ओमीचं बरोबर आहे. आपल्याला अजून काही महिने दुकानाची गरज आहे." मी म्हणालो.

"आपण डॉक्टरकडं जाण्याची गरज आहे." ईश म्हणाला.

"डॉक्टरकडं?" मी विचारलं.

"चार बॉलनंतर त्याचं डोकं ठणकतंय. आम्ही सरावाला सुरुवात करण्याआधी मला त्याला डॉक्टरना दाखवून घ्यायचंय."

"तुला त्याच्याकडून फी हवी असेल तर त्याच्या आईवडिलांशी बोलायला पाहिजे." मी म्हणालो.

"मी त्याला मोफत शिकवणार आहे." ईश म्हणाला.

"पण तरीही... भारतीय आईवडिलांच्या दृष्टीनं क्रिकेट म्हणजे वेळेचा अपव्यय."

"मग आपण त्याच्या घरी जाऊ या." ईश म्हणाला.

"मी कुठल्याही मुस्लीम घरी येणार नाही." ओमीला फेफरं यायचंच बाकी होतं, "मी नाही येणार."

"आपण आधी दुकान उघडायला जाऊ या. धंद्याची वेळ झालीय." मी म्हणालो.

✦

"क्रिकेट नको, मला गोट्या आवडतात." अलीनं पाचव्यांदा निषेध नोंदवला. ईशनं

त्याच्यासाठी चार चॉकलेट्स आणली होती. (दुकानाच्या खर्चानं...मूर्ख कुठला), त्याच्या प्रत्येक सिक्ससाठी बक्षीस म्हणून. अलीनं ती चॉकलेट्स घेतली, पण त्याचा क्रिकेट शिकायला नकार होता आणि डॉक्टरकडं जायला तर त्यानं पाय आपटून नकार दिला.

"आमच्या दुकानात गोट्या आहेत." मी त्याला आमिष दाखवत म्हणालो, "जयपूरच्या खास निळ्या गोट्या. तू डॉक्टरकडं आलास तर तुला एक डझन गोट्या. डॉक्टर इथंच तर आहेत, रस्त्यापलीकडं."

अलीनं त्याच्या डोळ्यांच्या हिरव्यागार गोट्या चमकवत माझ्याकडं पाहिलं.

"तू जर सकाळी क्रिकेट कोचिंग क्लासला आलास तर दोन डझन," मी म्हणालो.

"डॉक्टरकडं जाऊ या, पण कोचिंग क्लासचं अब्बांना विचारा."

"मला अब्बांचं नाव आणि पत्ता दे." मी म्हणालो.

"नासीर आलम, सातवी गल्ली, तळमजल्यावरचं तिसरं घर."

"काय... नाव काय सांगितलंस?" ओमीनं विचारलं.

"नासीर आलम," अलीनं पुन्हा नाव सांगितलं.

"हे नाव मी कुठंतरी ऐकलंय, पण आठवत नाहीये." ओमी पुटपुटला, पण ईशनं त्याच्याकडं दुर्लक्ष केलं.

"डॉक्टर वर्मांचं क्लिनिक पुढच्याच गल्लीत आहे. आपण जाऊ या." ईश म्हणाला.

✦

"या, या, आज माझ्या क्लिनिकमध्ये तरुण लोक आलेत ते पाहून बरं वाटलं." डॉक्टर वर्मांनी चष्मा काढला आणि पन्नास पावसाळे पाहिलेले डोळे चोळले. मी त्यांना तीन वर्षांपूर्वी भेटलो होतो, तेव्हापेक्षा त्यांच्या चेहऱ्यावरचं सुरकुत्यांचं जाळं दाट झालं होतं. त्यांचे कधी काळी काळे असणारे केस आता रुपेरी झाले होते. म्हातारपण सारं शोषून घेत असतं.

"आणि हा लिटल टायगर कोण? तोंड उघड बाबा." डॉक्टर वर्मांनी सवयीनं त्यांच्याजवळची बॅटरी लावली.

"काय झालंय?"

"काहीही झालेलं नाही. आम्हाला काही शंका विचारायच्या आहेत." ईश म्हणाला.

डॉक्टरांनी बॅटरी खाली ठेवली.

"शंका?"

"या मुलाला क्रिकेटचं उपजत वरदान लाभलं आहे. मला हे जाणून घ्यायचंय, की तो हे कसं करू शकतो?" ईश म्हणाला.

"काय करू शकतो?" डॉक्टर वर्मा म्हणाले, "काही माणसांना ईश्वरी देणगी लाभलेली असते."

"मी त्याला चार बॉल टाकले. त्यानं त्या चारीच्या चारी बॉलना सिक्स मारली." ईशनं सांगितलं.

"क्काय?" डॉ. वर्मा उद्गारले.

ईश परिसरातला एक सर्वोत्तम खेळाडू होता ही गोष्ट त्यांना माहीत होती.

"अविश्वसनीय वाटतंय ना, पण हे खरं आहे." मीही संभाषणात सामील झालो. "आणि तो चार बॉलनंतर खाली बसला, डोकं दुखतंय म्हणाला."

डॉ. वर्मा अलीकडं वळून म्हणाले, "तुला क्रिकेट आवडतं का बाबा?"

"नाही," अली म्हणाला.

"हे नेहमीच्या विषाणूसंसर्गाच्या तापापेक्षा अधिक गुंतागुंतीचं आहे. चार बॉल-नंतर काय झालं बाबा?"

"मी जेव्हा लक्षपूर्वक खेळतो ना, तेव्हा माझं डोकं दुखायला लागतं." त्यानं हात खिशात घातले होते. त्याच्या खिशातल्या गोट्यांची खुळखुळ ऐकू येत होती.

"आपण तुझे डोळे तपासू या हं." डॉ. वर्मा म्हणाले आणि तपासणीच्या खोलीत जायला उठले.

"दृष्टी तर एकदम चांगली आहे." डॉक्टर वर्मा अलीला तपासून बाहेर येत म्हणाले, "मी तुम्हाला सिटी हॉस्पिटलमधल्या डॉ. मुलतानींना भेटण्याची शिफारस करीन. ते माझे मित्रच आहेत. ते नेत्रतज्ज्ञ आहेत. त्यांनी अमेरिकेत बेसबॉल संघाचे डॉक्टर म्हणून काम केलं आहे. माझी त्यांच्याशी वर्षभरात गाठभेट नाही, पण तुम्हाला हवं असेल तर मी तुम्हाला उद्या त्यांच्याकडं घेऊन जाईन."

आम्ही मान डोलवली. माझा हात पैशाच्या पाकिटाकडं जाताच डॉ. वर्मांनी मला 'थांब' अशी डोळ्यानंच करारी खूण केली.

"छान!" अलीचा एमआरआय स्कॅन हातात घेऊन डॉ. मुलतानींनी फक्त एकच शब्द उच्चारला. त्यांनी अलीसोबत दोन तास घालवले होते. त्यांनी त्याची शक्य ती प्रत्येक टेस्ट केली होती – फिटनेस चेक, रक्ताची चाचणी, नेत्रपटलाचे स्कॅन्स, हात व डोळ्यांच्या समन्वयाची संगणकीकृत चाचणी... मॅट्रिक्स पद्धतीच्या एमआरआयचा – ज्यात अलीला चेंबरमध्ये डोकं घालून झोपावं लागलं होतं – सर्वांत उपयोग झाला.

"मी स्पोर्ट्स डॉक्टर होतो ते दिवस मला आठवतात, वर्मा. माझ्या अम्बवाड

प्रेमामुळं मला बऱ्याच गोष्टींवर पाणी सोडावं लागलं आहे.'' डॉ. मुलतानी म्हणाले. त्यांनी आम्हा सर्वांसाठी चहा आणि खाखरा मागवला.

''आपलं काम झालं?'' अलीनं जांभई दिली.

''जवळजवळ झालंच. तुला हवं तर बाहेर बागेत गोट्या खेळ.'' डॉ. मुलतानी म्हणाले. तो बाहेर जाईपर्यंत ते गप्प होते.

''मुलतानी, जराशा डोकेदुखीसाठी बरंच करावं लागलं.'' डॉ. वर्मा म्हणाले.

''ही फक्त डोकेदुखी नाही.'' डॉ. मुलतानी खाखरा खात म्हणाले, ''ईशचं बरोबर आहे, या मुलाला विलक्षण अपवादात्मक वरदान लाभलं आहे.''

''कसं काय?'' मी चीत्कारलो. अली कोणत्याही गोलंदाजाचा धुव्वा उडवू शकतो असं सांगणारं या टेस्ट्समध्ये काय होतं?''

''या मुलाला 'हायपर-रिफ्लेक्स' आहे. वैद्यकीय संदर्भात सांगायचं तर हा एक दोष आहे, पण हेच क्रिकेटच्या दृष्टीनं मात्र वरदान ठरतंय.''

''हायपर काय?'' ओमीनं विचारलं.

''हायपर रिफ्लेक्स,'' डॉक्टर मुलतानींनी त्यांच्या टेबलवरचा काचेचा पेपरवेट उचलून ते ओमीवर फेकल्यासारखं केलं. ओमी चटकन खाली वाकला.

''मी हे तुझ्या दिशेनं फेकलं, तेव्हा तू काय केलंस? तू प्रतिक्षिप्त क्रियेनं हल्ला वाचवण्याचा प्रयत्न केलास. मी तुला याची आगाऊ सूचना दिली नव्हती आणि सगळं कसं निमिषार्धात घडलं. म्हणजे, तू खाली वाकायचं असं काही जाणीवपूर्वक विचार करून ठरवलं नव्हतंस, ते आपोआप घडलं.''

डॉ. मुलतानी घोटभर पाणी पिऊन पुढं बोलू लागले, ''दररोजच्या आयुष्यात यामुळं फारसा फरक पडत नाही, फक्त आपण खूप गरम किंवा खूप गार पदार्थांना स्पर्श करतो तेव्हाच हे जाणवतं. मात्र, खेळामध्ये हे अतिशय महत्त्वाचं ठरतं.''

डॉ. मुलतानी बोलणं थांबवून आणखी काही रिपोर्ट पाहू लागले. त्यांनी आणखी एक खाखरा उचलला.

मी खिडकीतून बाहेर अलीकडे नजर टाकली. तो बेचकीतून एका गोटीनं दुसऱ्या गोटीचा वेध घेत होता.

''म्हणजे अलीचे रिफ्लेक्सेस चांगले आहेत. एवढंच?'' ईश म्हणाला.

''त्याचे रिफ्लेक्सेस आपल्यापेक्षा किमान दहा पट चांगले आहेत. आणखीही एक गोष्ट आहे. रिफ्लेक्स ॲक्शन म्हणजेच प्रतिक्षिप्त क्रियेव्यतिरिक्त मानवी मेंदू आणखी दोन मार्गांनी निर्णय घेतो. त्यातला एक मार्ग दीर्घ असतो, व्यवस्थित पृथक्करण करून होणारा – यामध्ये एखादा प्रश्न आपल्या मेंदूच्या बारकाईच्या, कसून अभ्यासातून पार पडतो आणि मग आपण आपली कृती ठरवतो. त्याचप्रमाणे आणखी एक मार्ग आहे. तो स्वतंत्र असतो, अधिक जलद गतीनं घडणारा असतो,

पण त्यामध्ये अचूकता कमी असते. सर्वसाधारणपणे दीर्घ मार्गच वापरला जातो. आपल्याला त्याची जाणीवही असते. पण कधीकधी, अत्यंत तातडीच्या परिस्थितीत मेंदू शॉर्टकट मार्ग शोधतो. त्याला आपण 'क्विक-थिंक मोड' म्हणजेच झटपट विचार म्हणू या.''

आम्ही मान डोलवली. डॉ. मुलतानी पुढं बोलू लागले,

''प्रतिक्षिप्त क्रियेमध्ये मेंदू विचारप्रक्रिया संक्षिप्त करतो व कृती करतो. अशा वेळी तो फक्त खाली वाकण्याची क्रिया करू शकतो, समोरून येणारी वस्तू झेलण्याचा प्रयत्न करणं त्याला शक्यच नसतं. मात्र, यामध्ये प्रतिसादकाल अत्यंत जलद असतो. खेळामध्ये असे क्षण येतात की, ज्यावेळी तुम्ही सर्व संभाव्य मार्गांनी विचार करणं गरजेचं असतं – म्हणजे पृथक्करण, झटपट विचार किंवा प्रतिक्षिप्त क्रिया या सगळ्या मार्गांचा विचार होणं आवश्यक असतं.

''अलीच्या बाबतीत काय आहे?'' ईशनं विचारलं.

डॉ. मुलनातांनी त्याचा एमआरआय स्कॅन पुन्हा उचलला.

''अलीचा मेंदू विलक्षण आहे. त्याचा विचारप्रक्रियेचा पहिला, दुसरा आणि तिसरा प्रतिक्षिप्त क्रियेचा मार्गसुद्धा एकसंध आहे. त्याचा प्रतिसादकाल प्रतिक्षिप्त क्रियेइतकाच वेगवान आहे आणि तरीसुद्धा त्याचा निर्णय पृथक्करणात्मक अभ्यासाच्या मार्गाइतकाच अचूक आहे. त्यानं अत्यंत वेगवान बॉल केवळ सुदैवाच्या साथीनं टोलवला असं तुम्हाला वाटू शकेल, पण त्याच्या मेंदूनं त्या बॉलचा प्रवास अगदी सहजपणे पाहिला; इतक्या सहजतेनं, की तो बॉल हलकेच टाकलेला असावा.''

''पण मी तर वेगवान बॉल टाकला होता.''

''हो, पण त्याच्या मेंदूत त्याची नोंद होऊ शकतेय व तो त्यानुसार कृती करू शकतोय. तुम्हाला ही गोष्ट नजरेसमोर आणणं अवघड वाटत असेल तर... अशी कल्पना करा, की अलीला तो बॉल स्लो मोशनमध्ये दिसतोय. सर्वसामान्य खेळाडू वेगवान बॉल टोलवताना विचारप्रक्रियेचा दुसरा किंवा तिसरा मार्ग वापरेल. सर्वसामान्य खेळाडूला आपला खेळ उत्तम होण्याच्या दृष्टीनं हा दुसरा मार्ग अचूक करण्यासाठी वर्षानुवर्षं सराव करावा लागतो. पण अलीला त्याची गरज नाहीय. हेच त्याला लाभलेलं दैवी वरदान आहे.''

डॉ. मुलतानींचे शब्द पचवायला आम्हाला थोडा वेळ लागला. ते समजून घेण्यासाठी आम्हाला विचारप्रक्रियेच्या पहिल्या मार्गाचा वापर खचितच करावा लागला होता.

''म्हणजे... त्याच्या दृष्टीनं वेगवान डिलिव्हरी स्लो मोशन असते?'' ईशनं डॉक्टरांना विचारलं.

''फक्त त्याच्या मेंदूच्या दृष्टीनं... कारण तो तिचा सूक्ष्म अभ्यास जलदगतीनं

करू शकतो. अर्थात, तुम्ही जर त्याच्यावर वेगवान बॉलनं हल्ला चढवलात तर त्याला दुखापत होईल.''

''पण तो कुठवर फटकेबाजी करू शकेल?'' ईशनं विचारलं.

''तो फारशी फटकेबाजी करत नाही. तो जलदगती बॉलची दिशा बदलतो. त्या बॉलमधली ऊर्जा बहुतेकशी तुमचीच असते.''

''तुम्ही अशी देणगी लाभलेला आणखी कुणी खेळाडू पाहिला आहे?'' मला जाणून घ्यायचं होतं.

''इतक्या प्रमाणात नाही. या मुलाच्या मेंदूची घडणच निराळी आहे. कुणी हा दोष आहे असंही म्हणतील. त्यामुळं माझी तुम्हाला सूचना आहे, की तुम्ही या गोष्टीचा मोठा गाजावाजा करू नका.''

''तो भारतीय संघात घेण्यायोग्य आहे.'' ईश म्हणाला, ''डॉ. मुलतानी, त्याची ती पात्रता आहे हे तुम्हीही जाणता.''

डॉ. मुलतानींनी उसासा सोडला.

''हे बघा, आत्ता या क्षणी तरी नाही. उदाहरणादाखल सांगायचं तर, त्याची डोकेदुखी ही समस्या आहे. त्याचा मेंदू जरी जलदगतीनं सूक्ष्म अभ्यास करू शकत असला तरी तो पटकन शिणतोही. त्यानं खेळात टिकून राहण्याची गरज आहे. दैवदत्त देणगीचा पुन्हा नव्या दमानं वापर करण्यासाठी मेंदू ताजातवाना होईपर्यंत तरी त्यानं टिकाव धरला पाहिजे.''

''असं घडू शकेल?'' ईशनं विचारलं.

''हो, आरोग्यदायी खाण्यापिण्याकडं नीट लक्ष पुरवलं तर, शिवाय त्याला क्रिकेटचे इतर पैलूही शिकावे लागतील. तो धावा काढण्यासाठी कधी पळत असेल असं मला वाटत नाही. त्याच्यात तेवढा स्टॅमिना नाहीय. तो अशक्त आहे, जवळपास कुपोषितच.'' डॉक्टर म्हणाले.

''मी त्याला शिकवणार आहे.'' ईश प्रतिज्ञा करत म्हणाला, ''आणि ओमी मला मदत करेल. तो त्याला खायलाप्यायला लावून चांगला धडधाकट बनवेल.''

''नाही, मला नाही जमणार.'' ओमी म्हणाला. सर्वांच्या नजरा त्याच्यावर खिळल्या होत्या.

''डॉ. वर्मा, मला का शक्य नाहीय ते सांगा त्यांना.''

''कारण तो मुस्लीम आहे. मुलतानी, मुस्लीम विद्यापीठातला नासीर आठवतोय? अली त्याचा मुलगा आहे.''

''ओह्, तो नासीर! हो, तो विद्यापीठाच्या निवडणुकीत प्रचारमोहिमा घ्यायचा. कधीकाळी तो धुमसता होता, पण मी ऐकलंय की तो बराच शांत झालाय.''

''होय, आता तो राजकारणात पूर्णवेळ असतो. पक्का मुस्लीम ते धर्मनिरपेक्ष

पक्ष असं त्यानं स्थलांतर केलंय.'' डॉ. वर्मा म्हणाले.

ईश डॉ. वर्मांकडे आश्चर्यानं पाहत होता.

''काल तुम्ही गेल्यानंतर हे मला समजलं. कधीकधी मला वाटतं मी क्लिनिक नव्हे, अफवांचा अड्डा चालवतो,'' डॉ. वर्मा गालातल्या गालात हसत म्हणाले, ''पण काहीही असलं तरी हा वादग्रस्त मुद्दा आहे – पुजाऱ्याचा मुलगा मुस्लीम मुलाला शिकवणार.''

''मला त्याला शिकवायचं नाहीय.'' ओमी तत्परतेनं म्हणाला.

''शट अप, ओमी. आपल्यासमोर काय आहे ते तू पाहतोयस!'' ईश म्हणाला.

ओमी उठला आणि ईशकडं नापसंतीचा कटाक्ष टाकून खोलीतून बाहेर पडला.

''त्याला राज्य अकादमीत घातलं तर?'' डॉ. वर्मा म्हणाले.

''ते त्याला संपवतील.'' ईश म्हणाला.

''बरोबर आहे.'' डॉ. मुलतानी म्हणाले.

''तो फारच लहान आहे. मुस्लीम आहे आणि प्रकृतीनं नाजूक आहे. शिवाय त्याला प्रशिक्षण मिळालेलं नाहीये. माझी सूचना आहे, की तुम्ही हा मुलगा व त्याची गुणवत्ता आत्ता उजेडात आणूच नका. सध्या त्याला झाकून ठेवा. योग्य वेळ येईल तेव्हा आपण बघू.''

आम्ही क्लिनिकमधून बाहेर पडलो. मी खिशातून चार गोट्या काढल्या आणि अलीला हाक मारली.

''अली, चल निघू या, हे घे... कॅच.''

मी चारही गोट्या त्याच्या दिशेनं हवेत उंच फेकल्या. मी मुद्दामच त्या चारही गोट्या वेगवेगळ्या फेकल्या होत्या.

अलीनं खेळताखेळता वर पाहिलं. त्याची नजर त्या गोट्यांवर पडली. तो उकिडवा बसला होता, त्याच अवस्थेत त्यानं डावा हात उंचावला... आणि एक... दोन... तीन... चार... त्याचा डावा हात जादूची कांडी फिरावी तसा फिरत होता. त्यानं त्या चारही गोट्या अचूक झेलल्या होत्या.

सहा

“ते तयार होणार नाहीत, मी त्यांच्याशी आधीच बोललोय.” अली चिडला होता.

आम्ही त्याच्या घरी म्हणजे बेलरामपूरच्या दुसऱ्या टोकाला आलो होतो. त्याचं घर होतं तो भाग अगदीच घाणेरडा होता. अलीनं दारावरची घंटा वाजवली. दारावर त्याच्या वडिलांच्या नावाची पाटी होती. त्याची रंगसंगती व रचना धर्मनिरपेक्ष राजकीय पक्षाला अनुसरून होती.

“अली, पुन्हा उशीर केलास.” त्याचे वडील दार उघडताच म्हणाले.

त्यांची काळीशार अचकन त्यांच्या शुभ्र पांढऱ्या दाढीशी विरोधी रंगसंगती साधत होती. त्यांच्या माथ्यावर लेसची घट्ट टोपी होती. ते साठीच्या दरम्यानचे वाटत होते, म्हणजे अली त्यांना उतारवयात झाला असणार.

“तुम्ही कोण?” त्यांनी विचारलं.

“मी ईशान.” ईश म्हणाला. “आणि हा गोविंद, हा ओमी. आम्ही अलीचे मित्र आहोत.”

“मित्र?” अलीच्या वडिलांनी विचारलं. मित्र होण्याच्या दृष्टीनं अलीच्या व आमच्या वयातला ठळक फरक त्यांच्या स्वरातून अधोरेखित होत होता.

“होय अब्बा, हे शाळेत क्रिकेट खेळायला येतात. त्यांचं खेळाच्या साहित्याचं दुकान आहे. मी तुम्हाला सांगितलेलं आठवतंय?”

“या, आत या.” अलीचे वडील म्हणाले.

आम्ही दिवाणखान्यात बसलो. तपकिरी रंगाचा सलवार कमीज घातलेली अलीची आई रुहअफजाचे पेले घेऊन आली. तिचा बराचसा चेहरा ओढणीनं

झाकलेला असला तरी ती नवऱ्यापेक्षा किमान वीसएक वर्षांनी तरी लहान आहे, हे लक्षात येत होतं. अलीनं दुसऱ्या दिवशीच्या चाचणी परीक्षेचा अभ्यास केला नसल्याबद्दल ती त्याला रागावली. मला वाटतं, भारतीय आयांना दोनच महत्कार्य असतात – एक म्हणजे मुलांना आणखी खा म्हणून सांगणं आणि दुसरं, आणखी अभ्यास कर म्हणून बजावणं.

"आम्हाला अलीला कोचिंग देण्याबद्दल बोलायचं होतं." अली आईबरोबर तिथून दुसऱ्या खोलीत जाताच ईशनं विषयाला प्रारंभ केला.

"क्रिकेट कोचिंग? नको, आभारी आहोत. आम्हाला यात रस नाही." अलीच्या वडिलांनी सांगितलं. त्यांचा स्वर चर्चा करण्यापेक्षा निर्णायक अंतिम टप्प्यावर पोहोचण्याचाच जास्त होता.

"पण काका..." ईश प्रयत्न सोडायला तयार नव्हता.

"वर बघा." अलीचे वडील छपराकडे बोट दाखवत म्हणाले, "बघा, छपराला तडे गेले आहेत. ही एक खोली आणि अजून एक छोटी खोली आहे... मी भाड्यानं राहतोय. हे घर क्रिकेट कोचिंग परवडू शकण्याजोग्या माणसाचं वाटतंय का?"

"आम्ही अलीला शिकवण्याचे पैसे घेणार नाही." ईश म्हणाला.

मी त्याच्याकडं नुसतं पाहिलं. दुकानात तो सूट देतो ते मला आवडत नाहीच, आता तर शंभर टक्के सूट म्हणजे निव्वळ वेडपटपणा होता.

"तो क्रिकेट कोचिंग घेऊन काय करणार? त्याला मदरशातून इथं या शाळेत आधीच अवघड जातंय. आत्ता तो पहिल्यांदाच गणित शिकतोय. मला तर गणिताची शिकवणी लावणंसुद्धा परवडत नाहीये..."

"गोविंद गणित शिकवतो." ईशनं सांगितलं.

"काय?" अलीचे वडील आणि मी दोघंही एकदमच म्हणालो.

"खरंच, तो बेलरामपूरमध्ये गणितात सर्वोत्तम आहे. त्याला बारावीच्या बोर्डाच्या परीक्षेत गणितात पैकीच्या पैकी गुण मिळाले आहेत."

मी ईशकडं आणखी भेदक कटाक्ष टाकला. आधीच माझं शिकवण्यांचं वेळापत्रक काठोकाठ भरलं होतं. त्यातच याच्या बावळट बहिणीला मी फुकटात शिकवत होतो.

"पण ईश, मला नाही जमणार." मी म्हणालो.

"आपण हा संयुक्त व्यवहार करू शकतो. तुम्ही त्याला आमच्याकडं क्रिकेट कोचिंगला पाठवलं तर आम्ही त्याला गणित मोफत शिकवू." ईश माझ्या बोलण्याकडं दुर्लक्ष करत म्हणाला.

"मी फुकट कसं काय शिकवू? पैसे देणारे विद्यार्थी माझा वेळ मिळण्याच्या प्रतीक्षेत आहेत." मी म्हणालो.

त्यावर ईशनं माझ्याकडं असा तिरस्कारयुक्त कटाक्ष टाकला, की मी जणू त्याची मंगळावरची मोहीम हाणून पाडली असावी.

"फु-क-ट?" मी अक्षरांवर जोर देत म्हणालो.

"मी मला शक्य तितके पैसे देईन." अलीचे वडील बारीक आवाजात म्हणाले.

"मला माफ करा. पण हा माझ्या पोटापाण्याचा व्यवसाय आहे. त्यामुळं मी...." मी माझी मलिन प्रतिमा सावरून घेण्याचा निकडीचा प्रयत्न करत म्हणालो.

"ते माझ्या पगारातून कापून घे. ठीक आहे? आता मला बोलू देशील का?" ईश अत्यंत विनम्रतेनं म्हणाला.

मला तिथून उठून निघून जावंसं वाटत होतं.

"मला थोडंफार निवृत्तिवेतन मिळतं. तुम्ही किती फी घेता?"

"चारशे..." मी सांगायला सुरुवात केली. तितक्यात ईशनं, "आपण आधी सुरू तर करू या, नंतर काय काय होतंय ते बघू या." असं म्हणून त्यात व्यत्यय आणला.

सर्वांनी मान डोलवली, ओमीनंसुद्धा... इतर सगळ्यांनी जे केलं तेच तो करणार.

"गोविंद, ठीक आहे?" अखेर ईशनं मला विचारलं.

मी शक्य तितकी कमीत कमी मान हलवली ...अगदी पाच अंशात.

"जेवायला थांबा." आम्ही निघायचं म्हणून उठलो, तर अलीचे वडील फारच आग्रह करू लागले.

"नको, नको." मुस्लीम घरात जेवण्याच्या कल्पनेनं भयभीत झालेला ओमी म्हणाला.

"कृपया तुम्ही थांबा, माझा आग्रह आहे. आमच्या दृष्टीनं आदरातिथ्य महत्त्वाचं. तुम्ही आमचे मेहमान आहात."

मी एरवी नकार दिला असता, पण मला गणित व क्रिकेट कोचिंग फुकटात देण्याबद्दल काहीतरी पदरात पडायला हवं होतं.

आम्ही दिवाणखान्यातच जमिनीवर बसलो. अलीच्या आईनं दोन जादा मोठी ताटं आणली. आमच्या तिघांसाठी एक आणि अलीच्या वडिलांसाठी एक. जेवण अगदी साधं होतं – चपात्या, दाल आणि फ्लॉवर-बटाट्याची भाजी.

ओमी खाली बसला होता. त्यानं त्या अन्नाला स्पर्शही केला नाही.

"माफ करा, मी तुम्हाला मटन नाही विचारू शकत. आज आमच्याकडं एवढंच आहे."

"मी मटन खात नाही. मी पुजाऱ्याचा मुलगा आहे." ओमी म्हणाला.

एक अवघडलेला क्षण सरला.

त्यानंतर ईश पुढं सरसावून म्हणाला, "जेवण मस्तच दिसतंय, चला तडाखा देऊ या."

एकाच ताटात जेवण्यात विलक्षण सलगी असते. ईश आणि मी एकच चपाती खात होतो. त्याची लांबसडक बोटं पाहून मला त्याच्या बहिणीच्या लांबसडक बोटांची आठवण झाली. श्श्यऽऽ उद्या तिला पुन्हा शिकवायला जावं लागणार होतं.

"मदरशांमध्ये गणित शिकवत नाहीत?" मी काहीतरी बोलायचं म्हणून व गणिताबद्दलच्या आस्थेमुळं विचारलं.

"नाही, या मदरशात नव्हते शिकवत," अलीचे वडील चमच्यानं दाल हलवत म्हणाले,

"गणित आणि विज्ञान शिकवत नाहीत."

"विचित्रच आहे. तेसुद्धा आत्ताच्या काळात आणि या युगात." मी म्हणालो.

मला त्यात बिझनेसची संधी दिसली... प्रत्येक मदरशाच्या बाहेरच्या बाजूला गणिताच्या शिकवण्यांची प्रचंड शृंखला सुरू करायची.

"तसं नाही," अलीचे वडील म्हणाले, "मदरसा म्हणजे शाळा मानल्या जात नसत. त्यांची भूमिका इस्लामिक संस्कृती शिकवण्यापुरतीच सीमित असते. घ्या, आणखी चपाती घ्या."

"म्हणून तुम्ही त्याची शाळा बदललीत?" ईशनं विचारलं.

"होय, मला ते याआधीच करायचं होतं, पण माझे वडील अलीनं मदरशात जाण्याबद्दल अतिशय आग्रही होते. सहा महिन्यांपूर्वीच ते वारले."

"ओह्, आय ॲम सॉरी." ईश म्हणाला.

"ते बराच काळ आजारी होते. मला त्यांची आठवण होते, पण तो काळ मी विसरू शकत नाही. औषधपाण्याच्या खर्चानं मी पुरता रिकामा झालो." अलीचे वडील सांगत होते.

पाणी पिऊन ते पुढं सांगू लागले, "मी विद्यापीठातून निवृत्त झालो तेव्हा मला क्वार्टर्स सोडाव्या लागल्या. पक्षाची इच्छा मी इथं येऊन राहावं अशी होती. बेलरामपूर म्युनिसिपल स्कूल इथून जवळच असल्यामुळे मी त्याला त्या शाळेत घातलं. शाळा चांगली आहे ना?"

"हो, आम्ही बारा वर्षं तिथं शिकलोय." मी म्हणालो.

"ओमी, तू काहीच खाल्लं नाहीस. निदान फळं तरी घे." अलीचे वडील केळ्यांचा घड त्याच्यापुढं करत म्हणाले. ओमीनं एक केळं घेतलं, ते बारकाईनं तपासलं आणि तीन घासांत फस्त केलं.

"तुम्ही अलीला क्रिकेट शिकवायला इतके उत्सुक का आहात?" अलीच्या वडिलांनी विचारलं.

ईशचा चेहरा उजळवायला एवढा प्रश्न पुरेसा होता. तो उत्साहानं सांगू लागला,

"अलीला ईश्वरी वरदान मिळालं आहे. तो माझ्या प्रशिक्षणामुळं कसा बहरतो बघाच तुम्ही."

"तू क्रिकेट खेळतोस?" अलीच्या वडिलांनी विचारलं.

"शाळेत असताना खेळायचो. आता माझं क्रीडा साहित्याचं दुकान आहे. मी बरेच खेळाडू पाहिले आहेत, पण अलीसारखा नाही." ईश भारावून सांगत होता.

"पण तो तर फक्त एक खेळ असतो. एकजण फळकुटानं बॉल मारतो आणि बाकीचे त्या बॉलच्या मागं पळतात."

"ते त्यापेक्षा बरंच काही असतं." ईशनं विरोध नोंदवला, "पण तुम्ही जर कधी खेळला नसलात तर तुम्हाला ते कधीच नाही कळणार."

"मी धर्मनिरपेक्ष पक्षाचा सदस्य आहे हे तुम्हाला माहीत आहे?" अलीच्या वडिलांनी विचारलं.

"आम्ही चिन्हं पाहिली." मी म्हणालो.

"कधीतरी आमच्या पक्षाला भेट द्यायला याल?"

अचानक ओमी ताडदिशी उठला.

"तुम्ही कुणाशी बोलताय तुम्हाला कळतंय का? मी पंडित शास्त्रींचा मुलगा आहे. तुम्ही बेलरामपूरमधलं स्वामी मंदिर पाहिलं आहे की नाही?" ओमीचा आवाज चढला होता.

ईशनं ओमीचं कोपर खेचून त्याला खाली बसायला लावलं.

"बाळ, त्याचा काय संबंध?" अलीचे वडील म्हणाले.

"तुम्ही मला तुमच्या पक्षाला भेट द्यायला बोलवताय? मी हिंदू आहे."

"त्यामुळं काहीही फरक पडणार नाही." अलीचे वडील हसले. "आमचा पक्ष धर्मनिरपेक्ष आहे."

"तो धर्मनिरपेक्ष नाहीये. तो खुशामत पक्ष आहे. खुशामतीचं राजकारण.... एवढंच फक्त तुम्हाला माहीत आहे. तुमच्यासारखे मुस्लीम तिथं झुंडीनं जमतात यात आश्चर्य कसलं! ईश, आपण इथून निघतोय की नाही?"

"ओमी, सावर स्वतःला, आपण अलीसाठी आलो आहोत."

"मला पर्वा नाही. त्याला गोट्या खेळू दे, गणितात नापास होऊ दे. मी इथं असल्याचं बिट्टूमामाला समजलं तर...."

"बिट्टू तुझा मामा आहे?" अलीच्या वडिलांनी विचारलं.

"तो तुमच्या विरोधातला आहे आणि बेलरामपूरमध्ये खुशामत पक्षाचा कधी विजय होणार नाही."

"शांत हो बाळ, खाली बस." अलीचे वडील म्हणाले.

ओमी खाली बसला. ईश त्याच्या खांद्याला मालिश करू लागला. ओमी

क्वचितच भडकतो, पण एकदा का भडकला की मग त्याला शांत करून पुन्हा पूर्वपदावर आणण्यासाठी बऱ्याच युक्त्या लढवाव्या लागतात.

"हे घे, केळं खा. तुला भूक लागलीय, कळतंय मला." ईश त्याला शांत करत म्हणाला.

ओमीनं विरोध दर्शवला, पण केळं उचललं.

"बाळ, मीसुद्धा धर्मनिरपेक्ष राजकारणात नवखाच आहे. मी कट्टर पक्षात होतो." अलीचे वडील म्हणाले. त्यानंतर क्षणभर चिंतनमग्न होत ते म्हणाले, "होय, मी काही चुकासुद्धा केल्या आहेत."

"ते काहीही असेल, आमच्या पक्षातल्या लोकांना तुमच्या पक्षात ओढण्याचा प्रयत्नसुद्धा करू नका." ओमी तिखटपणे म्हणाला.

"मी तसं नाही करणार, पण तुम्ही आमच्या इतके विरोधात का? या पक्षानं चाळीस वर्षं देशावर राज्य केलंय. म्हणजे आम्ही काहीतरी योग्यच करत असलो पाहिजे."

"इथून पुढं गुजरातवर तुमचं राज्य असणार नाही. कारण तुमचा ढोंगीपणा आमच्या पूर्णपणे लक्षात आला आहे."

"ओमी, गप्प बस." ईश म्हणाला.

"असू दे, ईश. मला तरुण मुलांशी बोलायची संधी क्वचितच मिळते. त्याला त्याच्या मनातलं बोलू दे." अलीचे वडील म्हणाले.

"मला काहीही बोलायचं नाही. चला, आपण जाऊ या." ओमी म्हणाला.

"जातीयवादी पक्षांचंही संपूर्णत: बरोबर नाही." अलीचे वडील म्हणाले.

त्यांनाही वाद घालणं फार आवडत असावं.

"हेच ते. हीच प्रवृत्ती, तुम्ही आम्हाला जातीयवादी म्हणता. तुमचा पक्ष मुस्लिमांना अधिक सवलती देतो, तरी तो धर्मनिरपेक्ष! का?" ओमी म्हणाला.

"आम्हाला कुठल्या सवलती मिळाल्या आहेत?" अलीच्या वडिलांनी प्रश्न केला.

"तुम्ही आम्हाला अयोध्येत मंदिर का उभारू देत नाही?" ओमीनं विचारलं.

"कारण ह्या ठिकाणी आधीपासूनच मशीद आहे."

"पण त्याआधी तिथं मंदिर होतं."

"ते सिद्ध झालेलं नाही."

"झालंय, सरकार ते अहवाल लपवतंय."

"चूक आहे."

"काहीही असेल, पण ते काही सामान्य स्थान नाही. ते आमच्या देवाचं जन्मस्थान आहे अशी आमची श्रद्धा आहे. आम्ही म्हणालो, 'आम्हाला ती जागा

द्या, आम्ही मशीद आदरपूर्वक तिथं शेजारीच हलवतो,' पण तुम्ही तर तेसुद्धा करू शकत नाही आणि आम्ही बहुसंख्य, आमची एवढी एक छोटीशी विनंती मान्य होऊ शकत नाही. पारेखजींचं बरोबर आहे, या देशात हिंदूंनी काय आशा-अपेक्षा ठेवायच्या?''

''ओह्, म्हणजे हे पारेखजींचं आहे तर. त्यांनी तुला हे सगळं शिकवलं?'' अलीच्या वडिलांच्या चेहऱ्यावर मंद स्मित उमटू पाहत होतं.

''त्यांनी आम्हाला काहीही शिकवलेलं नाही. आमच्या ध्येयावर जातीयवादाचा शिक्का लागला आहे त्यामुळे त्याबद्दल न बोलणंच बरं. पण हिंदू बोलत नाहीत म्हणून त्यांना काहीच वाटत नाही असं तुम्हाला वाटतं? लोक पारेखजींचं का ऐकतात? कारण आतमध्ये खोलवर कुठंतरी ते काळजाची तार छेडतात. मिस्टर नासीर, जरी कुणी बोलून दाखवत नसलं तरी संतापाची सामुदायिक ठिणगी भडकू लागली आहे.''

''अनेक हिंदू आम्हाला मत देतात, तुला माहीत असेल.'' अलीचे वडील म्हणाले.

''पण हळूहळू सत्य त्यांच्यासमोर येईल.''

''बाळ, भारत हा स्वतंत्र देश आहे. तुम्हाला आपली मतं असण्याचा अधिकार आहे. हिंदुत्व हा महान धर्म आहे, पण टोकाला जाऊ नका एवढाच माझा सल्ला आहे.''

''हाऽऽ, टोकाला जाण्याच्या गोष्टी तुम्ही मला सांगू नका. कोणता धर्म टोकाला जातो ते आपल्याला माहीत आहे.''

ओमी खरंच विचारपूर्वक स्वत:ची मतं मांडत होता, की पारेखजींनी दिलेल्या धड्यांची उजळणी करत होता, ते मलाच समजत नव्हतं. तो याबद्दल कधीच ईशशी किंवा माझ्याशी बोलला नव्हता, पण आतमध्ये खोलवर कुठंतरी त्याची मतंसुद्धा बिट्टूमामासारखीच होती की काय? ईश क्रिकेटवेडा होता, मी बिझनेसवेडा होतो तसं हा धर्मवेडा आहे की काय? किंवा कदाचित बहुतेकशा लोकांसारखा त्याच्या मनात गोंधळ असेल आणि तो स्वत:चं 'वेड' शोधायच्या प्रयत्नात असेल. आम्ही त्याला कधीच गांभीर्यानं घेतलं नव्हतं, पण पारेखजींनी बहुधा त्याला उद्दिष्ट व महत्त्व यांची जाणीव करून दिली होती.

''आपण राजकारणावर चर्चा करायची नाही, असा करार करू या का?'' ईश आर्जवानं म्हणाला.

''तुमची अजूनही तुमच्या मुलाला पाठवायला काही हरकत नाही ना?'' मी अलीच्या वडिलांना विचारलं. ओमीचा उद्रेक पाहून कदाचित त्यांचा विचार बदलण्याची मला शक्यता वाटत होती.

"वेड्यासारखं बोलू नको. आम्ही फक्त आमचे मतभेद एकमेकांपुढे मांडतोय. आपल्या देशात याचीच तर उणीव आहे. ठीक आहे. माझा मुलगा मी तुमच्याकडं सोपवला."

आम्ही उठलो. ईशनं सरावाची वेळ निश्चित केली. सकाळी ठीक सात वाजता.

"चला, मुख्य रस्त्यापर्यंत मीही तुमच्यासोबत येतो. मला रात्रीच्या जेवणानंतर पायी फेरी मारून येणं आवडतं," अलीचे वडील म्हणाले.

आम्ही अलीच्या घरातून बाहेर पडलो. ओमीनं मान खाली घातली होती. बहुधा त्याला मघाच्या आवाज चढवण्याची लाज वाटत असावी.

अलीच्या वडिलांनी पुन्हा संभाषण सुरू केलं.

"माझी स्वत:च्या पक्षावर विशेष अशी श्रद्धा नाही."

"खरंच?" मी म्हणालो, बाकी कुणीच काही बोललं नाही.

"हो, कारण एका स्तरावर तेसुद्धा बाकीच्या राजकीय पक्षांसारखेच देश-कार्यापेक्षा राजकारण खेळण्यावर अधिक वेळ खर्च करतात. मतभेद निर्माण करणं, बाजू घेणं, फूट पाडणं.... त्यांना हेही चांगलं माहीत आहे."

आम्ही त्यांचा निरोप घेण्यासाठी मान डोलवली, पण त्यांचं बोलणं अजून पूर्ण झालं नव्हतं.

"हे दोन ग्राहकांनी एका उपाहारगृहात गेल्यावर तिथे त्या व्यवस्थापकानं त्यांना जेवणाचं एकच ताट देण्यासारखं आहे. त्यातल्या एकाला जेवायचं असेल तर त्याला दुसऱ्या माणसाशी दोन हात करावेच लागतील. मग ती दोन्ही माणसं परस्परांशी लढू लागतील, त्या वेळी त्यांना काही लोक सांगतील, की असं करू नका. दोघंही निम्मं निम्मं वाटून जेवा. या साऱ्यात ते खरा मूळ मुद्दाच विसरतात... व्यवस्थापकानं मुळातच दोन ताटं का दिली नाहीत?"

मी त्यांच्या चेहऱ्याकडं पाहिलं. दाढीमिश्यांमागं कुठंतरी एक सूज्ञ माणूस होता.

"चांगला मुद्दा आहे, संघर्ष निर्माण केला जातो. त्यामुळेच मी धर्म वा राजकारण या विषयांना कधीच महत्त्व देत नाही." मी म्हणालो.

"एकदा का संघर्ष सुरू झाला की एकातून एक मालिका सुरू होते. मग त्यावर ताबा ठेवता येत नाही." ईश म्हणाला.

"तुम्हाला सांगतो, मी कॉलेजमध्ये प्राणिशास्त्र शिकवायचो." अलीचे डॅडी सांगत होते, "एकदा मी चिंपांझींच्या लढायांबद्दल वाचलं होतं. कदाचित ते इथं लागू पडेल."

"चिंपांझींच्या लढाया?"

"हो, एकाच टोळीतले नर चिंपांझी एकमेकांशी हिंस्रपणे लढतात... अन्नासाठी, माद्यांसाठी, कशासाठीही! मात्र प्रत्येक भांडणानंतर त्यांच्यामध्ये एक विलक्षण प्रथा पाळली जाते. ते परस्परांच्या ओठांचं चुंबन घेतात."

यावर ओमीलासुद्धा हसू फुटलं.

"म्हणजे हिंदू व मुस्लिमांनी चुंबन घ्यायचं?" मी विचारलं.

"नाही. मुद्दा असा आहे, की ही प्रथा निसर्गनिर्मित आहे. भांडण मिटलंय याची खात्री होण्यासाठी... आणि ही टोळी एकत्र राहण्यासाठी. खरंतर कुठल्याही दीर्घकाळ नातेसंबंधांसाठी हे आवश्यक आहे."

"कुठल्याही?" ईशनं विचारलं.

"होय, कुणीही नवरा-बायको बघा. ते भांडतात, एकमेकांच्या काळजावर घाव घालतात, पण नंतर मात्र ते जुळवून घेतात. आलिंगन, भेटवस्तू किंवा प्रेमळ, समजुतीच्या शब्दांनी भांडण मिटवतात. अशा सलोखा निर्माण करणाऱ्या व्यवस्था आवश्यक असतात. भारतीय हिंदू-मुस्लीम प्रतिस्पर्धेतील समस्या कुणी एक बरोबर आणि दुसरा चूक ही नाहीये. ती आहे...."

"सलोखा निर्माण करणाऱ्या व्यवस्थांचा अभाव." ईश म्हणाला.

"होय. त्यामुळंच राजकारण्यांनी विस्तवात तेल ओतलं तर त्यावर ताबा ठेवायला अग्निशमन व्यवस्था नाही. ऐकायला कटू वाटतं, पण ओमीचं बरोबर आहे. लोकांना आतमध्ये जाणवतं. याबद्दल न बोलण्यानं मतभेद दूर होणार नाहीत. संताप वाढतच जाईल, वाढतच जाईल आणि जेव्हा तो बाहेर येईल तेव्हा खूप उशीर झालेला असेल."

एव्हाना आम्ही मुख्य रस्त्यावर आलो होतो. आम्ही पानाच्या दुकानाशी थांबलो. अलीचे वडील आमच्याबरोबर का आले ते आत्ता माझ्या लक्षात आलं. त्यांना जेवणानंतर पान खायचं होतं.

"अलीला वेळेवर यायला सांगा." ईशनं बजावलं आणि आम्ही निरोपादाखल हात हलवला.

चुंबन घेणाऱ्या चिंपांझींचं चित्र रात्रभर माझ्या डोळ्यांसमोरून हललं नाही.

अली सफेद कुर्ता-पायजमा अशा वेशात सकाळी वेळेवर उगवला. त्याच्या एका हातात गणिताची वह्यापुस्तकं आणि दुसऱ्या हातात क्रिकेटची बॅट होती.

"आधी क्रिकेट. ती पुस्तकं बाजूला ठेव." ईशनं सांगितलं.

या आकस्मिक सूचनेमुळं अली दचकलाच. मी त्याला वरच्या मजल्यावर घेऊन गेलो व व्हॉल्ट उघडून दिला. अलीनं एक रिकामा लॉकर निवडून त्यात पुस्तकं ठेवली. परेश व नवीन हे दोन विद्यार्थीही क्रिकेटच्या सरावासाठी आले होते. ते दोघंही अलीच्याच वयाचे होते, पण त्याच्यापेक्षा दणकट दिसत होते.

"मुलांनो, अंगणाभोवती वीस फेऱ्या मारा." ईशनं कवायत सार्जंटच्या आवाजात हुकूम सोडला. मुलांनी पळून किती फेऱ्या काढायच्या याबद्दलचा त्याचा निर्णय

मनमानी होता. मला वाटतं, त्याला नित्यक्रमातली अधिकार गाजवण्याची ही पहिलीवहिली संधी आवडत असावी.

मी वरच्या मजल्यावर जाऊन व्हॉल्टमधली अलीची वह्यापुस्तकं पाहिली. वह्या कोऱ्या करकरीत होत्या. सातवीचं गणिताचं पाठ्यपुस्तकही दिसत होतं, पण ते त्याला कधी हातदेखील लावला नसावा असं दिसत होतं.

मी पहिल्या मजल्यावरच्या बाल्कनीत आलो. मुलं प्रातःकालीन जॉगमध्ये होती.

"काय झालं?" ईशनं विचारलं. अली पाच फेऱ्या मारून थांबला होता.

"मला... पळता... येत... नाही." अली धापत होता.

ओमी गालातल्या गालात हसत होता.

"मित्रा, इथं लोक शंभर शंभर फेऱ्या मारतात. तू धावा कशा काढणार आहेस? तू फिल्डिंग कसं करणार आहेस?"

"म्हणूनच... मला... क्रिकेट आवडत नाही." अली अजूनही धापतच होता.

"आपण फक्त खेळू शकत नाही का?" अलीनं विचारलं.

"अरे, वॉर्मअप करायला पाहिजेस." ईश म्हणाला.

पण अली वॉर्मअपच्या पलीकडे पोहोचला होता. त्याचा चेहरा उष्ण आणि लालबुंद झाला होता.

व्यायामानंतर ईशनं झेल आणि क्षेत्ररक्षणाचा सराव घेतला. ईश बॅट घेऊन मध्यात उभा राहिला. सर्वांनी त्याला बॉलिंग केलं. त्यानं चेंडू उंच उडवला, बाकीच्यांनी झेल टिपावा अशी त्याची अपेक्षा होती. पण तो स्वतः जागचा जराही हलला नाही. चेंडू त्याच्याजवळ आला तरच फक्त त्यानं झेल घेतला.

"चला, आता आपण खेळू या." ईश टाळ्या वाजवत म्हणाला.

"परेश, तू माझ्या टीममध्ये. आपण आधी बॉलिंग करू या. नवीन तू अलीच्या टीममध्ये. तू आधी बॅटिंग कर."

नवीन खेळपट्टीवर सज्ज झाला. अली 'रनर' बनला. नवीननं परेशचा चौथा चेंडू फटकावला. ईश चेंडू आणायला धावला. दरम्यान, दोन धावा सहज झाल्या असत्या, पण अलीच्या आळशीपणामुळं त्यांना फक्त एकच धाव काढता आली. त्यानंतर परेशनं तीन पावलांचा रनअप घेऊन चेंडू टाकला. अलीनं तो चेंडू फोडून काढताच... चेंडू वर उसळला आणि थेट पहिल्या मजल्यावर घुसला. मी पहिल्या मजल्यावर बाल्कनीत उभा होतो, तो चेंडू चुकवण्यासाठी खाली वाकलो. चेंडू मला ओलांडून पलीकडं गेला तो मॅनेजरच्या ऑफिसच्या खिडकीवर आदळला.

परेश आणि ईश, दोघांच्याही चेहऱ्यावर धक्का बसल्याचे भाव उमटले होते. अलीनं पहिल्याच चेंडूवर षट्कार ठोकला होता.

"एऽऽ काय हे? तू हीरो आहेस की काय?" ईश अलीच्या दिशेनं धावत गेला.

ईशचा कडक आविर्भाव बघून अली गोंधळला होता.

"हे क्रिकेटचं मैदान नाहीये. आपण बँकेत खेळतोय. बॉल बाहेर गेला आणि कुणाला लागला तर कोण जबाबदारी घेणार? काही मोडलं-फुटलं तर? कोण भरून देणार?" ईश ओरडला.

अलीच्या चेहऱ्यावर अजूनही आश्चर्य दाटलं होतं.

"शॉट कसला छान होता!" परेश म्हणाला.

"तू गप्प बस. हे बघ अली, तू हे करू शकतोस हे मला माहीत आहे. तू खेळातल्या इतर गोष्टीही शीक."

अली जागीच थिजला होता. त्याच्या डोळ्यांत गंगा-जमुना अवतरायच्या बेतात होत्या.

"ओके, ऐक. आय ॲम सॉरी. मला तुला..." ईश म्हणाला.

"मला फक्त एवढंच येतं. त्याव्यतिरिक्त मला काहीही येत नाही." अलीचा आवाज चिरकला.

"ते आम्ही तुला शिकवू. तू आता बॉलिंग करतोस?"

त्या दिवशी अलीनं पुन्हा फलंदाजी केली नाही. ईशनं पुढचा अर्धा तास सोपा सराव घेतला. त्यानं न ओरडण्याचा प्रयत्न केला, पण ते त्याला बरंच जड जात होतं, कारण क्रिकेट म्हटलं की तो पशुतुल्य असायचा.

"वरच्या मजल्यावरून पुस्तकं घेऊन ये. आपण मागच्या अंगणात अभ्यास करू या." मी घामानं निथळणाऱ्या अलीला सांगितलं.

त्याप्रमाणे तो पुस्तकं घेऊन आला. त्यानं गणिताचा पहिला धडा उघडला - तो अपूर्णांक व दशांश यावर आधारित होता.

ओमीनं दुधाच्या दोन पिशव्या आणल्या होत्या.

"हे घे." त्यातली एक पिशवी त्यानं ईशला दिली.

"थँक्स," असं म्हणून त्यानं तोंडानंच पिशवी उघडली.

"आणि ही घे, अजून एक," ओमी म्हणाला.

"ही कशाला?" दुधाचा मोठा घोट घेत ईशनं विचारलं.

"ही तुझ्या त्या काटकी किड्याला दे." ओमी म्हणाला, "त्याचे हात पाहिलेस? ते विकेटपेक्षाही बारके आहेत. तुला त्याला खेळाडू बनवायचं आहे की नाही?"

"तूच दे की." ईश हसला.

ओमीनं अलीजवळ पिशवी आदळली आणि तो तिथून निघून गेला.

"तू याआधी कधी अपूर्णांकांची गणितं सोडवली आहेस?"

त्यानं मान डोलवली.

मग मी त्याला २४/६४ चं संक्षिप्त रूप करायला सांगितलं. त्यानं दोन्ही संख्यांना दोननं भागायला सुरुवात केली... पुन:पुन्हा. अर्थातच त्याच्यात गणितात षट्कार ठोकण्याचं अंगभूत कौशल्य नव्हतं. तरीसुद्धा, त्याच्या वडिलांनी शक्य तितके सर्व प्रयत्न केले होते.

"चल, दुकानात भेटू," ईश मला म्हणाला.

"चॅम्प, क्रिकेटबद्दल काही प्रश्न विचारायचेत?" नंतर त्यानं अलीकडं वळत विचारलं.

"लोक धावा काढण्यासाठी विकेट्सच्या दरम्यान का पळतात?" अलीनं पेनाचं टोक कुरतडत विचारलं.

"धावा अशाच काढल्या जातात. हा नियम आहे." ईश म्हणाला.

"नाही, तसं नाही. मला असं म्हणायचंय की, आपण एकाच शॉटमध्ये सिक्स मारू शकत असताना, पळून एखाददुसरी धाव काढण्याचा धोका कशाला पत्करायचा?"

ईशनं डोकं खाजवलं.

"तुझे प्रश्न गणितासाठी ठेव." असं म्हणून तो तिथून बाहेर पडला.

✦

"मी हिशेब काढलाय. साठ ते ऐंशीच्या दशकातील तरुण पिढी भारतात आजवर सर्वांत वाईट ठरली आहे. ही तीस वर्षं भारताला अतिशय अडचणीची ठरली आहेत." दुकानात पडल्यापडल्या ईश म्हणाला.

आम्ही दुकानात जमिनीवर चटई अंथरली होती. सुस्त दुपारी वेळ घालवण्यासाठी डुलकी हा छान मार्ग होता. आत्ता परीक्षेचे दिवस असल्यामुळे धंदा जरा मंदच होता. ओमीचा डोळा लागला होता. ईशची व माझी नेहमीसारखीच तत्त्वज्ञानपर चर्चा सुरू होती.

"इतकी काही वाईट नाहीत." मी म्हणालो. "आपण १९८३ मध्ये विश्वचषक जिंकला होता."

"हो, आपण क्रिकेट चांगलं खेळतो, पण तेवढंच. बाकी आपण गरीबच राहिलो, युद्धं लढत राहिलो. ज्या लोकांनी देशासाठी काहीही केलं नाही, त्यांनाच निवडून देऊन त्यांच्या हाती सत्ता देत राहिलो. सरकारी नोकरी मिळवणं हे लोकांचं स्वप्न होतं. कुणीही धोके पत्करले नाहीत वा कुणीही बाहेर नजर टाकली नाही. नेत्यांनी नवा समाजवादी, बुद्धिवंतांचा देश म्हणून मार्केटिंग केलेलं भ्रष्टाचारी बनाना रिपब्लिक बनून राहिलो. टॅक्स आणि थिंकटॅक्स, बाकी काहीही नाही." ईश म्हणाला.

"आणि सर्वोच्च स्थानी कोण असेल? कोणता पक्ष? तेच धर्मनिरपेक्ष." ओमी एक डोळा उघडून आमच्या चर्चेत सामील झाला.

"पण तुमचे राईटविंगवालेसुद्धा नीट संघटितरीत्या कृती करत नाहीत," ईश म्हणाला.

"आम्ही करू रे, आम्ही तर तयारच आहोत. तू बघच. पुढच्या वर्षी निवडणुका आहेत आणि गुजरात आपलाच आहे." ओमी म्हणाला.

"जाऊ दे राजकारणाचं जाऊ दे. मला असं म्हणायचं आहे, की साठ ते ऐंशीच्या दशकातील अकार्यक्षम पिढी आता म्हातारी झालीये आणि तीच देश चालवतेय, पण नव्वदच्या दशकातले आणि ते... काय म्हणतात त्याला..."

"झीरोज."

"हं, तेच ते झीरोज निराळ्या पद्धतीनं विचार करतात, पण आपला कारभार जुन्यापुराण्या मतांना चिकटून असलेली म्हातारी माणसं चालवतात. ज्यांनी त्यांच्या उमेदीच्या काळात महत्त्वाचं असं कधीच काही केलं नाही. दूरदर्शनची पिढी स्टार टी.व्ही.ची पिढी चालवतेय." ईश म्हणाला.

मी टाळ्या वाजवल्या. "वॉव, 'टीम इंडिया क्रिकेट शॉप'मध्ये शहाणपणाचे बोल फुकट मिळतात."

"चल! इथं चर्चा करणंच अशक्य आहे. तुला काय वाटतं, फक्त तुलाच डोकं आहे... तू बुद्धिवंतांच्या पंक्तीत मोडणारा आणि मी फक्त क्रिकेट कोच...." ईशचा सूर तक्रारीचा होता.

"नाही बाबा, तू बुद्धिवंत आहेस, मी झोपाळूंच्या पंक्तीत मोडणारा आहे. आता पुढची पीडकरी पोरं येईपर्यंत आपण जरा झोपू या का?" मी डोळे मिटत म्हणालो.

पण आमच्या वामकुक्षीत लवकरच व्यत्यय आला.

"ताणून दिलंयत! छान! दुकान स्वस्तात भाड्यानं मिळालंय म्हटल्यावर दुकानदार झोपायचेच," बिट्टूमामाचा आवाज ऐकून आम्ही तिघंही उठून बसलो. आता ही पीडा इथं कशाला आली होती कोण जाणे!

"मामा, दिवसभरात या वेळेला जरा निवांत असतं... कुणी खरेदीला येत नाही." ओमी मामाला बसण्यासाठी स्टूल पुढं ओढत म्हणाला. त्यानं मला चहा सांगण्याची खूण केली. मी गल्लापेटी उघडून चार नाणी घेतली.

"काहीतरी खायलाही सांग." मामा म्हणाला.

मी मान डोलवली. आता या मामाच्या खादाडीचे पैसे कोण साला भरणार होता? दुकानाचं भाडंही काही इतकं कमी नव्हतं... माझ्या मनात विचार तरळत होते. मी खोटंखोटं हसत दुकानातून बाहेर पडलो.

मी सर्वांसाठी चहा घेऊन दुकानात परत आलो.

मामा ओमीला सांगत होता, "दुपारी काम नसेल तर तू माझ्या मदतीला येत जा. तुझे मित्रसुद्धा येऊ शकतात. निवडणुकीत जागा जिंकणं तितकं सोपं नाही. ही

धर्मनिरपेक्ष माणसं चांगली आहेत."

"मामा, मी काय काम करावं असं तुला वाटतं?" ओमी म्हणाला. त्यानं चहाचे पेले क्रेटमधून काढून सर्वांना चहा दिला.

"आपल्याला तरुणाईला एकत्र जमवायचं आहे. त्यांना आपलं तत्त्वज्ञान सांग, त्यांना दांभिक माणसांपासून सावध कर. निवडणूक प्रचारमोहिमेच्या काळात आपल्याला प्रसिद्धी, मेळावे घेणं या कामात साहाय्य करण्यासाठी लोक हवे आहेत. अजून बरंच काम व्हायचं आहे."

"मी पुढच्या वेळेला येईन, मामा." ओमी म्हणाला.

"इतरांनाही सांग. तुला देवळात कुणी तरुण लोक दिसले तर त्यांना आपल्या पक्षाबद्दल सांग. माझ्याबद्दल सांग."

मी तिटकाऱ्यानं उठलो. पक्षाच्या तत्त्वज्ञानानुसार मंदिरात येणाऱ्या लोकांना लक्ष्य करणं ठीक होतं. पण मंदिरात देवाला हात जोडण्यासाठी भक्तिभावानं येणाऱ्या माणसाला राजकारणात उतरण्यासाठी गाठायचं? मी मन दुसरीकडं वळवण्यासाठी हिशेबवही उघडली.

"तू येशील?" मामा ईशला विचारत होता.

"दुकानात कुणीतरी थांबायला पाहिजे ना. या दरम्यान फारसं कुणी येत नसलं तरी निदान एकजण तरी इथं पाहिजे." ईश म्हणाला. चलाख प्राणी! ही सबब खरं तर मी पुढं करणार होतो.

"आणि गोविंद, तू?" मामा म्हणाला.

"मी असल्यात नसतो. मी अज्ञेयवादी आहे, आठवतंय?" मी हिशेबवहीतून डोकं वर न काढता म्हणालो.

"पण हे धर्माशी संबंधित नाहीये. हे आहे न्यायाशी संबंधित आणि आम्ही तुम्हाला इतक्या कमी भाड्यात हे दुकान दिलंय हे लक्षात घेता तुम्ही आमचं काहीतरी देणं लागता."

"हे दुकान तुमचं नाही. ओमीच्या आईनं ते आम्हाला दिलंय आणि या जागेचा विचार करता, आम्ही जे भाडं देतोय ते अगदी योग्य आहे." मी म्हणालो.

"मी एकटा पुरे आहे, मामा. माझ्याबरोबर धीरजही येईल ना?" मामा व माझ्यात तीव्र होत चाललेली ताणाताणी थांबवण्यासाठी ओमी म्हणाला. धीरज म्हणजे ओमीचा मामेभाऊ. मामाचा चौदावर्षीय सुपुत्र.

"याचा ताठपणा बघा! एवढंसं दोन खणी दुकान आणि अहंकार बघा केवढा आहे तो." मामा म्हणाला. "ओमी नसता ना, तर मी तुला इथून हाकलून दिलं असतं."

"त्याची काही गरज पडणार नाही. नाहीतरी लवकरच आम्ही ही जागा सोडणार आहोत." मी विचार न करताच बोललो. मला राहवलं नाही. आम्ही

नवरंगपुरा मॉलमध्ये दुकान हलवणार होतो त्या वेळी... अगदी शेवटच्या क्षणी मी हे त्याला सांगायचं ठरवलं होतं, पण त्याचा उपकार करत असल्याचा स्वर ऐकून मला तिडीक आली आणि माझ्या तोंडून निघून गेलं.

"अरे वा, खरंच की काय? कुठं जाणार...? हे बॅट-बॉल हातगाडीवर टाकून ढकलत फिरणार?"

"आम्ही नवरंगपुरा मॉलमध्ये जाणार आहोत. मग तुम्ही तुमची जागा परत घेऊ शकता."

"काय?" मामा चीत्कारला.

"आम्ही पुढच्या महिन्यात डिपॉझिट भरणार आहोत. तीन महिन्यांत ते उघडेल, त्यावेळी ताबा मिळेल. हे दोन खणी दुकान आता मोक्याच्या जागी जाणार आहे." मी म्हणालो.

मामाचा वासलेला आ तसाच होता. त्याच्या चेहऱ्यावरचे हेच भाव पाहण्याचं स्वप्न मी कित्येक महिने उराशी जपलं होतं.

"खरंच?" मामानं ओमीला विचारलं.

ओमीनं मान डोलवली.

"डिपॉझिट किती?" मामानं विचारलं.

"चाळीस हजार. आम्ही तेवढे पैसे साठवले आहेत." मी म्हणालो.

"तुम्ही या दुकानाचं महिना हजार रुपये भाडं देता. तुम्ही बाजारभावाप्रमाणं दोन हजार रुपये भाडं देत असता तर तुम्हाला इतके पैसे साठवणं शक्य झालं नसतं." मामा म्हणाला.

मी गप्प बसलो.

"काय? आता का गप्प बसलास?" मामा उठून उभा राहिला.

मग मी काय करायला हवं होतं? त्याच्या पायावर लोळण घ्यायला हवी होती? मी त्याच्या भाच्याला रोजगार आणि माझ्या बिझनेसमध्ये समान वाटा देत होतो. ओमी माझा मित्र होता, ही गोष्ट खरी असली तरी त्याची पात्रता पाहता भाडं कमी करणं एवढंच काय ते तो करू शकत होता.

"मामा, केव्हा यायचं ते कळव." ओमी म्हणाला.

"छान, मी भेटेन तुला." तो म्हणाला, "आराम कर आता."

मामा गेल्यावर ईशनं त्याचं मधलं बोट उंचावलं. मग आम्ही पुन्हा आडवे झालो आणि झोपी गेलो.

सात

"मी तुला दिलेली गणितं केलीस?"

विद्यानं मानेनंच होय म्हणून सांगितलं. आम्ही दोघं शेजारी-शेजारी बसल्यामुळं मला तिचा चेहरा दिसत नव्हता. पण तिनं डोळे पुसायला हात वर केला, तेव्हा ती रडत होती हे मी ओळखलं होतं.

मी तिची शिकवणीची वही उघडली. मी तिचा शिकवणी शिक्षक होतो, सांत्वनकर्ता नाही.

"सगळी केलीस?"

तिनं मान हलवली.

"किती केलीस?"

तिनं मला सात बोटं दाखवली. ठीक आहे, दहापैकी सात म्हणजे वाईट नाही. पण ती काहीच बोलत का नव्हती कोण जाणे!

"काय झालं?" तिचे काळपट, रडके डोळे बघण्यापेक्षा मला संवाद वाढवणं बरं वाटलं.

"काही नाही," ती रडक्या आवाजात उत्तरली.

मुलींच्या 'काही नाही'चा अर्थ नेहमी 'बरंच काही' असा असतो. खरंतर त्याचा अर्थ 'बरंच काही' असा आणि 'मला पुन्हा रडवू नको' असा असतो. मी या खोट्या खोट्या 'काही नाही'ला सुयोग्य प्रतिसाद काय द्यावा याचा विचार करत होतो.

"तुला तोंड धुऊन यायचंय?" मी विचारलं.

"मी ठीक आहे. आपण सुरुवात करू या."

मी तिच्या डोळ्यांकडं पाहिलं. तिच्या पापण्या भिजल्या होत्या. तिचे डोळे

अगदी तिच्या भावासारखेच होते. फक्त तिच्या गोऱ्यापान चेहऱ्यावर डोळ्यांचा तपकिरी रंग अधिकच खुलत होता.

"तुझं दुसरं गणितही बरोबर आहे." मी तिच्या वहीत टिक करत म्हणालो.

मी सवयीनं गुड असा शेरा मारण्याच्या बेतात होतो. मी नेहमी लहान मुलांना शिकवतो ना आणि मी गुड, वेल डन असे शेरे दिले किंवा त्यांच्या एखाद्या उत्तराला स्टार दिला, की ती अगदी खूश होत असत. पण विद्या लहान नव्हती.

"तू छान सोडवली आहेस." मी तिची वही तपासून झाल्यावर म्हणालो.

तितक्यात ती एक्स्क्यूज मी असं म्हणून बाथरूममध्ये धावली. तिला बहुधा अश्रू अनावर झाले असावेत. ती परत आली. या खेपेला तिचा आयलायनर पूर्णपणे पुसून गेला होता. तिचा संपूर्ण चेहरा भिजला होता.

"हे बघ, तुझं जर असं बिनसलेलं असेल तर तुला नीट शिकणं शक्य होणार नाही. आज आपल्याला आणखी गुंतागुंतीची गणितं सोडवायची आहेत आणि..."

"पण, माझं काहीही बिनसलेलं नाहीये. ती गरिमा आणि तिचा... चल, जाऊ दे."

"गरिमा?"

"हो, माझी मावसबहीण आणि बेस्ट फ्रेंड. मुंबईत असते. मी मागच्या खेपेला तुला बोलले होते."

"मला आठवत नाही." मी म्हणालो.

"काल रात्री तिनं मला सांगितलं, की मी तुला सकाळी एसेमेस करीन. आता दुपार टळून चाललीय तरी अजून तिचा एसेमेस आलेला नाही. तिचं हे नेहमीचंच आहे."

"मग तू तिला का एसेमेस करत नाहीस?"

"मी नाही करणार. तिनं मी करीन म्हणून सांगितलंय, त्यामुळं तिनं केला पाहिजे, होय ना?"

मी काय उत्तर देणार? मी शून्य चेहऱ्यानं तिच्याकडं पाहिलं.

"ती हाय-फाय पीआर जॉब करते, म्हणून काय तिला एक ओळ टाईप करायला वेळ नसावा?"

त्या बाईनं हिला एसेमेस करावा असं मला वाटलं, म्हणजे निदान आम्ही शिकवणी तरी सुरू करू शकलो असतो.

"पुढच्या खेपेला मी तिला सांगणार आहे, की मला तुझ्याशी खरोखर महत्त्वाचं काहीतरी बोलायचं आहे आणि मग दोन दिवस तिला फोनच करणार नाही." ती म्हणाली.

काही मुली, मी पुन्हा सांगतो, फक्त काही मुली एकमेकींशी खेळता येण्याजोग्या

भावनिकदृष्ट्या कौशल्यपूर्ण खेळांच्या ताकदीच्या साहाय्यानं त्यांच्या मैत्रीची मजबुती मोजतात.

"आपण सुरुवात करू या का?"

"हो, आता मला खूप बरं वाटतंय. माझं ऐकून घेतलंस त्याबद्दल थँक्स!"

"नो प्रॉब्लेम. हं... तर आठव्या गणिताचं काय झालं?" मी विचारलं.

त्यानंतर अर्धा तास आम्ही प्रॉबबिलिटीमध्ये बुडालो होतो. तिनं गणितात डोकं घातलं, तेव्हा माझ्या लक्षात आलं, की ती पहिल्या भेटीत वाटली होती तशी गणितात मठ्ठ नाहीये. फक्त ती पाच मिनिटांपेक्षा जास्त वेळ क्वचितच एकाग्र होत होती.

एकदा तिनं पेन बदललं. मग केसांची पिन काढून ती पुन्हा घट्ट बसवली. पंधरा मिनिटांतच तिला पाठीला आधार देण्यासाठी उशी घ्यावी लागली. त्यानंतर तिच्या आईनं चहा-बिस्किटं पाठवली... त्याचा दर तीस सेकंदांनी आस्वाद घेणं सुरू होतं. तशातच आम्ही गणिताच्या प्रदेशातून वाटचाल करत होतो. चाळीस मिनिटांनी तिनं खुर्ची मागं ओढली.

"माझं डोकं आता ठणकायला लागलंय. मी आयुष्यात कधी सलग इतका वेळ गणिताचा अभ्यास केलेला नाहीये. आपण जरासा ब्रेक घ्यायचा का?"

"विद्या, अजून फक्त वीस मिनिटं बाकी आहेत." मी म्हणालो.

ती उठून उभी राहिली आणि डोळे मिचकावत म्हणाली, "आपण क्लासमध्ये पाच मिनिटांचा ब्रेक घ्यायचा असं ठरवू या? गणिताचा अभ्यास इतका वेळ करू नये. ते प्रकृतीला वाईट असतं."

तिनं पेन बाजूला ठेवून केस बंधनातून मुक्त केले. तिच्या केसांची एक बट लहरत माझ्या हातावर पडली. मी हात बाजूला घेतला.

"तुझी इतर विषयांची तयारी कशी चाललीये? तुला सायन्सचा तिटकारा नाही ना?" मी विचारलं. मला ब्रेक विधायक बनवायचा होता.

"मला सायन्स आवडतं, पण ते हा विषय ज्या पद्धतीनं शिकवतात ना, त्याचा वैताग येतो." विद्या म्हणाली.

"म्हणजे?"

"म्हणजे मेडिकल एन्ट्रन्सची गाईड्स बघ. त्यात हजारो बहुपर्यायी प्रश्न असतात. आधी ते सोडवायचे, मग तुम्ही डॉक्टर बनण्यास योग्य ठरणार. मी सायन्सकडे अशा नजरेतून पाहत नाही."

"पण, आपल्यापुढे दुसरा पर्यायच नाहीये. चांगली कॉलेजेस अगदी मोजकी आहेत आणि स्पर्धा तर जीवघेणी आहे."

"मला माहीत आहे. पण जे लोक या परीक्षेचे पेपर्स काढतात, त्यांना तरी

रसायनशास्त्राबद्दल काही औत्सुक्य उरलंय की नाही, असा मला प्रश्न पडतो. ते अभिक्रियांची नुसती घोकंपट्टी करतात का त्यांना कधी याबद्दल जाणून घेण्याचं आकर्षण असतं? एखादा संगमरवरी पुतळा पाहून यांच्या मनात असा विचार कधी येत असेल का... की हा पुतळा दिसतोय तर अचल, पण त्याच्या आतमध्ये प्रोटॉन्स घोंघावत आहेत, इलेक्ट्रॉन्स वेड्यासारखे गरागर फिरत आहेत?''

मी तिच्या चमकदार डोळ्यांत पाहिलं. माझ्या मनात आलं, प्रॉबबिलिटी शिकवतो तेव्हाही तिचे डोळे असेच चमकून उठावेत.

''आश्चर्य आहे, नाही का?'' मी म्हणालो.

''किंवा जीवशास्त्राचंच बघ. याचा विचार करून बघ.'' असं म्हणून तिनं माझ्या हाताला स्पर्श केला.

''हे काय आहे?''

''काय?'' मी तिच्या स्पर्शानं बिचकलो होतो.

''ही तुझी त्वचा आहे. इथं जीवाणूंच्या वसाहती असतात. तुला माहीत आहे? आपल्यावर लक्षावधी स्वतंत्र जीवप्रकार पोट भरत असतात, पुनरुत्पादन करत असतात, मरत असतात. तरीही आपल्याला त्याचं काहीही आश्चर्य वाटत नाही. का? आपला फक्त बाह्यत्वचेच्या एका स्तराची आकृती डोक्यात कोंबण्याशी मतलब असतो, कारण दरवर्षी ही आकृती परीक्षेत हटकून विचारली जाते.''

या मुलीला काय सांगावं हेच मला समजत नव्हतं. आपण आपलं सात वर्षांच्या पोरांना शिकवत राहावं हे बरं, असं मला झालं होतं.

''सायन्ससाठी पाठ्यपुस्तकांव्यतिरिक्त काही चांगले संदर्भग्रंथ आहेत,'' मी म्हणालो.

''हो का?''

''हो, लॉ गार्डनमधल्या दुकानात मिळतात. त्या पुस्तकांत मूलभूत संकल्पना समजतात. तुला पाहिजे असतील तर मी आणून देऊ शकतो. तुझे आईवडील त्यासाठी पैसे खर्च करायला तयार आहेत का विचार.''

''नक्कीच, ते तयार होतील. प्रश्न अभ्यासाचा असतो तेव्हा ते वेड्यासारखे पैसे खर्च करतात... पण मी तुझ्याबरोबर येऊ का?''

''नको, तू यायची आवश्यकता नाही. मी बिल आणीन.''

''काय?''

''म्हणजे तुला मी किती पैसे मोजलेत कुणास ठाऊक, असं वाटत असेल तर.''

''तू वेडा आहेस का? तेवढाच छान ब्रेक मिळेल. आपण सोबतच जाऊ.''

''ठीक आहे. आपण राहिलेली गणितं करू या. आपण पंधरा मिनिटांचा

ब्रेक घेतलाय.''

मी प्रश्नसंच संपवला आणि तिला गृहपाठासाठी दहा गणितं दिली.

मी तिथून निघणार इतक्यात तिचा फोन वाजला. ती फोनवर झडप घालायला धावली.

''गरिमा,'' ती म्हणाली. मी दार लावून घेतलं आणि बाहेर पडलो. मी त्यांच्या घरातून बाहेर पडताना ईश आला.

''ए, क्लास छान झाला ना? ती वेडपट आहे, तिला शिकवणं तुझ्यासाठी डोकेदुखी असणार.'' ईश म्हणाला. तो सराव करून आला होता, त्यामुळं त्याचं सर्वांग घामानं निथळत होतं.

''नाही, तशी बरी आहे. पटकन शिकते.'' मी म्हणालो.

का कोण जाणे, पण ईशच्या नजरेला नजर देताना माझ्या काळजाची धडधड वाढली होती. मी विद्यासोबत पुस्तकखरेदीसाठी लॉ गार्डनला जाणार असल्याचं त्याला सांगावं का... मी विचारात पडलो होतो. पण तो मूर्खपणाच होईल... मग मी ठरवलं, त्याला प्रत्येक गोष्टीचं स्पष्टीकरण द्यायचं काही कारण नाही.

''मी अलीच्या बाबतीत एक मार्ग शोधलाय.'' ईश म्हणाला.

''कोणता?''

''मी आधी त्याला चार सिक्स ठोकू देतो. मग तो आपल्यापैकी कुणाही सारखाच...''

मी मान डोलवली.

''बाकीची पोरं चिडतात. त्यांना वाटतं या विद्यार्थ्याचं माझ्या मनात खास स्थान आहे,'' ईश सांगत होता.

''पोरंच रे ती, काळजी करू नकोस.'' मी म्हणालो. ईश असा अजून किती वेळ घेणार होता कोण जाणे! आणि मला सालं इतकं अपराधी का वाटतंय?

''तेही आहेच. काही विद्यार्थी खास असतात ना?'' ईश मंद स्मित करत म्हणाला. तो मला टोमणा तर मारत नाही ना, असा विचार क्षणभर माझ्या मनात तरळून गेला. पण नाही, तो अलीबद्दल बोलत होता. माझा कुणी 'खास' विद्यार्थी नव्हताच.

''नक्कीच... चल, आता मला गेलं पाहिजे. मोठ्या लग्नसमारंभाची ऑर्डर आहे, आईला मदत करायची आहे.''

असं म्हणून मी पटपट पावलं उचलली आणि त्याच्या नजरेच्या टप्प्यातून बाहेर पडलो. माझ्या डोक्यात ओमीच्या मंदिरातल्या संगमरवरी पुतळ्यातल्या इलेक्ट्रॉन्सच्या घोंघावण्यासारखं काहीतरी घोंघावत होतं.

✦

आम्ही लॉ गार्डनमध्ये जाणार होतो त्या दिवशी तिनं चिकनचा शुभ्र सलवार-कमीज परिधान केला होता. त्यावर लाल-केशरी बांधणीची ओढणी घेतली होती. ओढणीच्या टोकाला इवल्या इवल्या पितळी घंटा लावलेल्या होत्या. तिचा हात हलला की त्या घंटा किणकिणत होत्या. तिनं मेकअपही जरा जास्तच केला होता. तिचे ओठ चमकत होते... आणि माझी नजर त्यावरून हटत नव्हती.

"लिप ग्लॉस लावलीय. जास्त झालीय?" ती ओठांवरून हात फिरवत म्हणाली. तिच्या वरच्या ओठावर उजव्या बाजूला अगदी अस्पष्ट तीळ होता. मी नजर प्रयत्नपूर्वक बाजूला हटवून रिक्षा पाहू लागलो. *तिच्या चेहऱ्याकडं कधी बघूसुद्धा नकोस...* मी स्वत:लाच झापलं.

"हे पुस्तकांचं दुकान." आम्ही दुकानाशी पोहोचताच मी म्हणालो.

नवरंगपुरामधलं युनिव्हर्सिटी बुकस्टोअर म्हणजे शहरातल्या सगळ्या घासू मंडळींची पंढरी होती. तिथले जवळपास सगळे ग्राहक झोप न मिळाल्यासारखे दिसत होते. अत्यंत तळमळीचे विद्यार्थी, त्यांचं क्वान्टम फिजिक्स किंवा कॅल्क्युलसनं कधीच पुरतं पोट भरलं नव्हतं. तशी आकडेवारी उपलब्ध करून देत नाहीत; पण शहरातले जे कुणी इंजिनिअरिंग व मेडिकल एन्ट्रन्स एक्झॅम पास झाले असतील त्यांनी या बुकस्टोअरमध्ये पायधूळ झाडली असणारच याची मला खात्री आहे.

मध्यमवयीन दुकानदारानं चष्म्यातून विद्याकडं पाहिलं. बहुधा विद्या त्या महिन्यात त्याच्या दुकानात आलेलं सर्वांत देखणं गिऱ्हाईक असावं. मेडिकल एन्ट्रन्सची तयारी करणारे विद्यार्थी अशी रंगीत लिप ग्लॉस लावत नाहीत.

"अं... एक्स्क्यूज मी," मी विद्याला नखशिखान्त न्याहाळणाऱ्या दुकानदाराचं लक्ष वेधून घ्यायचा प्रयत्न केला.

"गोविंद बेटा, बरं झालं तू आलास." तो म्हणाला.

लाळटपकू म्हातारे काहीच न झाल्याचा बहाणा करण्यासाठी छान मार्ग वापरतात, ते तुम्हाला मुलगा किंवा मुलगी मानून रिकामे होतात. बोर्डाच्या परीक्षेत मी शंभरपैकी शंभर मार्क मिळवल्यापासून त्याला माझं नाव ठाऊक होतं. एका वृत्तपत्राला दिलेल्या मुलाखतीतही मी त्याच्या दुकानाची शिफारस केली होती. पुढं दोन वर्षं त्यानं त्या मुलाखतीचं कात्रण दर्शनी लावून ठेवलं होतं. अजूनही मला त्याच्या दुकानात कुठल्याही खरेदीवर पंचवीस टक्के सूट मिळते.

"एल.जी. वाडेचं ऑरगॅनिक केमिस्ट्री आहे?" मी विचारलं.

मी यापेक्षाही संक्षिप्त रूपात हा प्रश्न विचारू शकलो असतो, पण मला विद्याबद्दल बोलणं टाळायचं होतं. खरंतर, मला त्यानं विद्याकडं पाहायलाही

नको होतं.

"हो, हो आहे ना." दुकानदाराला माझ्या अनपेक्षित तुटकपणाचा धक्का बसला होता.

"केमिस्ट्रीचं पुस्तक, कव्हरवर लाल-पांढरे गोळे असलेलं," त्यानं दुकानातल्या पाच कामगारांपैकी एकाला ओरडून सांगितलं.

"हे पुस्तक चांगलं आहे." मी पुस्तकाच्या मुखपृष्ठावर टिचकी मारून ते विद्याकडं दिलं. "ऑरगॅनिक केमिस्ट्रीच्या बाकीच्या पुस्तकांत पाठांतर फारच असतं. या पुस्तकात तत्त्वं समजावून दिली आहेत."

विद्यानं पुस्तक हातात घेतलं. पुस्तकाच्या मुखपृष्ठावरचे अणू तिच्या लाल-चुटूक नेलपॉलिशशी रंगसंगती साधत होते.

"चाळून बघ. बघ, तुला आवडतंय का?" मी म्हणालो.

तिनं काही पानं उलटली. दुकानदाराच्या भुवया उंचावल्या होत्या. तो मला खुणेनंच तिच्याबद्दल विचारत होता. हे बघा, यामुळेच मल्टीप्लेक्सेस असूनही अहमदाबादला लोक लहान गाव मानतात. ही लोकांची मनोवृत्तीच आहे.

"विद्यार्थिनी आहे, मी शिकवण्या घेतो." मी त्याचं औत्सुक्य शमवण्यासाठी त्याला कुजबुजत्या स्वरात सांगितलं. औत्सुक्य शमलं नसतं तर उर्वरित आयुष्यात त्याचा डोळ्याला डोळा लागला नसता. त्याला कारण पटलं असावं. त्यानं मान डोलवली. ही म्हातारडी आमच्या प्रश्नात इतकं नाक का खुपसतात? जसं काय, ते तीन-तीन आज्यांना घेऊन फिरले तर आम्ही डोळे फाडून बघणार आहोत?

"तुला चांगलं वाटत असेल तर घ्यायला माझी काही हरकत नाही." विद्या पुस्तक चाळून झाल्यावर म्हणाली.

"बरं! तू फिजिक्सचं रेस्निक अ‍ॅन्ड हॅलिडे वाचलं आहेस?"

"ओह्, एकदा मी ते पुस्तक माझ्या मैत्रिणीकडं पाहिलंय. मी अनुक्रमणिका वाचूनच गार झाले. माझ्या दृष्टीनं ते फारच हाय-फाय आहे."

"हे हाय-फाय काय असतं? हे तुझ्या अभ्यासात आहे. तू त्याचा अभ्यास केला पाहिजेस," मी करारी स्वरात बजावलं.

"त्यांच्याकडे गाईड किंवा तत्सम काही नसतं का?" तिनं माझ्या सांगण्याकडं पूर्ण दुर्लक्ष करत विचारलं.

"गाईड्स हा शॉर्ट-कट असतो. त्यात ठरावीक संख्येतच प्रश्न सोडवून दिलेले असतात. तू मूलभूत संकल्पना समजून घेतल्या पाहिजेस."

तितक्यात दुकानदारानं केशरी, काळ्या मुखपृष्ठाचं रेस्निक अ‍ॅन्ड हॅलिडे आणलं. ते मुखपृष्ठ भयावह आणि कंटाळवाणंही होतं. अशी युती फक्त फिजिक्सच्या पुस्तकाच्या बाबतीतच शक्य असते.

"मला हे समजणार नाही, पण तू म्हणत असशील तर आपण हे घेऊया." विद्या म्हणाली.

"तुला नक्कीच समजेल, काका, मॅथ्सचं एम.एल. खन्ना आहे?"

माझ्या काका या संबोधनाचं दुःख मला त्याच्या चेहऱ्यावर दिसत होतं, पण कुणीतरी त्याला या गोष्टीचं स्मरण करून देण्याची गरज होती.

"मॅथ्स खन्ना!" दुकानदार ओरडला. त्याच्याकडच्या कामगारांनी काळा-पिवळा ठोकळा उपसून काढून दिला. रेस्निक ॲन्ड हॅलिडे भयावह असेल तर एम.एल. खन्ना म्हणजे 'एक्झॉर्सिस्ट'च! या पुस्तकाइतकं जाडजूड आणि प्रत्येक पानावर जगातली सर्वांत कठीण गणितं असणारं दुसरं पुस्तक माझ्या पाहण्यात नाही. एम.एल. खन्ना अशा स्नेहपूर्ण नावाचा माणूस आपल्या देशातील विद्यार्थ्यांची अशी अवस्था करू शकतो याचं हसू आलं.

"हे काय आहे?" विद्यानं विचारलं. तिनं डाव्या हातानं ते पुस्तक उचलण्याचा प्रयत्न केला, पण तिला जमलं नाही. शेवटी तिनं दोन्ही हात लावले, तेव्हा तिला ते पृष्ठभागापासून सहा इंच वर उचलता आलं.

"नाही, गांभीर्यानं विचारतेय, काय आहे हे? प्राणघातक शस्त्र?"

"यात सगळे धडे आहेत." मी म्हणालो.

मी उजव्या हाताच्या बोटांनी पुस्तकाची जाडी मोजली, पण माझी चार बोटं कमीच पडली.

मग तिनं माझ्या हातावर स्वतःचा हात धरला.

"सहा, सहा बोटं रुंद आहे." ती मृदूपणे म्हणाली.

मी माझा हात बाजूला घेतला, नाहीतर दुकानदार काकांच्या भुवया पुन्हा उंचावायच्या किंवा सगळ्यात वाईट म्हणजे, पुस्तकाची जाडी मोजायला तेही आमच्या हातात हात मिळवायचे!

"डोन्ट वरी, मेडिकल एन्ट्रन्ससाठी तुला यातले फक्त काही धडे करायचे आहेत." मी तिला धीर देत म्हणालो.

आम्ही पुस्तकांचे पैसे चुकते करून दुकानाबाहेर पडलो.

आम्ही नवरंगपुराच्या मुख्य रस्त्यावरून निघालो होतो. माझं नवं दुकान तिथून दोनशे मीटरवर होतं. मला दुकान बघायला जावं असं फार वाटत होतं.

"आता काय?" तिनं विचारलं.

"काही नाही, आपण घरी जाऊ या." असं म्हणून मी रिक्षा पाहू लागलो.

"तू ना बिग बोअर आहेस, तुला नाही वाटत असं?" तिनं विचारलं.

"एक्स्क्यूज मी?" मी म्हणालो.

"'डेअरी डेन' इथं जवळच आहे. मला भूक लागली आहे.'' ती म्हणाली. "मला अतिशय कडकडून भूक लागलीये... खरंच... पोटात कावळे ओरडून ओरडून थकलेत.'' तिनं पोटावर हात ठेवला. तिच्या बोटात तीन अंगठ्या होत्या, तीनही निरनिराळ्या डिझाईन्सच्या; इवलेसे, विविधरंगी खडे जडवलेल्या.

'डेअरी डेन'मध्ये मी कुणाच्या नजरेला पडू नये अशी जागा निवडली. आमच्या अफवाप्रिय गल्लीतलं कुणीही या हिप टीन जॉईंटमध्ये आलेलं नव्हतं याची खात्री होती, पण आपण सदैव डोळ्यांत तेल घालून तर राहू शकत नाही. एखाद्या सप्लायरनं मला तिथं पाहिलं असतं तर माझी गणनाही अहमदाबादमधल्या कुणा फॅशनेबल तरुणाबरोबरच झाली असती. मग मला क्रिकेटचे चेंडू वाजवी दरात कधीच मिळाले नसते.

मलासुद्धा भूक लागली होती, पण मी या नाट्यसम्राज्ञीच्या तोला-मोलाचा नव्हतो. तिनं डेन्स स्पेशल पिझ्झा मागवला. 'डेअरी डेन'च्या भटारखान्यात उपलब्ध असणारी सर्व टॉपिंग त्या पिझ्झ्यावर सजलेली असतात. अम्बवाडवासीयांच्या पसंतीनुसार तिथले सगळे पदार्थ शाकाहारी होते.

"ही पुस्तकं बरीच पुढची दिसतायत.'' ती प्लॅस्टिकच्या पिशवीकडं निर्देश करत म्हणाली.

"ही एमएस्सीची पुस्तकं आहेत.'' मी म्हणालो.

तिनं भुवया उंचावल्या.

"या देशात सतरा वर्षांच्या मुलामुलींना एमएस्सीची पुस्तकं का वाचायला लावली जातात, हे कुणी मला समजावून सांगेल का?''

मी खांदे उडवले. आळशी विद्यार्थ्यांसाठी माझ्याकडं उत्तरं नसतात.

पिझ्झा आला. आम्ही मूकपणे पिझ्झा खाऊ लागलो. मी तिच्याकडं पाहिलं. तिनं केस बांधले होते, पिझ्झ्यात पडून चीजला लागू नयेत म्हणून. तिनं ओढणी बाजूला खुर्चीवर ठेवली होती. मुलींच्या बाबतीतली एक छान गोष्ट म्हणजे बोलताना मध्ये विश्रामादरम्यानही त्यांच्याकडं पाहता येतं आणि ते कंटाळवाणं होत नाही.

तिनं नजर बाजूला वळवली होती, कारण दूरवरच्या टेबलाशी बसलेल्या दोन मुलांच्या तिच्याकडं टक लावून पाहण्यामुळं ती कॉन्शस झाली होती. 'डेअरी डेन' मध्ये ती सर्वांत सुंदर मुलगी असल्यामुळं त्यात आश्चर्य नव्हतं. सुंदर मुली इतक्या कमी प्रमाणात का असतात? पुरुषांना सुंदर स्त्रिया आवडतात ही गोष्ट लक्षात घेऊन उत्क्रांतीत त्यानुसार बदल का घडला नाही?

तिनं तिच्या फोनवर नवे एसेमेस आले आहेत का ते पाहिलं. तिनं ते पाहण्याची गरज नव्हती, कारण दर खेपेला एसेमेस आला की तिच्या फोनवर आगीच्या धोक्याच्या इशाऱ्यापेक्षा जास्त मोठं बीप वाजत होतं. तिनं बाही मागं

सारून पिझ्झ्याचा तुकडा उचलला; बाजूला पडलेले चीजचे धागे बोटांनी उचलून पिझ्झ्याच्या तुकड्यावर ठेवले आणि एक घास खाल्ला.

"मग, काय चाललंय?" ती शांततेचा भंग करत म्हणाली, "आपल्याला सायन्स सोडून इतर कशाबद्दल बोलायची परवानगी आहे ना?"

"अर्थातच," मी म्हणालो. मी त्या टेबलावरच्या मुलांकडं संतापयुक्त कटाक्ष टाकला, पण मी त्यांच्या खिजगणतीतही नव्हतो.

"आपल्या वयात फार काही अंतर नाहीये, आपण मैत्री करू शकतो." ती म्हणाली.

"पण... " मी म्हणालो, "ते कठीण आहे, नाही का?"

"कठीण? का? मला एक कारण सांग."

"मी तुला चार कारणं सांगतो – १. मी तुझा शिक्षक आहे २. तू माझ्या बेस्ट फ्रेंडची बहीण आहेस ३. तू माझ्यापेक्षा लहान आहेस आणि ४. तू मुलगी आहेस."

मला अशाप्रकारे बुलेट पॉईंट्समध्ये कारणं देताना अगदी वेडपटासारखं वाटत होतं. घासू पोरं मुलींवर छाप पाडू शकत नाहीत त्यामागं कारण आहे. त्यांना कसं बोलायचं तेच कळत नाही.

ती माझ्यासोबत हसण्यापेक्षा मला हसली.

"अशी यादी सांगितल्याबद्दल सॉरी. पण माझ्या सिस्टिममधून मी आकडे घालवूच शकत नाही." मी म्हणालो.

त्यावर ती हसली.

"यावरून एक गोष्ट माझ्या लक्षात येतेय. तू याचा नीट विचार केला आहेस. याचाच अर्थ असा, की तू पोटेन्शिअल फ्रेंडशिपचा विचार केला आहेस."

मी गप्प राहिलो.

"मी गमतीनं म्हणाले रे," असं म्हणून तिनं माझ्या हातावर चापटी मारली.

तिला लोकांना दिलासा देण्यासाठी त्यांना असा स्पर्श करण्याची सवय होती. सर्वसामान्य लोकांच्या दृष्टीनं हे ठीक होतं, पण माझ्यासारख्या घाणेरड्या माणसांच्या बाबतीत, स्त्री-स्पर्शानं दिलासा लाभण्याऐवजी थरारच अधिक उठतो. मला तिच्या चेहऱ्याकडे पुन्हा पाहावं असं फार फार वाटत होतं, पण मी निग्रहानं नजर पिझ्झ्याकडं वळवली.

"पण गांभीर्यानं सांगते, तुला एखादा बॅकअप फ्रेंड असायला हवा." ती म्हणाली.

"बॅकअप म्हणजे?"

"तू, ईश आणि ओमी खरोखर जिवलग आहात. जणू तुम्ही शुक्राणू अवस्थेत असल्यापासून एकमेकांना ओळखताय."

तिचा हा शब्द ऐकून माझा आ वासला. विद्या म्हणजे बाहुल्यांशी खेळणारी

ईशची छोटी बहीण... असं अपेक्षित होतं. ती असलं बोलायला कुठं शिकली?

"सॉरी, मला म्हणायचं आहे, की ईश व ओमी तुझे बेस्ट फ्रेंड्स आहेत. पण समजा तुला त्यांच्याबद्दल ताडताड बोलायला सांगितलं, तर तू कुणाबद्दल बोलशील?"

"मला माझ्या मित्रांबद्दल असं बोलण्याची गरज लागत नाही." मी म्हणालो.

"कमॉन, ते अगदी परिपूर्ण आहेत असं म्हणायचंय का तुला?"

"परिपूर्ण कुणीच नसतं."

"उदाहरणार्थ, गरिमा आणि मी खरोखर खूप जिवलग मैत्रिणी आहोत. आम्ही दिवसभरात दोनदा एकमेकींशी बोलतो. पण कधीकधी ती माझ्याकडं दुर्लक्ष करते किंवा मी जणू छोट्या गावातली भाबडी मुलगी असल्यासारखं माझ्याशी बोलते. मला ते अजिबात आवडत नाही. तरीसुद्धा ती माझी बेस्ट फ्रेंड आहे."

"आणि?" मी म्हणालो. मुली असं गोलगोल बोलतात. बीजगणितातल्या गणितासारखं... मुद्यावर येतात ते पायरीपायरीनं.

"आणि... तुझ्याशी असं बोलून, मन मोकळं करून मला खूप छान वाटतंय. आता मी तिला माफ करू शकेन. म्हणजेच, ती माझी कितीही जवळची चांगली मैत्रीण असली तरी तू माझा बॅकअप फ्रेंड बनलास."

तिनं जर हेच डोकं गणितात वापरलं तर तिला शल्यविशारद होण्यापासून कुणीही रोखू शकणार नाही. पण नातेसंबंधांचं तासन्तास सूक्ष्म पृथक्करण करू शकणारी विद्या तिच्या जीवनरक्षणासाठी एम.एल. खन्ना काही उघडणार नाही.

"सो... कमॉन, तुझ्या बेस्ट फ्रेंडबद्दलची तुझी एखादी तक्रार सांग."

"माझे मित्र माझे बिझनेस भागीदारही आहेत, त्यामुळं हे गुंतागुंतीचं आहे." मी क्षणभर गप्प झालो. "कधीकधी मला वाटतं त्यांना बिझनेस कळतच नाही किंवा कदाचित त्यांना ते कळत असेलही, पण माझं त्याबद्दलचं झपाटलेपण त्यांना समजत नाही."

तिनं मान हलवली. मला ते फार आवडलं. मला ज्या गोष्टीबद्दल खूप काही वाटतं त्याबद्दल प्रथमच कुणीतरी सहमतीदर्शक मान हलवत होतं.

"म्हणजे?" ती मला पुढं सांगायला उद्युक्त करत होती.

मग पिझ्झा खाताखाता मी तिला सगळं काही सांगितलं. आमचं दुकान, मी सगळ्या गोष्टी कशा सांभाळतो, मी शिकवण्या व कोचिंगद्वारे आमच्या बिझनेसचा विस्तार कसा केलाय... सारं सारं सांगितलं. मी तिला ईशच्या मुलांना सवलत देण्याच्या तापदायक सवयीबद्दल सांगितलं. आकड्यांशी कुठं दुरान्वयानं संबंध आला तरी ओमीची कशी भंबेरी उडते त्याबद्दल सांगितलं आणि अखेर, मी तिला माझ्या स्वप्नाबद्दलही सांगितलं. ओल्ड सिटीतून बाहेर पडून वातानुकूलित मॉलमध्ये

नवं दुकान उघडण्याचं.

"नवरंगपुरात?" तिनं विचारलं, "म्हणजे इथंच?"

"होय," मी म्हणालो. माझी छाती चार इंचांनी फुगली होती.

तिनं माझ्या डोळ्यांत चमक पाहिली. मी तीच चमक तिच्या डोळ्यांत प्रतिबिंबित झालेली पाहत होतो.

"तू इंजिनिअरिंगला गेला नाहीस ते छान झालं. तुला प्रवेश नक्कीच मिळाला असता," ती म्हणाली.

"मी स्वत:ला एखाद्या ऑफिसमध्ये कल्पू शकत नाही आणि आईला तिच्या उद्योगासह इथं सोडून जाणं हा पर्याय नव्हताच."

मी आयुष्यात कधीही कुणाशी बोललो नसेन इतकं तिच्याशी बोललो. तिला आणखीही बरंच काही सांगितलं.

हे बरोबर नाही, मी स्वत:लाच टोकलं. मी मनातल्या मनात त्या चार कारणांची उजळणी करत पुस्तकांचा ढीग जरासा हलवला.

"तुला माझ्यापेक्षा या पुस्तकांच्या मैत्रीची जास्त गरज आहे." असं म्हणून तिनं बिल आणायला सांगितलं.

✦

"आले..." ईशनं आमच्या सप्लायरच्या घराच्या दारावरची घंटी वाजवताच आतून एका मुलीनं प्रतिसाद दिला. आम्ही नव्या बॅट्सची खरेदी करायला आणि जुन्या बॅट्स दुरुस्तीला द्यायला आलो होतो.

सैरानं – पंडितजींची अठरा वर्षीय सुकन्या – दार उघडलं.

"पापा कपडे घालतायत, तुम्ही गॅरेजमध्ये थांबा." असं म्हणून तिनं आम्हाला पंडितजींच्या गुदामाची किल्ली दिली. आम्ही गॅरेजमध्ये जाऊन लाकडी स्टुलांवर बसलो. ईशनं दुरुस्तीला आणलेल्या बॅटचा जमिनीवर ढीग रचला. 'पंडित स्पोर्ट्स गुड्स सप्लायर्स' एलिसब्रिजमध्ये होतं. दुकानाचे मालक – गिरीराज पंडित लागूनच असलेल्या एका खोलीत राहात असत. पाच वर्षांमागं त्यांची काश्मीरमध्ये मोठी बॅट फॅक्टरी होती. पण अतिरेक्यांनी त्यांना त्यांच्या गावातून हाकलून लावलं होतं. त्यांनी पंडितजींपुढे पर्याय ठेवले होते – प्राण की फॅक्टरी. आज ते त्यांचं कुटुंब जिवंत राहिल्यामुळं अहमदाबादमध्ये छोटासा सप्लायर असण्यातही सुदैव मानत होते.

"काश्मिरी काय छान नितळ गोरे असतात." मी निरुपद्रवी संभाषण केलं.

"तुला ती आवडते तर..." ईश खी खी हसत म्हणाला.

"वेड लागलंय का तुला?"

“छान नितळ गोरी, अं?” ईश हसत होता.

“गोविंदभाई... आमचे सर्वोत्तम ग्राहक.” पंडितजी अंघोळ करून ताजे-टवटवीत होऊन गुदामात आले. त्यांनी आम्हाला हिरवे बदाम खायला दिले. बिझनेसमध्ये खरेदीदार असणं फार छान असतं. सगळेजण तुमचं स्वागत करतात.

“आम्हाला सहा बॅट हव्या आहेत आणि या दुरुस्तीला आणल्या आहेत.” मी म्हणालो.

“गोविंदभाई, डझनभर घ्या.” असं म्हणून त्यांनी लाकडी पेटी उघडली, “भारत-ऑस्ट्रेलिया मालिका सुरू होतेय, मागणी चांगली असणार.”

“ओल्ड सिटीत नाही एवढी,” मी म्हणालो.

त्यांनी लाकडी पेटीतून प्लॅस्टिकमध्ये गुंडाळलेली एक बॅट बाहेर काढली. त्यांनी बॅटवरचं आवरण दूर केलं. बॅटला विलो लाकडाचा ताजा गंध येत होता. कधीकधी बॅट बनवणारे लोक नव्या बॅटना चांगला गंध यावा म्हणून कृत्रिम सुवास देतात; पण पंडितजींचा व्यवहार मात्र चोख असे.

ईशनं बॅट तपासून पाहिली. त्यानं पेटीतल्या इतर बॅटही तपासून तडे गेलेले नाहीत ना, टवके उडालेले नाहीत ना, याची खात्री करून घेतली.

“गोविंदभाई, तुमच्यासाठी सगळ्यात चांगला माल काढलाय.” पंडितजी प्रसन्न हसत म्हणाले.

“किती द्यायचे?” मी विचारलं.

“तीनशे.”

“थट्टा करताय?”

“छे छे,” ते गंभीरपणे म्हणाले.

“एकच सांगतो.” मी म्हणालो, “अडीचशे.”

“गोविंदभाई, सध्या जरा परिस्थिती कठीण आहे. माझ्या चुलतभावाचं कुटुंब काश्मीरहून इथं आलंय. त्यांचं सर्वस्व हरवलंय. त्यांना काही कामधंदा, राहायला जागा मिळेपर्यंत मला आणखी पाचजणांच्या पोटापाण्याची व्यवस्था बघावी लागणार आहे.”

“तुम्ही सगळे एकाच खोलीत राहताय?” ईशनं कुतूहलानं विचारलं.

“काय करणार? त्याचा श्रीनगरमध्ये बंगला आहे, पन्नास वर्षांपासूनचा बदामाचा व्यवसाय आहे. आता बघा, काय वेळ आलीय, आम्हाला आमच्याच घरांतून हुसकून लावलंय.” पंडितजी उसासा सोडत म्हणाले. त्यांनी दुरुस्तीला आणलेल्या बॅट गोणपाटाच्या पोत्यातून काढून घेतल्या.

मला बिझनेसमध्ये सहानुभूती वगैरे अजिबात आवडत नाही. आम्ही आणखी

घासाघीस करून सौदा दोनशे सत्तरवर तोडला.

मी पैसे काढून दिले. सध्या माझी उलाढाल हजारांत होती, पण लाखातले, कोटीतले व्यवहारही यापेक्षा काही वेगळे असणार नाहीत अशी माझी कल्पना होती.

पंडितजींनी पैसे घेतले. गुदामातल्या छोट्या देव्हाऱ्यापुढं ठेवले आणि मग खिशात घातले. त्यांच्या परमेश्वरानं त्यांना आयुष्यात इतकी मोठी किंमत चुकवायला लावूनही त्यांना अजून त्याच्याबद्दल कृतज्ञता वाटत होती. श्रद्धाळूंची ही निस्सीम श्रद्धा मला कधीच कळू शकली नाही. कदाचित, मी अज्ञेयवादी असल्यामुळं मी काही गोष्टींना मुकलो असेन.

आठ

अलीला सरावाला येण्यास वीस मिनिटं उशीर झाला. प्रत्येक मिनिटागणिक ईश अधिकाधिक चरफडत होता.

सात वाजून वीस मिनिटांनी अली उगवला.

"तू कुर्ता-पायजमा घालून आला आहेस... आणि तुझं किट कुठाय?" ईश त्याच्यावर खेकसला.

"सॉरी, उशिरा उठलो. मला वेळच मिळाला नाही आणि..."

"फेऱ्या मारून ये." ईशनं फर्मावलं. तो बँकेच्या अंगणात मध्यात उभा होता.

अलीच्या फेऱ्या मारून झाल्यावर ईशनं नवीकोरी बॅट त्याच्यापुढे धरली.

"तुझ्यासाठी काश्मीरहून नवीकोरी आणलीय. आवडली?"

अलीनं अजिबात रस न दाखवता मान डोलवली.

"आज मी लवकर जाऊ?"

"का?" ईशनं फटकारलं.

"आमच्या गल्लीत गोट्यांची स्पर्धा आहे."

"आणि क्रिकेटचं काय?"

अलीनं उदासीनपणे खांदे उडवले.

"आधी तू उशिरा आला आहेस आणि आता तुला लवकर जायचंय? गोट्या खेळण्यात काय अर्थ आहे?" ईशनं त्याला खेळपट्टीवर येण्याची खूण केली. इतर तिघा खेळाडूंमधला एकजण बॉलर बनला.

"आपण आता कॅचिंगचा सराव करू या. अली, आता शॉट्स नकोत, त्यांना कॅच दे."

काही महिन्यांच्या प्रशिक्षणानंतर अलीचा स्वत:वर बराच ताबा आला होता. ईशनं त्याला बचावात्मक खेळी करून बाद न होण्याचं कसब शिकवलं होतं. चांगला आहार व व्यायाम यामुळं अलीचा स्टॅमिनाही वाढला होता. आता त्याच्यात चेंडू टोलवण्याची शक्ती आली होती, आता तो केवळ चेंडूच्या गतीवर भिस्त ठेवत नव्हता. एकदा का तो पाच चेंडूंना आत्मसंयमानं सामोरा गेला की, तो त्याच्या दैवी शक्तीचा वापर अधिक चांगल्या पद्धतीनं करू शकणार होता. त्यासाठी धावसंख्या रचण्यासाठी त्याच्या क्षमतेचा वापर करून घेतानाच त्याला खेळपट्टीवर टिकवून ठेवणं ही युक्ती करावी लागत होती.

एका षटकात एक चेंडू... ठीक पार पडलं. आता ईशची इच्छा होती की त्यानं एका षटकात दोन चेंडू घ्यावेत.

"चला, आता बदलू या, पारस तू बॅटिंग घे. अली फिल्डिंगला जा." तीन षटकांनंतर ईशनं जाहीर केलं. अलीनं एकही तडाखेबाज शॉट मारला नव्हता. त्यानं नाराजीनं बॅट खेळपट्टीवर फेकली.

"एऽ... बॅट नवी आहे." ईश म्हणाला.

पारसनं अलीला झेल टिपण्यासाठी चेंडू त्याच्या दिशेनं उडवला. पण अली पायजम्याची नाडी घट्ट करण्यात मग्न होता. चेंडू जमिनीवर घरंगळत गेला.

"काय झोपलायस का काय?" ईशनं विचारलं, पण अलीनं त्याकडं दुर्लक्ष केलं.

तीन चेंडूंनंतर पारसनं पुन्हा अलीकडं झेल देऊ केला.

"ए, अली कॅच," ईश पंचाच्या स्थानावरून किंचाळला.

अलीचा एक हात खिशात होता. ईश त्याच्याकडं रोखून पाहतोय हे लक्षात आल्यावर त्यानं डावा हात वर केला. तो दोन पावलं हलला असता तर त्याला कॅच घेता आला असता, पण तो जागचा हलला नाही आणि चेंडू जमिनीवर आदळला.

"एऽऽ" ईश अलीचा खांदा गदागदा हलवत म्हणाला, "स्वप्नात हरवला आहेस का?"

"मला लवकर जायचंय." अली खांदा चोळत म्हणाला.

"आधी सराव पूर्ण कर."

"अली, ही घे बॅट." पारस अलीजवळ येत म्हणाला.

"नाही, तो फिल्डिंगच करेल." ईश म्हणाला.

"ईश भय्या, असू दे. मला माहीत आहे, त्याला बॅटिंग करायचीय." असं म्हणून पारसनं अलीच्या हातात बॅट दिली. "आणि मला कॅचेसची प्रॅक्टिस करायचीय. शाळेत मॅचच्या आधी मला चांगलं सुधारायचं आहे."

अलीनं बॅट घेतली आणि तो मान खाली घालून खेळपट्टीकडे निघाला. त्याच्या या उन्मत्तपणामुळं ईशचा तोल ढळला होता. त्याला कधी किट, कधी बॅट अशा

भेटी देऊन बिघडवल्याचा ईशला पश्चात्ताप होत होता.

पारसच्या आग्रहामुळं ईशनं अलीला बॅटिंग करायची परवानगी दिली.

"पारसकडं बॉल जाऊ दे, हळूच डावीकडं."

अलीच्या दिशेनं चेंडू आला... त्यानं तो जोरात फटकावला, तो चेंडू बँकेच्या बाहेर जाऊन पडला.

"मला जायचंय," अली त्याचे हिरवेगार डोळे ईशच्या डोळ्यांना भिडवत म्हणाला.

"तुझ्या त्या गोट्यांच्या खुळचट स्पर्धेशी मला काहीही देणंघेणं नाही. आजवर कुठलाही गोट्या खेळणारा खेळाडू मोठा झालेला नाही." ईश डाफरला.

"पण, तुम्हीसुद्धा कधी मोठे झाला नाहीत." अली म्हणाला.

अरे देवा!!... पोरं आणि त्यांच्या मुखातून बाहेर पडणारं कटू सत्य!!

ईश जागीच थिजला. त्याचा हात कापत होता. अलीच्या बॅटसारखाच 'परफेक्ट टायमिंग'नं ईशचा उजवा हात उठला तो अलीच्या चेहऱ्यावर खाडकन वाजला. त्या तडाख्यानं आणि धक्क्यानं अली जमिनीवर पडला.

ईशच्या थपडेचा आवाज ऐकताच सगळेजण जागच्या जागी ताठ उभे राहिले.

अली जमिनीवरच उठून बसला, तो अश्रू रोखण्याचा प्रयत्न करत होता.

"जा, तुझ्या त्या साल्या गोट्या घे आणि खेळ." ईशनं त्याला आणखी एक थप्पड लावली. मी ईशला आवरण्यासाठी धावत गेलो. अलीला रडू फुटलं होतं. मी त्याला उचलून घेण्यासाठी खाली वाकलो. मी त्याला जवळ घेण्याचा प्रयत्न केला – गणिताचा कमी कडक मास्तर या नात्यानं – पण त्यानं मला ढकलून दिलं.

"दूर व्हा." अली इवल्याशा पायांनी माझ्यावर लाथा झाडत रडत होता. "मला तुमची गरज नाही."

"अली, शांत हो बाळा, चल आपण वर जाऊ या. आपण गंमत-गणितं करू या." मी म्हणालो.

ऊप्स... नुकतीच कानफटात खाल्लेल्या पोराला हे सांगणं चुकीचं होतं.

"मला गणितं करायची नाहीयेत."

अली माझ्याकडं क्रुद्ध नजर टाकत म्हणाला.

"हो ना, फिल्डिंग करायची नाहीये, गणितं करायची नाहीत, आळशी कार्ट्याला दिवसभर नुसत्या गोट्या खेळायच्यात." ईश तिरस्कारानं म्हणाला.

ईशचं बारा वर्षांच्या पोराशी तंटत राहणं मला मूर्खपणाचं वाटत होतं.

"चला, आता सगळे घरी जा. आपण उद्या सराव करू." मी म्हणालो.

"नाही, आपल्याला...." ईश म्हणाला.

"ईश, आत जा." मी ईशचं बोलणं तोडत त्याला बँकेत जायला सांगितलं.

"मला ते आवडत नाहीत." अली अश्रूभरल्या डोळ्यांनी म्हणाला.

"अली, असं नाही बोलायचं. ही आपल्या कोचशी बोलायची पद्धत नाही. आता तू घरी जा." मी म्हणालो.

सर्वजण निघून गेल्यावर मी दीर्घ श्वास घेतला. कदाचित परमेश्वरानं मला इथं सर्वांचं पालकत्व निभावण्यासाठी पाठवलं असावं.

✦

"अरे, तुझं काय बिनसलंय? ते लहान पोर आहे रे," सगळेजण गेल्यावर मी ईशला म्हणालो. त्याचा राग शांत करण्यासाठी मी स्वयंपाकघरात जाऊन लिंबाचं सरबत बनवलं. तो माझ्या शेजारीच उभा होता.

"बेशिस्त कार्टं. स्वत:ला दैवी देणगी लाभलीय असं समजतंय." ईश म्हणाला.

"त्याला लाभलेली आहेच," मी त्याच्या हातात सरबताचा ग्लास देत म्हणालो, "अरे, गॅस सिलेंडर नोंदवायला पाहिजे. तू नोंदवशील? हा जवळजवळ संपतच आलाय." मी म्हणालो.

आमच्याकडे रॉकेलचा स्टोव्ह होता, पण त्यावर काही करणं म्हणजे नुसता वैताग होता.

आम्ही कॅशिअरजवळच्या प्रतीक्षाकक्षातल्या सोफ्यावर बसलो.

ईश गप्प गप्प होता. काहीतरी लपवत होता. तो रडत होता की काय, कळत नव्हतं, कारण मी त्याला रडताना कधीही पाहिलं नव्हतं.

"मी त्याला मारायला नको होतं," अर्धा ग्लास संपल्यावर ईश बोलला.

मी मान डोलवली.

"पण तू त्याचं वागणं पाहिलंस का? तुम्ही कधी मोठे झाला नाहीत म्हणे. हे वाक्य मी जर माझ्या कोचना ऐकवलं असतं तर काय झालं असतं याची तू कल्पना तरी करू शकतोयस का?"

"तो फक्त बारा वर्षांचा मुलगा आहे. तू त्याचं बोलणं इतक्या गांभीर्यानं घेऊ नकोस."

"अरे, त्याला पर्वाच नाहीये. त्याच्यामध्ये राष्ट्रीय संघात स्थान मिळवण्याची क्षमता आहे, पण त्याला त्या भिक्कारड्या गोट्यांत फक्त रस आहे."

"त्याला गोट्या खेळणं आवडतं, पण त्याला क्रिकेट नाही आवडत."

ईशनं सरबत संपवलं आणि प्लॅस्टिकचा ग्लास स्वयंपाकघरात सिंकमध्ये फेकला. आम्ही बँकेच्या मुख्य प्रवेशद्वाराला व बाहेरच्या गेटला कुलूप घालून

आमच्या दुकानाकडे निघालो.

"साला किती अन्याय आहे," ईश म्हणाला, "मी वर्षानुवर्षं राब राब राबलोय. मी या खेळाच्या पायी माझ्या भविष्यावर पाणी सोडलं. पण त्यातून काहीही निष्पन्न झालं नाही. आणि हे पोरगं बघ... हे टॅलंट घेऊनच जन्माला आलंय; पण त्याला त्याची जराही पर्वा नाही."

"काहीच निष्पन्न झालं नाही असं कसं म्हणतोस? तू कित्येक वर्षं शाळेतला सर्वोत्तम खेळाडू होतास."

"हो ना, बेलरामपूर म्युनिसिपल स्कूलमधला. म्हणजे विद्याला आमच्या गल्लीतली प्रीती झिंटा म्हणण्यासारखं आहे. कोण विचारतंय?"

"काय?" मी उद्‌गारलो. मला हसू आवरलं नाही.

"काही नाही, आमची एक मावशी तिला एकदा प्रीती झिंटा म्हणाली होती. तेव्हापासून मी तिला त्यावरून चिडवतो." ईश म्हणाला. त्याचा मूड जरासा बरा झाला होता. आम्ही आमच्या दुकानाजवळ आलो. देवळाचा घुमट नजरेच्या टप्प्यात आला होता.

"गोविंद, देव असं का करतो?" ईश म्हणाला.

"काय करतो?"

"काही लोकांना बुद्धी किंवा कौशल्य इतकं भरभरून देतो आणि माझ्यासारख्या लोकांना काहीच नाही."

"तू कुशल आहेस."

"इतका नाही. अलीइतका नाही. मला हा खेळ खूप आवडतो, पण मला ईश्वरी देणगी नाही. मी स्वत:ला किती ताणलं... पहाटे चारला उठून तासन्‌तास प्रशिक्षण घेतलं... सराव केला... आणखी सराव केला. मी अभ्यास सोडला. आता मी त्याचा, माझ्या भविष्याचा विचार करतोय आणि या गोट्या खेळणाऱ्या पोराला असली जबरदस्त देणगी मिळालीय. मला अलीसारखा बॉल कधीच दिसत नाही आणि तो त्याच्यासारखा तडाखेबाज टोलवताही येत नाही. का गोविंद, का?"

माझ्या मित्राचं पालकत्व निभावण्याचं काम मला सुरूच ठेवावं लागलं. मला त्याच्या प्रत्येक मूर्ख प्रश्नाचं उत्तर द्यावं लागलं.

"मला माहीत नाही. परमेश्वर अशी देणगी देतो ते सामान्य माणसालाही असामान्य होता यावं यासाठी. अशी देणगी लाभणं हा गरीब माणसाला श्रीमंत बनण्याचा एकमात्र मार्ग असतो. नाहीतर या जगात श्रीमंत माणूस श्रीमंत आणि गरीब माणूस गरीबच राहिला असता. खरंतर अशा प्रकारच्या देणगीतील अन्यायामुळं समतोल राखला जातो आणि जगात न्याय मिळण्यास साहाय्य होतं." मी म्हणालो आणि स्वत:च्याच विधानावर जरासं चिंतन केलं.

"मग त्याला याची जाणीव का नाहीये? गोट्या? या पोराला गोट्या खेळण्यात जास्त रस आहे, यावर तुझा विश्वास बसतोय?"

"आपल्याला क्रिकेटमधून काय मिळू शकेल ते अजून त्याला समजलेलं नाही. सध्या त्याच्या दृष्टीनं तो त्याच्या गल्लीतला गोट्यासम्राट आहे आणि त्याला ते पद आवडतंय. त्याला एकदा का क्रिकेटमध्ये अशाच यशाची अनुभूती आली की त्याला स्वत:ला मिळालेल्या ईश्वरी देणगीची कदर वाटेल. आत्तापर्यंत तो चार झंझावाती फटक्यांचा खेळ दाखवत होता. ईश, तू त्याला खेळाडू बनवशील." मी म्हणालो.

आम्ही दुकानात पोहोचलो. ओमी आमच्या आधीच आला होता. तो दुकानाचा केर काढत होता. तो कोचिंगसाठी आला नव्हता. त्यानं मामाला आठवड्यातून किमान दोनदा प्रभातफेऱ्यांना हजर राहण्याचं कबूल केलं होतं. आज त्यापैकीच एक वार होता.

"प्रॅक्टिस छान झाली?" ओमीनं आळसावलेपणे प्रश्न केला. त्यानं चहा मागवला.

ईश आत गेला. मी ओठांवर बोट ठेवून ओमीला गप्प राहण्याची खूण केली.

तितक्यात एक दहा वर्षांचा मुलगा तीस नाणी घेऊन क्रिकेटचा चेंडू घेण्यासाठी आला.

"लेदर बॉल पंचवीस रुपयाला आहे. तुझ्याकडं फक्त एकवीस रुपयेच आहेत." मी नाणी मोजण्याचं त्रासदायक काम पार पाडल्यावर त्याला म्हणालो.

"मी पिगीबँक फोडलीय. माझ्याकडे एवढेच पैसे आहेत," तो मुलगा एकदम गंभीर होऊन म्हणाला.

"मग नंतर ये." मी म्हणालो, तितक्यात ईश मध्ये पडला.

"घेऊन जा." ईशनं त्या मुलाला चेंडू दिला.

तो मुलगा चेंडू घेऊन धावत गेला.

"काय हे ईश." मी म्हणालो.

"बास तुझा बिझनेस." ईश म्हणाला आणि एका कोपऱ्यात जाऊन अलीच्या विचारात बुडाला.

✦

ईशनं अलीला लाडीगोडी लावून परत आणण्यासाठी एक चॉकलेट बॉक्स, दोन डझन गोट्या आणि नवी कोरी स्पोर्ट्स कॅप बरोबर घेतली होती. अलीलासुद्धा आमची आठवण होत होती. त्याच्या आईनं आम्हाला सांगितलं, की तो त्या दिवशी

दोन तास रडत होता आणि त्यानंतर पुन्हा कधी गोट्यांच्या स्पर्धांना गेला नाही. त्या प्रकारानंतर दोन दिवस तो सरावासाठी आमच्याकडंही आला नव्हता. ईशचं मन अपराधी झालं होतं. त्याच्या डोक्यात दुसरं काहीच नव्हतं. अलीची दिलगिरी तयारच होती... बहुधा त्याच्या आईनं घटवून घेतली असावी. त्यानं ईशचे पाय धरून त्याची माफी मागितली. अलीनं गुरूचा अपमान केला होता ना! ईशनं त्याला आलिंगन दिलं आणि सोबत आणलेल्या भेटवस्तू त्याला दिल्या. ईशनं सांगितलं, की पुन्हा तुझ्यावर हात उचलला जाण्याआधी मी हात कापून टाकीन. सगळं काय चाललं होतं सांगतो... नाटकात शोभण्याजोगं!

महत्त्वाची गोष्ट म्हणजे अली परत आला, याखेपेला अधिक गांभीर्यानं आणि ईशही जरासा मवाळ झाला होता. अलीचं क्रिकेट सुधारलं होतं. आम्ही त्याला जिल्हास्तरीय निवड चाचणीला न्यावं अशी इतर विद्यार्थ्यांची सूचना होती.

मात्र ईशनं ही कल्पना नाकारली.

"अजिबात नको. निवड समितीतली माणसं त्याला संपवतील. त्यांनी त्याला अनुत्तीर्ण ठरवलं तर त्याचा कायमचा आशाभंग होईल आणि समजा त्यांनी त्याला निवडलं तरीही ते त्याला अनेक वर्षं निरुपयोगी सामने खेळायला लावतील. तो निवड चाचणीसाठी जाईल, पण फक्त मोठ्या... राष्ट्रीय संघाच्या निवड चाचणीसाठी.

"खरंच? त्याला हे जमेल अशी तुला ठाम खात्री आहे?" ओमी सरावानंतर आम्हाला स्टीलच्या ग्लासमधून लस्सी देत म्हणाला.

"तो असा खेळाडू होईल... की, भारतात असा खेळाडू कधीच झाला नसेल." ईशनं जाहीर केलं. त्याचं बोलणं जरासं वेडपटपणाचं वाटलं, पण आम्ही अलीला भल्याभल्या मातब्बर गोलंदाजांचा धुव्वा उडवताना पाहिलं होतं. आणखी दोन वर्षांत ईशचे शब्द खरे ठरतील असं वाटत होतं.

"अलीच्या या ईश्वरी देणगीबद्दल अजिबात कुठंही बोलू नका. माझा कुणावरही विश्वास नाही." ईश लस्सीच्या मिशा पुसत म्हणाला.

✦

"सबबी सांगून परीक्षेत पास होता येत नाही, विद्या. तू अभ्यास केलास तरच तो कामी येईल. बाकी कशाचाही उपयोग नाही."

मी रसायनशास्त्राचं पुस्तक पुन्हा उघडलं.

"मी प्रयत्न केला रे," असं म्हणून तिनं खुले, रुळणारे केस मागं सारले. तिची अजून अंघोळ व्हायची होती. तिनं ट्रॅक पँट घातली होती ...मला वाटतं ती तेरा वर्षांची असल्यापासून ही पँट घालत असावी; त्यावर 'फेअरी क्वीन' की असं काहीतरी लिहिलेला गुलाबी टी-शर्ट घातला होता. मोठी, धगुरडी बाई 'फेअरी

क्वीन' लिहिलेले कपडे कसे काय घालू शकते? मुळात 'फेअरी क्वीन' लिहिलेला कपडा कुणी व्यक्ती घालूच कसा शकते?

"मी रोज प्रार्थना करते. त्याचा उपयोग होईल." ती म्हणाली.

तिच्या या बेफिकिरीपुढं हसावं की रडावं तेच मला कळेना. त्या कपड्यात ती गोड बाहुलीसारखी दिसत नसती ना, तर माझा संयम पुन्हा नक्कीच सुटला असता.

"देवावर ढकलू नकोस. ऑरगॅनिक केमिस्ट्री तुझं तुलाच वाचावं लागेल." मी म्हणालो.

तिनं मान डोलवली आणि खुर्ची सरकवली, तितक्यात एक बाटली जमिनीवर पडून आडवी झाली.

"उप्स..." ती खाली वाकली.

"काय झालं?" मी झटकन उठलो.

खोबरेल तेलाची बाटली आडवी झाली होती. पण सुदैवानं ती बंद होती.

"काही नाही, मी केसांना तेल लावत होते." असं म्हणून तिनं ती निळी बाटली उचलली.

मी तिच्या चेहऱ्याकडं पाहिलं. माझी नजर तिथं आवश्यकतेपेक्षा सेकंदभर जास्तच रेंगाळली. अशा पाहण्याचं *टक लावून* पाहण्यात रूपांतर होण्याआधीची ती निसटती अवस्था होती. मी तो उंबरठा ओलांडला होता. तिनं बसताना टी-शर्टचा गळा वर ओढला. ते केवळ माझ्यामुळं घडलं होतं. मी तिकडं पाहिलंसुद्धा नव्हतं, पण तिचा तसा समज झाला होता. मला स्वत:चीच किळस वाटली.

"खोबरेल तेल," मी काहीतरी बोलायचं म्हणून बोललो, पण त्यामुळं विषय बदलला गेला.

"होय, माझ्या डोक्याला जरासं ऑरगॅनिक केमिस्ट्री. कदाचित याचा उपयोग होईल."

मी बेन्झिन ऑक्सिडाईज्ड कसं होतं ते पाहण्यासाठी पुस्तकाची पानं उलटली.

"तुझा वाढदिवस कधी असतो?" तिनं विचारलं.

"१४ मार्च," मी उत्तरलो. "पाय डे."

"कसला डे?"

"पाय डे. हे बघ, पायची अंदाजे किंमत असते ३.१४.... म्हणजे चौदा मार्च... तीच तारीख. हा आईनस्टाईनचाही जन्मदिवस आहे. किती छान ना?"

"पायचा डे? तू इतक्या भयानक गोष्टीसाठी 'डे' साजरा करू शकतोस?"

"एक्स्क्यूज मी? गणितप्रेमींसाठी हा दिवस महत्त्वाचा असतो. अर्थात आम्ही त्याला कधीही सार्वजनिक रूप देत नाही. तू तुला साहित्य आवडतं असं म्हणू शकतेस, संगीत आवडतं असं म्हणू शकतेस, मग तसंच तुला गणिताबद्दल का

वाटू शकत नाही?''

''का नाही?''

''लोक तुला घासू पुस्तकी किडा म्हणतील.''

''तो तर तू आहेस.'' ती खिदळली.

तिनं तेलाच्या बाटलीचं झाकण उघडलं.

''मला केसांना तेल लावायला मदत करशील? माझा हात मागेपर्यंत पोहोचत नाही.''

माझी जीभ तेलात बुडल्यासारखी सटकली.

''विद्या, आपण आता अभ्यासाला लागू या.'' मी कसंबसं म्हणालो.

''हो, हो. झालंच आता, फक्त मानेच्या वर लावायचं राहिलंय, प्लीज.''

ती खुर्ची फिरवून बसली. आता तिची पाठ माझ्यासमोर होती. तिच्या हातात तेलाच्या बाटलीचं टोपण होतं.

काय चाललंय हे... मी विचार करत होतो. मी पहिलं बोट तेलात बुडवून तिच्या मानेशी आणलं.

''तिथं नाही,'' ती पुन्हा खिदळली, ''गुदगुल्या होतायत, अजून वर... हं... तिथंच मुळांशी.''

तिनं मला एका बोटाऐवजी तिन्ही बोटं बुडवून चांगलं घासून तेल लावायला सांगितलं. मी बधिरावस्थेत तिच्या सूचनांचं पालन करत होतो. गावातला गणिताचा सर्वोत्तम शिक्षक चंपीवाला बनला होता!

''नव्या दुकानाचं काम कुठवर?'' तिनं चौकशी केली.

''छान चाललंय. मी डिपॉझिट आणि तीन महिन्यांचं आगाऊ भाडं भरलं आहे.'' मी म्हणालो, ''पन्नास हजार रुपये... रोख. आता आम्हाला मॉलमधली सर्वोत्तम जागा मिळेल.''

''मला धीर निघत नाहीय.'' ती म्हणाली.

''अजून दोन महिने,'' मी म्हणालो, ''आता बास. आता तुझं तू कर. मी टोपण धरतो.''

ती वळली. तेलात बोटं बुडवून केसांना तेल लावू लागली.

''मला मी मुलगा असायला हवं होतं असं वाटतं,'' ती केसांना तेल चांगलं चोळून चोळून लावत होती.

''का? केसांना तेल लावणं जास्त सोपं गेलं असतं म्हणून?'' मी विचारलं. माझं मनगट भरून आलं होतं तरी मी तेलाच्या बाटलीचं झाकण धरलं होतं.

''त्यामुळे आपल्याला मनापासून वाटणाऱ्या गोष्टी करणं अधिक सोपं होतं. मला असं दुकान उघडायची परवानगी मिळाली नसती.'' ती म्हणाली.

मी गप्प राहिलो.

"आता माझा मेंदू जागा झाला असेल अशी आशा आहे." ती केस पाठीमागं बांधत म्हणाली. तिनं रसायनशास्त्राचं पुस्तक टेबलावर मध्यात ठेवलं.

"मला हा अभ्यास करावासा वाटत नाही." ती म्हणाली.

"विद्या, तुझा शिक्षक या नात्यानं माझी भूमिका आहे..."

"हं, शिक्षक या नात्यानं तुझी काय भूमिका आहे? मी माझ्या स्वप्नांप्रत कसं पोहोचायचं ते शिकवण्याची की कंटाळवाणं एकसुरी मार्गक्रमण कसं करायचं, ते शिकवण्याची?"

मी स्तब्ध झालो. तिनं डावा पाय उचलून मांडीवर ठेवला होता. त्या वेळी तिच्या पायजमाभर विखुरलेली इवल्या इवल्या टेडीबेअर्सची चित्रं माझ्या लक्षात आली.

"हे बघ, मी तुझा शिक्षक नाही. मी तुझी शिकवणी घेतो – मी तुझा मॅथ्स ट्यूटर आहे आणि माझ्या माहितीप्रमाणे स्वप्नांची शिकवणी घेणारे कुणी 'ड्रीम ट्यूटर्स' नसतात."

"तू माझा मित्र नाहीस?"

"अं... एक प्रकारचा!"

"तर मग, एक प्रकारच्या मित्रा, मी काय करावं असं तुला वाटतं? माझ्या मनातल्या उत्कट आशाआकांक्षांना चिरडून टाकून, हायड्रोकार्बन मॉलिक्यूल्सच्या गराड्यात कायमची गुरफटून राहू?"

मी गप्प राहिलो.

"काहीतरी बोल. मला यात काडीचा रस नसला तरी मी हे धडे राहन करत राहू... बाकीचे सगळे चांगले भारतीय विद्यार्थी करतात तसंच?"

मी गप्पच होतो.

"काय?" ती पाठ सोडायला तयार नव्हती.

"तुला काय वाटलं, मी असा घासू पुस्तकी किडा, मला प्रॉबबिलिटीची गणितं सोडवणं रोमांचकारी वाटतं म्हणून मी ते करतो? कदाचित तसं असेलही, पण मी म्हणजे फक्त एवढंच नाहीये. मी शिकवण्या घेतो, ते मी काम म्हणून करतो. पण तू तुझ्या उत्कट आशाआकांक्षा चिरडल्याचा ××× दोष कधीही माझ्यावर घालू नकोस."

आपल्या तोंडून 'फुल्या-फुल्यांचा' शब्द निसटलाय हे माझ्या बरंच उशिरा ध्यानात आलं.

"सॉरी... अशी भाषा वापरल्याबद्दल."

"शिव्या देणं हे उत्कट कृत्यच आहे."

मी हसलो आणि नजर दुसरीकडं वळवली.

"तर... मग..." ती म्हणाली, "माझ्या ट्यूटर-फ्रेंड, मला तुझ्याकडं प्रवेश घ्यायचा आहे. मला मुंबईला जायचंय; पण प्रेतं फाडायला नाही. मला पीआर करायचंय."

मी टेबलवर मूठ आपटली.

"मग ते कर. मी मुलगा असते तर आणि मी पिंजऱ्यात अडकलेय... असलं मूर्खासारखं मला ऐकवू नकोस. ठीक आहे, तू पिंजऱ्यात आहेस असं धरू या, पण तुझ्यापाशी चांगला, मोठा, तेल घातलेला मेंदू आहे. तो पक्ष्यासारखा नाहीय. पिंजऱ्यातून बाहेर पडण्याचा रस्ता शोधण्यासाठी तो वापर."

"मेडिकल कॉलेज हा एक मार्ग आहे, पण तो माझ्यासाठी नाहीय." ती म्हणाली.

"तसं असेल तर पिंजरा मोडून टाक." मी म्हणालो.

"कसा काय?"

"पिंजरा कुणी उभारलाय? तुझ्या आईवडिलांनी ना? तू त्यांचं सदासर्वकाळ ऐकलंच पाहिजेस असं कुठं आहे?"

"अर्थातच तसं नाहीय. मी पाच वर्षांची असल्यापासून त्यांच्याशी खोटं बोलत आलेय."

"खरंच? अरे व्वा!" मी म्हणालो... आणि मग स्वत:ला सावरून पुढं म्हणालो, "आपल्या उत्कट इच्छाआकांक्षा विरुद्ध आईवडील हे प्रकरण तसं कठीणच असतं. पण जर या दोन्हीत निवड करायची वेळ आली तर उत्कट इच्छाआकांक्षाच जिंकतील. लोक जर सदैव त्यांच्या आईवडिलांचं ऐकत राहिले असते तर मानव-जातीची प्रगती झाली नसती."

"अगदी बरोबर आणि आपले आईवडीलही निष्पाप नाहीत. आपण सर्वजण अशाच एखाद्या उत्कट क्षणी गर्भात रुजलोय ना?" मी तिच्या निष्पाप दिसणाऱ्या चेहऱ्याकडं आ वासून पाहत राहिलो. ही पोरगी हाताबाहेर गेली होती. तिला पिंजऱ्यातून बाहेर काढणं हा विचारही कदाचित योग्य ठरला नसता.

नऊ

२६ जानेवारी हा सर्व भारतीयांच्या दृष्टीनं आनंदाचा दिवस असतो. तुमच्या मनात देशभक्तीपर भावना असो वा नसो, वर्षाच्या पहिल्याच महिन्यातला हा हमखास सुट्टीचा दिवस असतो. आमच्या देवळातल्या दुकानाची ही अखेरचीच सुट्टी असणार होती, कारण आम्ही व्हॅलेन्टाईन डेला नव्या मॉलमध्ये जायचं ठरवलं होतं. डिपॉझिट व्यतिरिक्त, आम्ही दुकानाच्या अंतर्गत सजावटीवर साठ हजार रुपये खर्च केले होते. त्यातले दहा हजार मी आईकडून घेतले होते, कर्जाऊ म्हणूनच. ईशच्या डॅडनी एक छदामही देण्यास नकार दिला होता. ओमीनं, मी नको म्हणत असताना उर्वरित रक्कम बिट्टूमामाकडून कर्जाऊ घेतली होती.

प्रजासत्ताक दिनाच्या आदल्या रात्री बिछान्यात पडल्यापडल्या मनात विचार सुरू होते. मी एव्हाना एक लाख दहा हजार रुपये गुंतवले होते. आता माझा बिझनेस लाखाच्या घरात गेला होता. नव्या दुकानात सगळीकडं टर्फ कार्पेट घालावं का? स्पोर्ट्स शॉपसाठी एकदम छान वाटेल! माझ्या दुकानांची शृंखला असेल... रात्रभर मी स्वप्नं पाहत होतो.

"आई, उठवू नको ना, मला झोपू दे." मी ओरडलो. क्वचित कधीतरी मिळणाऱ्या सुट्टीच्या दिवशीसुद्धा हे जग एका बिझनेसमनला झोपू देऊ शकत नाही?

पण आई मला हलवून उठवत नव्हतीच. मी आपोआपच हलत होतो. मी डोळे उघडले. माझा बिछानाही हादरत होता. माझी नजर भिंतीवर घड्याळाकडं गेली. ते घड्याळ धाराशायी झालं होतं. खोलीतलं फर्निचर, पंखा, खिडक्या प्रचंड थरथरत होत्या.

मी डोळे चोळले. हा काय प्रकार होता? भयस्वप्न तर नव्हतं?

मी उठून खिडकीशी गेलो. बाहेर रस्त्यावर लोक वाट मिळेल तिकडे सैरावैरा धावत होते

"गोविंद," माझी आई शेजारच्या खोलीतून किंचाळली, "टेबलाखाली लप. भूकंप होतोय."

"क्काय?" असं म्हणून मी खिडकीलगतच्या टेबलाखाली लपलो. मला बाहेर उडालेला हाहाकार दिसत होता. आमच्या समोरच्या इमारतीवरील तीन टी.व्ही. अँटेना उन्मळून पडल्या होत्या. टेलिफोनचा खांब मोडून पडला होता.

भूकंपाचा हादरा पंचेचाळीस सेकंद टिकला. माझ्या आयुष्यातले ते सर्वाधिक दीर्घ आणि सर्वांत विध्वंसक पंचेचाळीस सेकंद होते. अर्थात त्यावेळी मला याची कल्पना नव्हती. भूकंपानंतर एक विचित्र शांतता भरून राहिली होती.

"आई," मी ओरडलो.

"गोविंद, हलू नकोस." आईनं ओरडून सांगितलं.

"आता शांत झालंय." मी दहा मिनिटं उलटल्यावर म्हणालो.

"तू ठीक आहेस ना?"

मी दिवाणखान्यात आलो. भिंतीवरचं सगळं... कॅलेंडर्स, चित्रं, दिव्यांच्या शेड्स सगळं खाली पडलं होतं.

"गोविंद," आईनं बाहेर येऊन मला मिठी मारली.

मी सुखरूप होतो आणि माझी आईही सुखरूप होती.

"आपण बाहेर जाऊ या," ती म्हणाली.

"का?"

"कदाचित इमारत कोसळेल."

"मला नाही वाटत तसं," असं मी म्हणालो, पण आईनं मला तसंच पायजम्यातच घराबाहेर ओढत नेलं. रस्ता लोकांच्या गर्दीनं भरून गेला होता.

"बाँब होता काय?" एक माणूस हलक्या आवाजात इतरांना विचारत होता.

"भूकंप होता. टी.व्ही.वर दाखवतायत. त्याची सुरुवात भूजमध्ये झाली."

"इतका प्रचंड?" एकानं विचारलं.

"आपल्याला शेकडो किलोमीटरवर इतके हादरे जाणवले, भूजमध्ये काय परिस्थिती असेल कल्पना करा." एक वृद्ध म्हणाला.

आम्ही तासभर बाहेरच उभे होतो. आमच्या किंवा आमच्या गल्लीतल्या कुठल्याही इमारतीचा पाया कमकुवत नव्हता, त्यामुळे काहीही अनर्थ घडला नाही. दरम्यान अफवांचं पेव फुटलं होतं. कुणी म्हणत होतं भूकंपाचे आणखी धक्के बसतील. कुणी म्हणत होतं भारतानं अणुबाँबची चाचणी केली आहे. अहमदाबादच्या

काही भागात मालमत्तेचं नुकसान झाल्याचं वृत्त होतं. अशा कहाण्यांचा सुळसुळाट झाला होता.

दोन तासांनी मी घरात आलो आणि टी.व्ही. सुरू केला. प्रत्येक चॅनेलवर भूकंपाचीच बातमी होती. भूकंपाचा केंद्रबिंदू भूजमध्ये होता, पण गुजरातच्या बऱ्याच भागात त्याचा तडाखा बसला होता.

''सूत्रांकडून समजतंय, की अहमदाबादचा बहुतेकसा भाग सुरक्षित आहे, पण बऱ्याच नव्या बांधकाम सुरू असलेल्या इमारतींचं प्रचंड नुकसान झालं आहे.'' वृत्तप्रतिनिधी सांगत होता... ते ऐकताच माझ्या मणक्यातून झिणझिण्या सरसरत गेल्या.

''छे, छे...'' मी स्वत:शीच म्हणालो.

''काय झालं?'' आईनं मला चहा आणि टोस्ट देत प्रश्न केला.

''मला गेलं पाहिजे.''

''कुठं?''

''नवरंगपुरात... आत्ता.'' असं म्हणून मी स्लिपर्स अडकवल्या.

''तुला वेडबिड लागलंय की काय?'' आई म्हणाली.

''आई, माझं दुकान... माझं दुकान,'' एवढंच माझ्या तोंडून फुटलं आणि मी धावतच घराबाहेर पडलो.

संपूर्ण शहर बंद होतं. मला कुठंही रिक्षा किंवा बस मिळेना. मग मी सात किलोमीटर अंतर सरळ धावत जायचं ठरवलं. मला माझं दुकान नीट व्यवस्थित आहे ना एवढंच फक्त पाहायचं होतं. होय, ते सुखरूप असावं एवढीच माझी इच्छा होती.

मला तिथं पोहोचायला एक तास लागला. वाटेत मी उद्ध्वस्त शहर पाहत होतो. सॅटेलाईटसारख्या शहराच्या नव्या भागांचं प्रचंड नुकसान झालं होतं. जवळपास प्रत्येक इमारतीच्या खिडक्या मोडल्या, फुटल्या होत्या. ज्या इमारतींचं बांधकाम सुरू होतं, तिथं तर बांधकाम भुईसपाट होऊन दगडविटांचे ढिगारे दिसत होते.

मी नवरंगपुरात प्रवेशलो. देखण्या देखण्या दुकानांचे भग्नावशेष रस्त्यावर विखुरले होते. आमच्या नव्या, अत्याधुनिक इमारतीसाठी भूकंपविरोधी योजना असणार, असा माझा तर्क होता. त्यानंतर मी शेवटचं शंभर मीटर अंतर पळत पार केलं, तेव्हा अक्षरश: धापत होतो. मला दरदरून घाम फुटला होता.

आपण पत्ता चुकलो की काय?... मी माझ्या मॉलच्या गल्लीत प्रवेशलो होतो. रस्त्यावर उडालेला हाहाकार आणि भग्नावशेष यामुळं नेहमीचं ठिकाण सापडणं मुश्कील झालं होतं.

मी जरासा दम खाल्ला.

इमारत कुठं आहे? मी माझ्या दुकानाच्या आजूबाजूला गोल गोल फेऱ्या मारत होतो.

अखेर मला ती इमारत सापडली. पण आदल्या दिवशी चांगले ठणठणीत असणारे सहा मजले आडवे होऊन काँक्रीटचा ढिगारा बनला होता. माझं चित्त थाऱ्यावर नव्हतं. माझ्या घशाला प्रचंड कोरड पडली होती. मी आजूबाजूला कुठं पाणी मिळू शकेल का म्हणून पाहिलं... पण दगडविटांचे ढिगारे सोडून काहीही नव्हतं... नुसत्या दगडविटा, दगडविटा आणि दगडविटा! माझ्या पोटात दुखू लागलं होतं. मी डाव्या हातानं पोट घट्ट धरून, शुद्ध हरपू नये म्हणून तिथल्या एका मोडक्या बाकावर बसलो.

पोलिसांनी एका मजुराला ओढून बाहेर काढलं. त्याचं सर्वांग ठेचलं होतं. त्याच्या अंगावर सिमेंटची पोती कोसळली होती. त्यामध्ये त्याच्या पायांना खूप लागलं होतं. ते भळभळतं रक्त पाहून मला उलटी झाली. गर्दीतल्या कुणाचंही माझ्याकडं लक्ष नव्हतं. एक लाख दहा हजार... या आकड्यानं माझ्या डोक्यात धुमाकूळ घातला होता.

माझे वडील आम्हाला सोडून गेले त्या दिवसाच्या असंबद्ध प्रतिमा अकस्मात डोक्यात चमकल्या. कित्येक वर्षांत या गोष्टीची मला आठवणसुद्धा झाली नव्हती. आमच्या दिवाणखान्याचं दार लावून बाहेर पडताना त्यांच्या चेहऱ्यावरचे भाव... त्यानंतर पुढं कितीतरी वेळ माझ्या आईचं मूक रुदन – जे पुढं काही वर्षं सुरूच होतं – ही भूतकाळातली क्षणचित्रं आज अकस्मात का जागी झाली, मला नाही माहीत. मला वाटतं, मेंदूत असा एक खास कप्पाच असावा, तिथं तो नकोशा, दुःखद स्मृती जपून ठेवत असावा. एरवी हा कप्पा बंद असतो, पण त्यामध्ये एखाद्या नव्या गोष्टींची भर पडणार असते त्यावेळी तो कप्पा उघडतो आणि आतल्या गोष्टींवर नजर पडतेच. मला माझ्या वडिलांचा खूप राग आला. खरंतर मला भूकंपाचा राग यायला हवा होता किंवा इतके पैसे पणाला लावल्याबद्दल स्वतःचा राग यायला हवा होता. ...**आयुष्यातली पहिली घोडचूक** करण्याचा संताप!

"चिंता करू नकोस, ईश्वर आपलं रक्षण करेल," कुणीतरी माझ्या खांद्यावर थोपटत म्हणालं.

"हो का? खरंच? मग मुळात हे घडवलं कुणी?" मी त्या अनोळखी माणसाला दूर झटकत म्हणालो.

मला सहानुभूतीची गरज नव्हती, मला फक्त माझं दुकान हवं होतं.

मी दोन वर्षं पोटाला चिमटा घेऊन केलेली बचत, वीस वर्षं उराशी बाळगलेलं स्वप्न... सारं सारं वीस सेकंदात धुळीला मिळालं होतं. कधी काळी, 'नवरंगपुरा

मॉल' अशी सहाव्या मजल्यावर चमकणारी निऑनची अक्षरं मातीला मिळाली होती. कदाचित देवाचा हा काही संदेश देण्याचा मार्ग असावा... म्हणजे, आम्ही असे मॉल्स बांधूच नयेत. आम्ही लहान गाववाले राहणं हेच विधिलिखित असावं. आम्ही मोठ्या शहरांसारखं बनण्याचा प्रयत्नसुद्धा करू नये. मी अज्ञेयवादी होतो... मग माझ्या मनात देवाबद्दल विचार का येत आहेत ते समजत नव्हतं. पण भूकंपाचं खापर दुसऱ्या कुणावर फोडणार?

अर्थात, मी नवरंगपुरा मॉलच्या बिल्डरवर खापर फोडू शकत होतो. शहराच्या जुन्या भागात गल्लीबोळातल्या शंभर शंभर वर्षं वयाच्या इमारती खंबीरपणे उभ्या होत्या. ओमीचं दोनशे वर्षांचं देऊळ शाबूत होतं, मग माझाच मॉल साला का कोसळावा? त्यानं बांधकाम कशाचं केलं होतं? वाळूचं?

मला खापर फोडता यावं असं कुणीतरी हवं होतं. मला कुणालातरी काहीतरी फेकून मारावं असं वाटत होतं. मी एक वीट उचलली आणि एका आधीच फुटलेल्या खिडकीवर भिरकावली. त्याबरोबर खिडकीच्या राहिलेल्या काचाही चूरचूर होऊन विखुरल्या.

"काय करतोयस हे? आपण पाहिला तो विध्वंस पुरेसा नाही का?" माझ्या शेजारी उभा असलेला माणूस म्हणाला.

मला तो चेहरा ओळखता आला नाही, मला कुणाचाच चेहरा ओळखता येत नव्हता. माझं हृदय नेहमीच्या दुप्पट वेगानं धडधडत होतं. आपण बिल्डरवर दावा ठोकू... माझं काळीज सांगत होतं. बिल्डर पळून गेला असणार... माझा मेंदू सांगत होता... आता कुणालाही पैसे परत मिळणार नाहीत.

"गोविंद, गोविंद," ईश हाका मारत होता. अखेर तो माझ्या कानाशी किंचाळला, तेव्हा माझं त्याच्याकडं लक्ष गेलं.

"अरे, तू इथं काय करतोयस? बाहेर राहणं धोक्याचं आहे. चल, घरी जाऊ या." ईश म्हणाला.

मी दगडविटांकडं बघत होतो... गेले चार तास मी हेच करत होतो.

"गोविंद," ईश म्हणाला, "आपल्या हातात काहीही नाही. चल, जाऊ या."

"ईश, आपण संपलो रे." मी म्हणालो. संपूर्ण दशकभरात प्रथमच मला डोळ्यांत धुकं दाटल्याचं जाणवलं.

"असू दे, राजा. आपण इथून निघायला हवं," ईश म्हणाला.

"आपलं सर्वस्व गेलंय. बघ, आपला बिझनेस सुरू होण्याआधीच कोसळला!"

आणि माझा बांध फुटला. माझे वडील आम्हाला सोडून गेले त्या दिवसापासून मी कधीच रडलो नव्हतो. एका दिवाळीत माझा हात भाजला होता, त्या वेळी डॉ. वर्मांनी मला झोप यावी म्हणून औषधं दिली होती. त्या वेदनांच्या कल्लोळातही

मी कधी रडलो नव्हतो. भारत सामना हरला तरी कधीही मी रडलो नव्हतो, मला इंजिनिअरिंगला जाता आलं नाही तरी मी रडलो नव्हतो, आम्ही बिझनेस सुरू केल्यानंतर पहिले तीन महिने चार पैसेसुद्धा शिल्लक पडत नव्हते, तरी मी रडलो नव्हतो, पण त्या दिवशी परमेश्वरानं माझ्या शहराला विनाकारण चपराक लावली त्या दिवशी मात्र मी ढसाढसा रडलो. ईशनं मला सावरलं होतं. माझी आसवं त्याच्या शर्टमध्ये जिरत होती.

"गोवी, चल घरी जाऊ या," ईश म्हणत होता. त्यानं या आधी कधी माझ्या नावाचं असं संक्षिप्त रूप केलं नव्हतं. त्यानं मला कधी अशा अवस्थेत पाहिलंही नव्हतं. त्यांचा सीईओ, त्यांचा पालक आज कोसळला होता.

"आपले भोग आहेत रे! मी बचत करत राहिलो, करत राहिलो. सालं पैसे साठवत राहिलो. आपण कर्ज घेतली आणि आता हे असं? ईश, मला बिट्टूमामाच्या चेहऱ्यावरचे ते आत्मसंतुष्ट भाव पाहायचे नाहीत. मी रस्त्याकडेला काम करीन." मी बोलत होतो. ईशनं मला रिक्षात ओढत नेलं.

लोकांना नक्की वाटलं असेल, की मी माझं मूल गमावलंय. पण बिझनेसमनचा बिझनेस जाणं म्हणजे तसंच असतं. तुम्ही बिझनेसमध्ये धोका पत्करलात आणि तोटा झाला तर ती गोष्ट वेगळी, इथं हा अन्याय होता. हा साला अन्याय आहे हे कुणालातरी समजावं!

ईशनं माझ्यासाठी फ्रूटी आणलं. ते पोटात गेल्यावर जरा बरं वाटलं. विशेषत: पुढं दोन दिवस मी पूर्ण उपाशी राहिलो, त्यामुळं त्या वेळेपुरता तो गारवा फार सुखद वाटला. मला वाटतं, बाकीच्या अम्बवाडवाल्यांच्या घशाखालीही काही उतरलं नसावं.

नंतर मला समजलं, की या भूकंपात तीस हजारांवर लोकांनी प्राण गमावले होते. म्हणजे स्टेडियम भरून माणसं! भूजमध्ये नव्वद टक्के घरं उद्ध्वस्त झाली होती. शाळा, रुग्णालयं जमीनदोस्त झाली होती. संपूर्ण गुजरातमध्ये लक्षावधी बांधकामांचं नुकसान झालं होतं. त्या लक्षावधी बांधकामांत माझं भावी दुकानही होतं. त्या प्रचंड परिघाचा विचार करता, माझं नुकसान दखल घेण्याजोगंही नव्हतं. पण मर्यादित, स्वार्थी परिघ विचारात घेता सर्वाधिक झळ मलाच बसली होती. ओल्ड सिटीची अवस्था न्यू सिटीपेक्षा खूपच चांगली होती. काहीही असो, नव्या मॉल मालकांपेक्षा आमच्या वाडवडिलांचा सिमेंटवर जास्त विश्वास होता, एवढं नक्की!

टी.व्ही. चॅनल्सच्या म्हणण्यानुसार, बाकी गुजरातच्या तुलनेत अहमदाबाद सुदैवी होतं. न्यू सिटीतल्या फक्त पन्नास बहुमजली इमारती धराशायी झाल्या होत्या. त्यांच्या म्हणण्यानुसार, इतरत्र हजारो माणसं मृत्युमुखी पडली, पण अहमदाबादमध्ये

हा आकडा फक्त काही शेकड्यांतच होता. शेकडो माणसं मरतात त्यावेळी त्याला 'फक्त' म्हणणं मजेशीर वाटतं ना! या सगळ्या माणसांना आपापले कुटुंबीय असतील, आशाआकांक्षा असतील... पण सारं काही पंचेचाळीस सेकंदांत चूरचूर झालं होतं. पण गणितात असंच तर असतं ना, तीस हजारांच्या तुलनेत काही शेकडे म्हणजे.... 'राऊन्डिंग एरर.'

✦

त्यानंतर, मी आठवडाभर घरीच होतो. पहिले तीन दिवस मी तापानं फणफणलो होतो आणि बाकीचे चार दिवस दगडासारखा थंडगार होतो.

"तुझा ताप पळालाय." डॉ. वर्मा माझी नाडी तपासत म्हणाले.

मी छताकडं नजर लावून बिछान्यावर पडलो होतो.

"तू दुकानात गेला नाहीस?"

मी मानेनंच 'नाही' म्हणून सांगितलं. मी अजून बिछान्यात आडवाच होतो.

"माझी तुझ्याकडून ही अपेक्षा नव्हती. तू नवलधारींचं ऐकलंस ना?" डॉ. वर्मा विचारत होते.

मी गप्प होतो.

"अरे, बोलायला हरकत नाही. मी तुझ्या तोंडात थर्मामीटर घातलेलं नाही." डॉ. वर्मा म्हणाले.

"नाही, कोण नवलधारी?"

"हा गुजरातमधला महत्त्वपूर्ण उद्योजक समाज आहे. त्यांच्यातले सगळे बिझनेस करतात आणि असं म्हणतात, की नऊ वेळा जमीनदोस्त झाल्यानंतरसुद्धा जो पुन्हा भरारी घेऊ शकतो तो खरा नवलधारी बिझनेसमन!"

"डॉक्टर, मी कर्जात बुडलोय. मी बिझनेसमध्ये आजवर मिळवलेल्या पैशांपेक्षा जास्त पैसे एका फटक्यात गेलेत."

"बिझनेसमध्ये ज्याचे पैसे बुडाले नसतील असा जगात कुणी बिझनेसगन नसेल. पडल्याशिवाय सायकल शिकलेला माणूस सापडणार नाही. प्रेमात दुःख न सोसलेला माणूस सापडणार नाही. चालायचंच, हा सगळा आयुष्याचाच भाग आहे." डॉ. वर्मा म्हणाले.

"मला भीती वाटतेय," मी भिंतीकडं तोंड वळवत म्हणालो.

"मध्यमवर्गीय आईवडिलांसारखं बोलू नकोस. त्यांना अशीच पैसे जाण्याची भीती वाटत असते. त्यांना त्यांच्या मुलांनी सुरक्षित पगार मिळवण्यासाठी जन्मभर इतरांची चाकरी केलेली चालते."

"माझं खूप नुकसान झालंय."

"हो, पण तुझं वय ही तुझी जमेची बाजू आहे. तू तरुण आहेस, हे सगळं तू पुन्हा मिळवशील. तुला पोराबाळांना खाऊ घालायचं नाहीय की घरसंसार सांभाळायचा नाहीय आणि दुसरी गोष्ट म्हणजे तू पैशाची कडकी पाहिली आहेस. तू पैशावाचून जगू शकतोस."

"मला काहीही करावंसंच वाटत नाहीय. हा भूकंप... का झाला असेल? तुम्हाला माहीत आहे, आमच्या शाळेत आता निर्वासितांची छावणी उभारलीय?"

"हो, माहीत आहे. आणि ते निर्वासित काय करतायत? बिछान्यात पडलेत का यातून वर येण्याचा प्रयत्न करतायत?"

मी डॉक्टरांकडं वळलो. माझ्या आजूबाजूचा प्रत्येकजण मला सल्ला देत होता. खरंतर चांगला, माझ्या हिताचाच सल्ला, पण मी काही ऐकायच्या मन:स्थितीत नव्हतो. मी कशाच्याच मन:स्थितीत नव्हतो. आमचं दुकान? ते आणखी आठवडाभर बंद ठेवावं लागणार होतं. भूकंपानंतर खेळाचं साहित्य विकत घ्यायला कोण येणार?

"उद्या तू बिछान्यातून बाहेर पडलेला असशील अशी आशा करतो." असं म्हणून डॉ. वर्मा गेले. घड्याळात दुपारचे तीन वाजले होते. मी चार वाजेपर्यंत घड्याळावर नजर खिळवून होतो.

"गोविंद सर, आत येऊ?" विद्याचा उत्साही किणकिणाट आमच्या घरात इतका विचित्र वाटला, की मी बिछान्यात ताडकन उठून बसलो आणि तिचं हे 'सर' काय चाललं होतं?

तिच्या हातात एम.एल. खन्नाचा जाडा ठोकळा आणि वही होती.

"तू कशी काय आलीस?" मी गंजीफ्रॉक-पायजमा ही वेशभूषा लपवण्यासाठी अंगावरची गोधडी वरपर्यंत ओढून घेतली.

ती मरुन व केशरी सलवार-कमीजमध्ये, अर्थात अतिशय मोहक दिसत होती. त्यावर तिनं मिळत्याजुळत्या रंगाचा आरसे लावलेला दुपट्टा घेतला होता.

"मला काही गणितं अडली आहेत. म्हणून तुला बरं नाही हे माहीत होतं तरी विचारून यावं म्हटलं." ती माझ्या बिछान्याशेजारच्या खुर्चीत बसत म्हणाली.

माझी आई चहाचे दोन कप घेऊन तिथं आली. मी तिला खुणेनं शर्ट मागितला.

"तुला शर्ट हवाय का?" आईनं माझ्या खाणाखुणांवर पाणी फिरवत खणखणीत आवाजात विचारलं.

"कोणती गणितं?" आई तिथून दुसऱ्या खोलीत गेल्यावर मी तुटकपणे विचारलं.

"गणितं हे माझं माझ्या आईला सांगायचं कारण आहे. खरंतर मला तुला हे द्यायचं होतं." तिनं एम.एल. खन्नाचं ते जाडजूड बाड माझ्यासमोर धरलं.

हे कशाला आणलं होतं? पडल्यापडल्या गणितं सोडवायला?

तितक्यात आईनं मला शर्ट आणून दिला व ती बाहेर गेली. मी एका हातात शर्ट धरला होता आणि दुसऱ्या हातात एम.एल. खन्ना. सभ्यता विरुद्ध कुतूहल. मी शर्ट बाजूला ठेवला आणि पुस्तक उघडलं. त्यातून गुलाबी रंगाचं, हातानं बनवलेलं ग्रीटिंग कार्ड खाली पडलं.

त्या कार्डावर तिनं बिछान्यावर पडलेल्या मुलाचं कार्टून काढलं होतं. त्याला नाव दिलं होतं – गोविंद. समजा मला कळलंच नाही तर म्हणून! कार्डाच्या आतल्या पानावर लहान मुलांसारख्या अक्षरात 'लवकर बरा हो' असं लिहिलं होतं.

त्याखाली कविता होती :

माझे मॅथ्स ट्युटर/ उत्कट इच्छाआकांक्षांचे मार्गदर्शक / एक प्रकारचा मित्र यांना,

तुमचं नुकसान मला पूर्णपणे नाही समजलं, पण
मी ते समजून घ्यायचा प्रयत्न करीन.
कधीकधी आयुष्य विचित्र दान टाकतं
आणि आपण विचार करत राहतो, असं का?
कदाचित याची काही उत्तरंच नसतील,
पण मी नक्की सांगते,
ही जखम भरून यायला काळ हेच औषध आहे
तू 'लवकर बरा हो' एवढीच मनापासून शुभेच्छा

तुझी 'ढ गोळा' विद्यार्थिनी,
विद्या

"तितकं चांगलं झालेलं नाहीये." ती पुटपुटली.

"मला आवडलं. मी 'एक प्रकारचा मित्र' म्हणालो होतो, त्याबद्दल सॉरी. मला फक्त..." मी म्हणालो.

"असू दे. मला हे नाव आवडलं. त्यातून आधी अभ्यास हे स्पष्ट होतं, होय ना?"

मी मान डोलवली.

"तुझं कसं चाललंय?"

मला भिंतीकडं वळावं असं आत्यंतिकतेनं वाटलं, पण मी त्या भावनेवर विजय मिळवला.

"चाललंय, आयुष्य पुढं चाललंय. ते जातच राहणार. वातानुकूलित मॉल कदाचित माझ्या नशिबात नसावा."

''नक्कीच आहे आणि हा काही तुझा दोष नाही. एक दिवस तुला तुझं दुकान नक्की मिळेल, मला खात्री आहे. जरा विचार करून बघ. हा प्रसंग घडला, तेव्हा तू दुकानात नव्हतास हे सुदैवच नाही का? जर मॉल उघडा असता तर कितीजणांचे जीव गेले असते, कल्पना करून बघ.''

ती बरोबर बोलत होती. मला यातून बाहेर यावंच लागेल. बिट्टूमामाच्या चेहऱ्यावरची खुशी मला पुन्हा झेलावीच लागेल.

मी तिला एम.एल. खन्ना परत दिलं आणि कार्ड माझ्या उशीखाली ठेवलं.

''ईश सांगत होता की तू दुकानात आलेला नाहीस.''

''दुकान उघडं आहे?'' मी विचारलं. दररोज सायंकाळी ईश व ओमी मला भेटायला येत होते; पण त्यांनी त्याबद्दल चकार शब्द काढला नव्हता.

''हो, तू भय्याची घरात हिशेबाशी चालणारी झटापट बघायला पाहिजेस. त्याचीसुद्धा शिकवणी घे.'' ती हसत म्हणाली, ''मी येते आता आणि माझ्या शिकवणीची खरंच काही घाई नाही.''

''मी पुढच्या बुधवारी येतो.'' मी जाहीर केलं.

''चांगली मुलगी आहे.'' माझी आई सावधपणे म्हणाली, ''तुला आवडते?''

''नाही. विद्यार्थिनी म्हणून भयानक आहे.''

रात्री माझं उकडलेल्या भाज्यांचं भूक मारणारं भोजन झालं, तेवढ्यात ईश व ओमी आले.

''तुम्ही दुकान कसं सांभाळताय?'' माझा उत्साही आवाज ऐकून ते दोघं आश्चर्यचकित झाले.

''आज तू बरा दिसतोयस.'' ईश म्हणाला.

''हिशेब कोण बघतंय?'' मी उठून बसत विचारलं.

ओमीनं ईशकडं बोट दाखवलं.

''आम्ही आठवड्याभरात कुणालाही दरात सवलत दिलेली नाही.'' असं म्हणून ईश बिछान्यावर माझ्याशेजारी बसला.

तिथं अधिक आरामात बसता येण्यासाठी त्यानं माझी उशी ओढली.

''थांब.'' मी कोपरानं उशी घट्ट दाबली.

पण त्याला उशीखाली गुलाबी कागदाचा जरासा कोपरा दिसलाच.

''हे काय?'' त्यानं हसून विचारलं.

''काही नाही. तुझ्या कामाचं काही नाही.'' मी म्हणालो.

पण ते अर्थातच त्याच्या 'कामाचं' होतं. ते त्याच्या बहिणीशी संबंधित होतं.

''नक्की?'' माझी उशीवरची जोराची पकड सैल करण्यासाठी ईश मला

गुदगुल्या करायला पुढं सरसावला.

"गप रे." मी अगदी सहजता दाखवत आनंदी असल्याचं भासवत म्हणालो.

पण ती उशी घट्ट दाबून धरताना माझ्या हृदयाची धडधड केवढी वाढली होती.

"कोण, पंडितजींची मुलगी का?" ओमी स्मित करत म्हणाला.

"चल... काहीतरीच काय," मी संकटसमयीचा मार्ग म्हणून उशीवर बसत म्हणालो.

"बिझनेस आणि मजा एकदमच?" असं म्हणून ईश हसला.

मी बहाण्याला प्रोत्साहन देण्यासाठी हास्यात सामील झालो.

"तू परत ये रे," ईश म्हणाला.

"पण... कर्ज... सगळा दोष माझा आहे." मी भिंतीला म्हणालो.

"मामानं आपल्याला दुकान चालू ठेवायला परवानगी दिलीय." ओमी म्हणाला.

"काहीही अटी न घालता?" मी आश्चर्यानं विचारलं.

"तशा नाहीत..." ओमी म्हणाला.

"म्हणजे?"

"आपण त्याला त्याच्या निवडणूक प्रचार मोहिमेत मदत करायची हे गृहीतच आहे." ईश म्हणाला.

"काळजी करू नकोस. तुला काहीही करावं लागणार नाही. ओमी आणि मी त्याला मदत करू."

"आपण त्याचं कर्ज लवकर फेडायला पाहिजे, लवकर," मी म्हणालो.

"आपण यातून वर येऊ," ईश माझ्या डोळ्यांत बघत म्हणाला.

त्याचे शब्द धीराचे होते आणि पहिल्यांदाच विश्वसनीय वाटले.

"मी गुंतवणूक केली त्यामुळं... सॉरी." मला दिलगिरी व्यक्त करणं आवश्यक वाटलं, पण ओमी माझं बोलणं मध्येच तोडत म्हणाला,

"आपण बिझनेसमधले भागीदार म्हणून हे तिघांनी मिळून केलंय आणि तू आपल्या तिघांत सर्वांत हुशार आहेस."

त्याच्या बोलण्यातल्या शेवटच्या भागाला आता काही अर्थ उरला होता की नाही कोण जाणे! बिझनेसमन म्हणून मी अनर्थकारक ठरलो होतो.

"चला, उद्या भेटू या." मी म्हणालो.

ते दोघं गेल्यानंतर मी ते कार्ड उशीखालून बाहेर काढून, त्यावर चुरगळल्यामुळं पडलेल्या रेषा पुसून टाकल्या. झोप लागण्याआधी मी आठ वेळा ते कार्ड वाचलं.

मी कामातून विश्रांती घेतली, त्यामुळं दरम्यान माझ्या मित्रांची सुप्त कौशल्यं प्रकट झाली. आकडेमोडीतल्या काही किरकोळ चुका वगळता, त्यांनी हिशेबही अगदी व्यवस्थित ठेवला होता. त्यांनी दैनंदिन विक्रीची नीट नोंद करून, वस्तूंच्या

किमतीही योग्य घेतल्या होत्या. शिवाय कुणाला सूट-सवलतही दिली नव्हती. दुकान अगदी स्वच्छ होतं, वस्तू जागच्याजागी सहज सापडत होत्या. कदाचित, एखाद दिवशी मला बिझनेस उभारून त्यातून अंग काढून घेता येईल... पुन्हा माझं स्वप्नरंजन सुरू झालं होतं. मी स्वतःला रोखलं. भारत ही स्वप्न पाहण्याची जागा नाही आणि विशेषतः तुम्ही अपयशी ठरला असाल तर नाहीच नाही. अखेर मला हिंदू तत्त्वज्ञानात सांगितलेला एक अर्थ कळला होता – आपल्याजवळ जे आहे त्यापेक्षा अधिक मिळण्याची अभिलाषा ठेवण्यापेक्षा, आपल्याजवळ जे आहे त्यात समाधानी राहावं. हे कुणा सुज्ञ माणसानं प्राचीन काळी शोधलेलं छानसं तत्त्वज्ञान नव्हतं, तर हा होता जगण्याचा मंत्र... ज्या देशात इच्छाआकांक्षा नित्य चिरडल्या जातात अशा देशात तग धरून जिवंत राहण्याचा मंत्र. देवळातलं दुकान हेच माझं विधिलिखित होतं आणि त्यातली एवढीशी मिळकत हेच माझं कर्म. यापेक्षा जास्त माझ्या नशिबातच नव्हतं. मी सुस्कारा सोडला... जरा बरं वाटलं... मग मी कॅश ड्रॉवर उघडला.

"दोन आठवडे अगदीच धंदा नव्हता. आधी भूकंप.. आणि आता भारत-ऑस्ट्रेलिया मालिका." ईश म्हणाला.

"लोकांजवळ खेळण्याचं काही कारणच उरलं नाहीय." ओमी म्हणाला.

"ठीक आहे. असू दे. मालिकेत काय काय चाललंय?" मी विचारलं. माझा क्रिकेटच्या वेळापत्रकाशी संपर्कच नव्हता.

"भारत पहिली कसोटी हरलाय. अजून दोन व्हायच्या आहेत. पुढची कोलकात्याला आहे." ईशनं माहिती पुरवली.

"श्श्याऽऽ आणि एकदिवसीय?'

"पाच आहेत, अजून सुरू व्हायचे आहेत." ओमी म्हणाला.

"मी काही फार आशा ठेवणार नाहीये. या ऑस्ट्रेलियन खेळाडूंचं पाणीच निराळं आहे."

"ते कसं खेळतात ते मला बघायचं आहे." ईश म्हणाला.

तितक्यात मामा आला आणि आमचं बोलणं मधेच तुटलं.

"सामोसे... गरम आहेत. सांभाळून." असं म्हणून त्यानं तपकिरी पिशवी काऊंटरवर ठेवली.

मी आधीचा गोविंद असतो तर लगेच माझ्या कपाळावर नापसंतीच्या आठ्या उमटल्या असत्या. काऊंटर तेलकट झालं म्हणून मी लगेच शेरेबाजी केली असती, पण या नव्या, भूकंपानंतरच्या गोविंदला, मामाबद्दल शत्रुत्वभावना वाटली नाही. आम्ही दुकानाबाहेर ऊन अंगावर घेत चहा-सामोशांचा आस्वाद घेतला. सामोसे मस्तच होते... माझ्या मते हा मानवाला माहीत असलेला उपाहाराचा सर्वोत्तम

पदार्थ आहे.''

''जे झालं ते विसरायचा प्रयत्न करा,'' मामा उसासत म्हणाला, ''असा विध्वंस मी कधीही पाहिला नव्हता.''

''तुझा दौरा कसा झाला?'' ओमीनं विचारलं.

मामा नुकताच भूजला जाऊन आला होता.

''सगळीकडं नुसती विपन्नावस्था आहे. आपल्याला गुजरातभर छावण्या उभारण्याची आवश्यकता आहे. पण पारेखजी किती काय काय करणार?''

मामा बेलरामपूर स्कूलमध्ये आपद्ग्रस्तांसाठी तात्पुरते निवारे उभारण्यासाठी रात्र रात्र जागला होता. पारेखजींनी धान्य, डाळी व इतर साहित्याचे ट्रकच्या ट्रक भरून पाठवले होते. अखेर, लोक हळूहळू तिथून बाहेर पडून आयुष्याला पुन्हा नव्यानं प्रारंभ करू लागले होते.

''आम्ही तीन आठवड्यांत मदत छावणी बंद करणार आहोत.'' मामा ओमीला सांगत होता, ''मग मला माझ्या अयोध्या या मुख्य कामाकडं वळता येईल.''

या मदत छावणीमुळं आसपासच्या परिसरात मामानं बरेच चाहते मिळवले होते. तांत्रिकदृष्ट्या सांगायचं तर तिथं कुणीही आश्रय घेऊ शकत होतं. मात्र, मुस्लीम कुटुंब तिथं मदत मागायला क्वचितच जात होतं आणि समजा गेलंच तर तिथला व्यवस्थापक त्याला शिधा देत होता, पण 'इथं सगळे हिंदू आहेत' ही गोष्टही जोर देऊन सांगत होता. यामध्ये असा मृदू भेदाभेद असला तरी नव्या रूपातल्या मला हा उदात्त उपक्रम वाटला.

''मामा, तुमच्याकडून घेतलेलं कर्ज...'' मी मामाकडं वळून म्हणालो, पण त्याचं लक्ष नव्हतं.

''माझा मुलगा माझ्यासोबत अयोध्येला येतोय. तुम्हीसुद्धा यायला पाहिजे.'' तो म्हणाला.

मग आमचे नाखूश चेहरे पाहून त्यानं पुस्ती जोडली, ''...म्हणजे तुमचा धंदा पूर्वपदावर आल्यानंतर.''

''मामा, आम्ही इथं मदत करू शकतो.'' ओमी म्हणाला, ''छावणी बंद झाल्यानंतर आणखी कुठला उपक्रम आहे का?''

''आहे ना, चिमूटभर माती मोहीम आहे.'' मामा म्हणाला.

हे ऐकून आम्ही कोड्यात पडलो.

''आम्ही अयोध्येला काही उद्देशानं चाललो आहोत. आम्ही तिथून मातीची पोती भरून आणणार आहोत. त्यानंतर आम्ही बेलरामपूरमधल्या प्रत्येक हिंदू घरी जाऊन त्यांना रामजन्मभूमीच्या ठिकाणची चिमूटभर माती हवी आहे का, म्हणून विचारणार आहोत. त्यांनी त्यांच्या परसात झाडांना ती माती घालावी किंवा असंच

काहीही करावं. ही पारेखजींची उत्कृष्ट कल्पना आहे.''

पारेखजींचं तर्कशास्त्र माझ्या बरोबर लक्षात आलं. अयोध्येहून आणलेल्या चिमूटभर मातीला कुणीच नाही म्हणणार नाही. पण त्यायोगे ते नकळत या कार्यात सहभागी होणार होते. अयोध्येसाठी लढणाऱ्या लोकांबद्दल सहानुभूतीही निर्माण होणार होती आणि हीच सहानुभूती मतांमध्ये छानपैकी रूपांतरित होणार होती.

मामाला माझ्या चेहऱ्यावरचा उपहास वाचता आला असावा.

''ही छोट्याशा प्रचारमोहिमेसाठी फक्त एक मार्केटिंगची व्यूहरचना आहे. दुसरा पक्ष हेच बरंच मोठ्या प्रमाणावर करतो.

मी आणखी एक सामोसा उचलला.

''ठीक आहे, मामा. राजकारणानं माझ्या डोक्यात गोंधळ उडतो.'' मी म्हणालो, ''त्यामुळं मी प्रतिक्रिया देऊ शकत नाही. पण आम्ही तुम्हाला मदत करू. तुम्ही आमचं उपजीविकेचं साधन वाचवलं आहे, आम्ही कायम तुमच्या ऋणात आहोत.''

''तुम्ही माझी मुलं आहात. तुमचं तुमच्या बापाप्रति ऋण कसलं?''

''आमचा धंदा मंद आहे, पण आम्ही पुन्हा नव्यानं हप्ते ठरवून...'' मी सांगायचा प्रयत्न करत होतो. पण मामानं माझं बोलणं मध्येच तोडलं.

''पोरांनो, विसरून जा ते. तुम्ही अतिशय मोठा धक्का पाहिलाय. तुम्हाला जमेल तेव्हा पैसे परत करा... आणि आता तुम्ही आमच्या पक्षाचे सदस्य आहात. होय ना?''

मामा आम्हाला आलिंगन द्यायला उठला. मी निरुत्साहानंच त्याला आलिंगन दिलं. मला लोकांचं देणं माथ्यावर असणं अजिबात आवडत नाही.

''मामा, मला माफ करा. मी उर्मटपणे, अयोग्य आणि अनादरानं वागलो. हे दुकान हेच माझं नशीब आहे, हे मला कळून चुकलंय. कदाचित देवानं हे असं हेतुपुरस्सर केलं असावं, मी ते स्वीकारतो.'' मी म्हणालो.

''आपण सगळेजण तरुणपणी असेच असतो. पण तू ईश्वरावर श्रद्धा ठेवू लागला आहेस की काय?'' मामा म्हणाला. त्याचा चेहरा उजळला होता.

''आता मी थोडा कमी अज्ञेयवादी आहे इतकंच.''

''पोरा, आज मी ऐकलेली ही सर्वांत चांगली बातमी.'' मामा म्हणाला. ''या सगळ्या नुकसानीतून काहीतरी चांगलं निष्पन्न झालं.''

तितक्यात एक माणूस जडशीळ लाकडी ट्रंक ओढत आमच्या दुकानात आला.

''कोण? अरे, पंडितजी तुम्ही?'' मी म्हणालो.

पंडितजी धापत होते. त्यांचा गोरापान चेहरा लालबुंद झाला होता. त्यांनी ती ट्रंक जमिनीवर सरकवून ठेवली.

''एक खेळाच्या साहित्याचं दुकान बंद झालंय. त्या माणसाजवळ द्यायला पैसे नाहीत. त्यानं मला ट्रंक भरून साहित्यच दिलं. मला पैशांची गरज आहे. म्हणून म्हटलं हे तुमच्याकडं घेऊन यावं.''

''माझ्याकडंही पैसे नाहीत.'' मी त्यांना सामोसा देऊ करत म्हणालो. ''पंडितजी, धंद्याची अवस्था भयानक आहे.''

''तुम्हाला आत्ता लगेच पैसे कुणी मागितलेत? फक्त हे साहित्य तुमच्या दुकानात ठेवून घ्या. मी आणखी एक ट्रंक पाठवीन. जी काही विक्री होईल त्यातलं निम्मं तुम्ही घ्या, निम्मं मला द्या. या एवढ्या ट्रंकेतच दहा हजार रुपयांचा माल आहे. माझ्याकडं घरी आणखी सहा ट्रंका आहेत...चालेल का?''

मी त्या ट्रंका घेतल्या, कारण त्यात माझ्या दृष्टीनं काहीच धोका नव्हता. एवढा माल संपवायचा म्हणजे काहीतरी चमत्कारच घडणं आवश्यक होतं. अर्थात, त्यावेळी मला कल्पना नव्हती की, भारत-ऑस्ट्रेलिया दरम्यानचा दुसरा कसोटी सामना असा चमत्कार घडवणार आहे.

मामानं पंडितजींना स्वत:ची ओळख करून दिली. त्यांचं मोठ्या माणसांसारखं संभाषण सुरू झालं. म्हणजे तुमचं गाव कुठलं, जात कुठली, पोटजात कुठली वगैरे वगैरे.

''आपल्याला उशीर झालाय.'' ईश कुजबुजत्या; पण मामा व पंडितजींना ऐकू जाईल एवढ्या आवाजात म्हणाला.

''तुम्हाला कुठं जायचंय?'' मामानं विचारलं.

''हो, क्रिकेट मॅचला. आमचा एक विद्यार्थी खेळतोय.'' ईश अलीचा नामोल्लेख टाळत म्हणाला.

ओमीनं दुकानाचं शटर खाली ओढलं.

ओमीनं आम्हाला खूण करताच आम्ही सगळे मामाला चरणस्पर्श करायला खाली वाकलो.

''माझ्या बाळांनो,'' असं म्हणून मामानं त्याचा तळवा आमच्या मस्तकावर धरून आम्हाला आशीर्वाद दिला.

''त्या मूर्ख संघातल्या त्या वेडपटाच्या विचारानं काळजी करू नकोस. तू त्यांना लोळवलंस.'' ईश अलीला म्हणाला.

आम्ही जवळच्याच एका सामन्याहून परत आलो होतो. अलीचा संघ विजयी झाला होता. त्यानंच सर्वाधिक धावा काढल्या होत्या. अली आठ षटकं टिकला होता. प्रशिक्षणाची फळं दिसू लागलेली पाहून ईश आनंदला होता. मात्र, विरुद्ध संघाचा कप्तान अलीला गुडघ्यावर लाथ मारून पळून गेल्यामुळं आमच्या उत्सवी

मूडवर जरासं विरजण पडलं होतं.

"ते मला पुन्हा मारतील?" अली विचारत होता.

"नाही, कारण तुला कुणी हात लावण्याआधीच मी त्यांना हाणेन." ईश अलीच्या कपाळाचं चुंबन घेत म्हणाला. ईश चांगला बाबा होऊ शकतो. त्याच्या वडिलांसारखा नाही. ज्यांच्या तोंडून कध्धी एकही सुखद वाक्य आलं नव्हतं, असा नव्हे.

ओमीनं कोमेजलेल्या अलीला उचलून घेतलं.

"मी याला दुकानात घेऊन जातो." ओमी म्हणाला. "आणि मा ला याच्यासाठी हळदीचं दूध करायला सांगतो. तुम्ही दोघं त्याच्यासाठी त्याला जे हवं असेल ते जेवायला घेऊन या."

"मला कबाब पाहिजेत." अली तत्परतेनं म्हणाला.

"कबाब? दुकानात?" मी जरा मागं सरकलो.

"ठीक आहे. फक्त कुणाला सांगू नकोस." ओमी म्हणाला.

"तो तयार झालाय," ईश म्हणाला. काजी ढाब्यावर कबाब बनवताना उठलेल्या धुराआड ईशचा चेहरा उजळला होता.

"तू त्याचा खेळ पाहिलास ना? आता तो तिथं टिकू शकतो, पळू शकतो आणि इतरांनाही मदत करतो. फटकेबाजी करण्याची वेळ येईपर्यंत तो खेळतोय. तो फिल्डिंगमध्ये मार खातोय, पण तेवढं सोडलं तर तो एकदम परिपूर्ण झाला आहे. आता तो तयार झालाय."

चिकन टिक्क्याचा गंध माझ्या नाकपुड्यांत भरून राहिला होता. ओमी आयुष्यात खरंच किती गमावतोय.

"तयार झालाय... पण कशासाठी?" मी विचारलं.

"सध्या ऑस्ट्रेलिया भारत दौऱ्यावर आहे, बरोबर?" ईश म्हणाला. तेवढ्यात वेटरनं आमची ऑर्डर आणून दिली. रुमाली रोटी, मटन कबाब आणि चिकन टिक्का, सोबत कांदा आणि हिरवी चटणी."

"मग?" मी विचारलं.

"आता तो ऑस्ट्रेलियन्सना भेटायला सज्ज आहे."

दहा

भारत वि. ऑस्ट्रेलिया कसोटी सामना
कोलकाता, ११ ते १५ मार्च २००१

पहिला दिवस

आयुष्यात बहुतेक वेळा घाणेरडंच घडत असतं, पण कधीकधी मात्र चमत्कारही घडतात! आमच्या दृष्टीनं, भारत-ऑस्ट्रेलिया मालिकेतला दुसरा कसोटी सामना हा भूकंपाच्या धक्क्यावरचा जादूई उपाय ठरला. मला त्या सामन्याचा प्रत्येक दिवस आठवतोय. ईशच्या डोक्यात अलीची ऑस्ट्रेलियाच्या संघाशी भेट घालून देण्याची विलक्षण व कमालीची अशक्यप्राय कल्पना कायम होती.

"ऑस्ट्रेलियन संघाला भेटायला?" ओमीनं काऊंटरवर फडकं मारत विचारलं, ईश आणि मी टी.व्ही.समोर जमिनीवर बसलो होतो.

"ते भारतात आलेले आहेत." टी.व्ही.च्या पडद्यावर फलंदाजी करत असलेल्या ऑस्ट्रेलियन संघाकडं निर्देश करत ईश म्हणाला. "आपल्याला पुन्हा अशी संधी कधी मिळणार आहे?"

"याला वेडबिड लागलंय काय?" ओमीनं विचारलं.

"अर्थातच. तू त्यांना भेटून काय करणार आहेस?" मीही ओमीच्या बाजूनं संभाषणात उतरलो.

"मला अलीबाबत त्यांचं मत जाणून घ्यायचंय."

"म्हणजे?" ओमीनं आमच्या शेजारी बसकण मारत विचारलं.

"आपण मॅच बघायला जाऊ या. वन-डे," ईश म्हणाला.

"आपल्याजवळ प्रवास वगैरेसाठी पैसे नाहीत." मी म्हणालो.

"वन-डे सिरीज दोन महिने चालणार आहे. या दरम्यान आपल्या बिझनेसनं उभारी घेतली तर आपल्याला जाता येईल." ईश म्हणाला.

"ते आपला पुन्हा धुव्वा उडवतायत. च्यायला आणि आपला बिझनेस पुन्हा कधीही उभारी घेणार नाहीये." मी धावसंख्या पाहून म्हणालो.

सामन्याच्या पहिल्याच दिवशी चहापानापर्यंत ऑस्ट्रेलियाची धावसंख्या होती १९३/१.

"जर उभारी घेतली तर. मी 'जर' म्हणालो," ईश माझ्यापेक्षा धावसंख्येमुळे जास्त चिडला होता.

"म्हणजे आपण मॅच पाहायला जायचं आणि काय करायचं? हेडनच्या खोलीच्या दारावर थाप देऊन सांगायचं, की 'अरे, हा मुलगा बघ.' तू त्यांना भेटणार कसा?" मी उपहासानं म्हणालो.

"ते मला माहीत नाही." असं म्हणून ईश चिडून टी.व्ही.कडं वळला. "अरे, बॉलिंग चांगली टाका रे बाबांनो!"

"एक्स्क्यूज मी, तुम्ही भारत-ऑस्ट्रेलिया मॅच पाहताय?" एका बायकी आवाजानं व्यत्यय आणला.

काऊंटरपाशी एक वयस्क स्त्री पूजेची थाळी घेऊन उभी होती.

"होय, काय हवंय आपल्याला?"

"माझा नातू थोडा वेळ इथं मॅच पाहायला थांबला तर चालेल?" त्या बाईंनी विचारलं.

मी उठून उभा राहिलो. त्या बाईंसोबत छोटा मुलगा होता. सहज फिरत फिरत आमच्या दुकानात वेळ घालवण्यासाठी येणाऱ्या लोकांबाबत मी कधीच उत्सुक नसतो. त्यांनी माझ्या मनातलं ओळखलं असावं.

"मी काहीतरी विकत घेईन. मला मंदिरात भजनाला जायचंय आणि बबलूला मॅच पाहायचीय."

"येऊ दे ना त्याला," ईशनं दरवाजा आणखी उघडला. तो मुलगा आत येऊन टी.व्ही.समोर बसला. ईशनं व मी दातओठ खात एकमेकांकडं पाहिलं.

"बबलू, इतक्या जवळून पाहू नकोस. बाय द वे, हॅलो. मी मिसेस गांगुली. मला आमच्या शाळेसाठी क्रिकेटचं साहित्य घेण्याबाबत सल्लाही घ्यायचा आहे. तुम्ही कधीतरी आमच्या शाळेत आलात तर..."

"शाळेत?" मी विचारलं.

"होय, मी एलिसब्रिजमधल्या केंद्रीय विद्यालयाची प्राचार्या आहे. आम्हाला क्रीडा-साहित्यासाठी चांगले सप्लायर्स मिळत नाहीत. प्रत्येकाला वाटतं, आमची

सरकारी संस्था आहे, त्यामुळं ते आम्हाला गंडवायला बघतात. तुम्ही शाळेला साहित्य पुरवता ना?''

या प्रश्नाचं उत्तर 'नाही' होतं. आम्ही शाळेला साहित्य पुरवलं नव्हतं.

''हो,'' मी म्हणालो. ''आणि आमचा सल्लागारही आहे – ईशान. तो जिल्हास्तरीय माजी खेळाडू आहे.'

''अरे वा! मग आपण भेटूच.'' असं म्हणून मिसेस गांगुली गेल्या आणि आम्ही त्यांच्या प्रस्तावाचा विचार करत राहिलो.

''बबलू, तुला कॅन्डी पाहिजे?'' ओमीनं विचारलं.

मिसेस गांगुलींशी निगडित असलेल्या कुठल्याही घटकावर छाप पाडण्याचा आमचा सर्वतोपरी प्रयत्न होता.

''पण आपण सप्लायर्स नाहीय.'' ईश म्हणाला.

''म्हणून काय झालं? ईश, तू मला एवढी साथ द्यायचीस. हा नियमित उत्पन्न देणारा बिझनेस आहे.''

''मी जर तुला हे मिळवून दिलं तर तू गोव्याला येशील?''

''गोव्याला?'' माझ्या भुवया विस्फारल्या.

''तिथं शेवटची वन-डे आहे. मी मला शक्य तितकी जमवाजमव करतोच आहे. आपण जर पुरेसे पैसे साठवू शकलो तर आपण अलीला घेऊन जाऊ या.''

''पण...''

''हो म्हण.''

''बरं... हो.'' मी म्हणालो.

मॉलच्या पचक्यानंतर मला ईशला खूश करायचं होतं.

मी दिवसभराचा हिशेब तपासायला उठलो.

''व्वा! ए... मॅच बघितलीस?'' ईश विचारत होता.

''मॅचचं पारडं पूर्ण फिरलंय.''

मी टी.व्ही.च्या पडद्यावर नजर टाकली. बहुधा देवानं मिसेस गांगुलींची आतली प्रार्थना ऐकली असावी. चहापानानंतर हरभजन सिंग नामक फारसा परिचित नसलेला खेळाडू गोलंदाजीला आला होता. त्यानं फलंदाजीचा धुव्वा उडवला होता आणि १९३/१ अशा स्थितीतल्या ऑस्ट्रेलियाची दिवसाअखेरची अवस्था २९१/८ अशी होती.

''भज्जी, यू आर ग्रेट!'' ईश टी.व्ही.चा मुका घ्यायला पुढं झाला.

''टी.व्ही. इतक्या जवळून बघू नका.'' बबलू म्हणाला.

''मोठ्या माणसांचं नेहमी ऐकायचं नसतं. जवळून टी.व्ही. पाहिल्यामुळं कुणीही आंधळं झालेलं नाही. लोक कॉम्प्युटरवर काम करतातच ना?''

ईश रोमांचित होऊन दणादण उड्या मारत होता.

दोन तासांनी मिसेस गांगुली बबलूला न्यायला आल्या. त्यांनी बबलूसाठी दोन टेनिस बॉल घेतले. ते त्यांना फुकट द्यावेत असा मोह मला झाला होता, पण कदाचित त्यांनी त्याचा चुकीचा अर्थ काढला असता.

"हे घ्या," त्या माझ्या हातात त्यांचं कार्ड देत म्हणाल्या, "दर सोमवारी आमच्या संचालक मंडळाची मीटिंग असते. तुम्ही त्याच वेळी या आणि आम्हाला कशाप्रकारे साहाय्य करू शकाल ते सांगा."

आमच्याजवळ तयारीला चार दिवस होते आणि भारतानं हा सामना जिंकला तर संचालक मंडळाचा मूड जास्त चांगला असणार होता.

"जरूर, मग तेव्हाच भेटू," असं म्हणून मी बबलूच्या हातात एक कॅन्डी सरकवली.

दुसरा दिवस

सामन्याच्या दुसऱ्या दिवसाचं वर्णन करण्याजोगा एकमात्र शब्द म्हणजे 'निराशाजनक'! ऑस्ट्रेलियानं २९१/८ वरून सुरुवात करून पहिल्या इनिंगच्या अखेरीस सर्व बाद ४४५ अशा दमदार धावसंख्येपर्यंत धडक मारली. भारतीय संघाची फलंदाजी सुरू झाली. सलामीचा फलंदाज रमेश भोपळा काढून बाद झाला.

"कोण हा रमेश? कनेक्शन कोटा." ईश म्हणाला.

पण रमेश काही एकटाच ढेपाळला नव्हता. तेंडुलकर दहा तर बाकीचे त्यापेक्षाही कमी धावांवर बाद झाले होते. द्रविडनं सर्वाधिक २५ धावा काढल्या होत्या. दुसऱ्या दिवसाच्या अखेरीस भारत १२८/८ वर होता.

रात्री जेवताना ईश चपातीचे घास रागारागानं तोडत होता.

"त्या ऑस्ट्रेलियन संघाला नक्की वाटत असेल... आपण भारताशी खेळायला इथे येतो तरी कशाला."

"आता सामना अनिर्णित राहावा अशी प्रार्थना करा. सामना अनिर्णित राहिला तर आपल्याला विक्रीची आशा आहे, नाहीतर आपण बिझनेसच बदलू या. आपल्या देशात खेळ ही चुकीची निवड आहे."

मी दाल ओमीकडं सरकवली.

"त्यांच्याकडं वीस दशलक्ष लोक आहेत. आपल्याकडं एक अब्ज. दरवर्षी दोन टक्क्यांनी ही संख्या वाढतेय... अरे... म्हणजे आपण दरवर्षी एक ऑस्ट्रेलिया निर्माण करतोय. तरीही ते आपल्याला धुळीला मिळवतायत. हे काही बरोबर नाही."

"आपण आणखी एक फुलांचं दुकान उघडू या का? देवळात फुलांना नेहमीच मागणी राहणार," मी म्हणालो.

ईशनं माझ्याकडं साफ दुर्लक्ष केलं. तो फॉलो-ऑन टाळण्याबद्दल काहीतरी पुटपुटत होता, पण ते तर अगदीच अवघड दिसत होतं.

तिसरा दिवस

तिसऱ्या दिवशी सकाळी आम्ही टी.व्ही. सुरू तरी कशाला केला कोण जाणे! भारतानं पहिल्या इनिंग्जमध्ये धावसंख्या वाढवण्याचा प्रयत्न केला; पण भोजन-विश्रामाआधी त्यांचा डाव सर्वबाद १७१ वर गुंडाळला.

"...ॲन्ड द ऑस्ट्रेलियन्स हॅव आस्कड इंडिया टू फॉलो ऑन..." कॉमेंटेटर सांगत होता. मी कपाळावर हात मारून घेतला. कसोटी मालिकेत पराभव होणं वेगळं, पण इनिंग्जनी मात म्हणजे आठवडे न् आठवडे मैदानं मोकळी राहणार होती. पोरं क्रिकेट खेळण्यापेक्षा आणि भारताची मानखंडना आठवण्यापेक्षा अभ्यासाची पुस्तकं वाचतील.

मला हा बिझनेस सुरू करण्याची अवदसा का म्हणून सुचली असेल? मी किती मूर्ख असेन? त्याऐवजी मी मिठाईचं दुकान का नाही उघडलं? भारतीय लोक सदा-सर्वदा मिठाया खातातच. मी क्रीडासाहित्यच का निवडलं? क्रिकेटच का निवडलं?

त्या प्रसंगासाठी ईशनं स्वतःच्या नव्या शब्दरचना वापरल्या, "दॅट्स फकिंग-फॉलो-ऑन, फॅन्टास्टिक!" तो मूठ आवळत धोकादायकपणे टी.व्ही.जवळ आला. "आपण त्यांना २९१/८ वर खेळू दिलं आणि ते आपल्याला फॉलो-ऑन देतायत?"

"आपण टी.व्ही. बंद करू या का?" मी म्हणालो.

मला दुकान सरळ बंद करून टाकावं असं वाटत होतं.

"थांब, मला हे बघायचं आहे. इतक्या वाईट पद्धतीनं हरल्यावर आपला संघ नजरेला नजर कशी देतोय ते मला बघायचंय." ईश म्हणाला.

"ते नजरेला नजर देतच नाहीयेत. तू फक्त त्यांना टी.व्ही.वर पाहतोयस." ओमी म्हणाला.

"जर ही मॅच अनिर्णित राहिली तर तुम्हा दोघांना माझ्याकडून जेवण. ठीक आहे, दोन जेवणं." ईश म्हणाला.

दुसऱ्या इनिंग्जला भारतानं एक बदल केला. त्यांनी सलामीला रमेशऐवजी दुसरा एक नवा खेळाडू आणला – लक्ष्मण.

"संघात कॉन्टॅक्ट्सवाल्यांचीच भरती आहे. सगळ्यांना आज संधी मिळतेय." ईश म्हणाला.

भारतीय संघातले सलामीवीर दुसऱ्या फॉलो-ऑन इनिंग्जसाठी खेळपट्टीवर

आले होते.

मात्र लक्ष्मणला चांगला सूर गवसला. तो चौकारांवर चौकार ठोकत होता. तिसऱ्या दिवसाच्या अखेरीला भारत २५४/४ अशा भक्कम अवस्थेत होता. आता इनिंग्जनी पराभव होणार नाही अशी खात्री वाटत होती. यस.... आता आपण सामना अनिर्णितसुद्धा ठेवू शकत होतो.

"बघ, भारतीय संघाचं हे असं असतं. तुम्ही जेव्हा आशा सोडता तेव्हा ते तुम्हाला पुन्हा गुंतवतात." ईश रात्री जेवताना म्हणाला.

"काहीही झालं तरी तू सगळेच्या सगळे दिवस पूर्ण मॅच बघणारच होतास. आता कृपा करून आपल्या सोमवारच्या मीटिंगचा विचार कर." मी म्हणालो.

"लक्ष्मणचं काम अजून संपलेलं नाही. आपल्याला सामना अनिर्णित राहायला हवा असेल तर तो तिथं असण्याची गरज आहे." ईश म्हणाला.

मी उसासा टाकला. शाळेच्या मीटिंगची तयारी माझी मलाच करावी लागणार होती.

चौथा दिवस

सामन्याच्या चौथ्या दिवशी भारतानं जागतिक क्रिकेटवर वर्चस्व गाजवलं. हो, २५ जून, १९८३ ला भारतानं विश्वचषक जिंकला, तो एक दिवस यात धरायला पाहिजे. पण मी बोलतोय ते *त्या* दिवसाबद्दल... त्या दिवशी दोघा भारतीय फलंदाजांनी अकरा ऑस्ट्रेलियन क्रिकेटपटूंना आपल्या तालावर नाचवलं... तेसुद्धा साऱ्या लोकांसमोर आणि अख्खा दिवस! कसोटीच्या चौथ्या दिवशी ईश तर लघवीला जाण्यासाठीसुद्धा टी.व्ही.समोरून उठला नव्हता.

त्या दिवशी लक्ष्मण आणि द्रविड या जोडीनं खेळ पुढं सुरू ठेवला आणि पाचव्या विकेटसाठी ३५८ धावांची भर घातली. २७४/४ वरून सुरू झालेला सामन्याचा चौथा दिवस ५८९/४ वर संपला. ऑस्ट्रेलियाच्या संघातील अकरापैकी नऊ खेळाडूंनी आळीपाळीनं गोलंदाजी केली. पण त्यांच्यापैकी कुणालाच विकेट घेण्यात यश आलं नाही. इडन गार्डनमधली गर्दी नुसती वेडी झाली होती. त्यांनी लक्ष्मणचा एवढा जयघोष चालवला होता, की स्टीव्ह वॉच्या चेहऱ्यावर लक्षात येण्याइतके चिडके भाव उमटले होते. आपल्याला 'फॉलो-ऑन' देणाऱ्या संघाला, आपला एक फलंदाज बाद करता येत नव्हता.

त्या दिवसाअखेरीला लक्ष्मण नाबाद २७५ वर होता. पहिल्या इनिंगमध्ये अख्ख्या भारतीय संघानं जेवढ्या धावा काढल्या होत्या, त्यापेक्षा जास्त धावा त्याच्या खात्यावर जमा होत्या. द्रविड नाबाद १५५ वर होता. अजून आपल्याकडे बऱ्याच विकेट्स होत्या. आपण ऑस्ट्रेलियापेक्षा ३३७ धावांनी पुढं होतो आणि

सामन्याचा फक्त एक दिवस बाकी होता.

"आता मला शांत झोप लागेल. मी आपलं ठरलेलं जेवण देतो." आम्ही दुकानाचं शटर बंद करत असताना ईश म्हणाला.

पाचवा दिवस

माणसाच्या अपेक्षांना काही अंतच नसतो... दोन दिवसांपूर्वी आम्ही फक्त सामना अनिर्णित राहू दे अशी करुणा भाकत होतो... पण सामन्याचा पाचवा दिवस नव्या आशांचे अंकुर घेऊन आला. लक्ष्मण २८१ वर बाद झाला. त्या वेळी त्याच्या अकरा तासांच्या खेळाबद्दल स्टेडियममधल्या सर्वांनी उभं राहून टाळ्यांच्या गजरात त्याचं कौतुक केलं.

त्यानंतर भारतीय कर्णधार गांगुलीनं एक आश्चर्यकारक निर्णय घेतला. त्या दिवशी तासभर खेळ झाल्यानंतर त्यानं ६५७/७ वर भारतीय संघाचा डाव घोषित केला. म्हणजे आता ऑस्ट्रेलियाला पुन्हा फलंदाजीला यावं लागणार होतं आणि सामना जिंकण्यासाठी त्यांना राहिलेल्या दिवसभरात ३८४ धावा काढाव्या लागणार होत्या.

"गांगुलीला वेड लागलंय की काय? यात केवढा धोका आहे. आपण अजून खेळायला हवं होतं. सामना अनिर्णित ठेवायचा आणि संपवायचा." मी म्हणालो.

"कदाचित त्याच्या डोक्यात काहीतरी असेल." ईश म्हणाला.

"काय?" ओमीनं डोकं खाजवत विचारलं.

मला गांगुलीचा उद्देश काय होता ते समजत नव्हतं. ठीक आहे ना, आपलं नशीब उजळलं होतं. आपण भरभक्कम धावसंख्या गाठून सामना अनिर्णित अवस्थेकडे नेऊ शकत होतो. पण वेळच उरला नाही अशा स्थितीपर्यंत पोहोचेपर्यंत तो डाव सुरू ठेवू शकला असता, मग त्यानं डाव घोषित का केला? त्याला भारताचा विजय हवा होता हे नक्कीच... पण...!

"त्याला मजा वाटतेय. आपल्याला फॉलो-ऑन मिळाला होता. आपल्याला डावानं हरावं लागलं असतं. आता गांगुलीला खरंच असं वाटतंय की काय... की आपण या ऑस्ट्रेलियन खेळाडूंना बाद करू शकतो?" मी म्हणालो.

ईशनं मान डोलवली. तितक्यात, ऑस्ट्रेलियाचे फलंदाज पुन्हा खेळपट्टीवर आले. गांगुलीनं जिंकण्यासाठी त्यांच्यापुढे ३८४ धावांचं आव्हान ठेवलं होतं. हे आव्हान तसं अवघड, पण अशक्य नव्हतं. ऑस्ट्रेलियाचे खेळाडू सुरक्षित खेळी करून सामना अनिर्णित अवस्थेप्रत नेऊ शकले असते, पण ऑस्ट्रेलियन खेळाडूंची खेळी अशी नसते.

"अहो, श्रीयुत गणिततज्ज्ञ, असं यापूर्वी घडलंय का? फॉलो-ऑनला तोंड

देणाऱ्या संघानंच सामना जिंकलाय असं कधी झालंय का?'' ईशनं विचारलं. त्यानं ओमीला तातडीनं, खास प्रार्थना सुरू करण्याची खूण केली.

मी वरच्या शेल्फमधून क्रिकेटविषयक माहितीचं पुस्तक काढलं. ही पुस्तकं फारशी खपत नव्हती. पण आम्ही या पुस्तकांच्या काही प्रती विक्रीला ठेवाव्यात असा प्रकाशकाचा आग्रह होता.

''हो, यापूर्वी असं घडलंय.'' मी दहा मिनिटांच्या शोधानंतर म्हणालो.

''किती वेळा?'' ईशनं टी.व्ही.च्या पडद्यावरून नजर न हटवता विचारलं.

''दोनदा.'' मी म्हणालो.

ओमी डोळे बंद करून मूकपणे प्रार्थना करत होता.

''बघ, असं घडतं, दोनदा.... पण किती काळात?'' ईशनं विचारलं.

''गेल्या एकशे दहा वर्षांत दोनदा.''

ईश माझ्याकडे वळला.

''फक्त दोनदा?''

''हो, एकदा १८९४ मध्ये आणि मग १९९१ मध्ये,'' मी त्या पुस्तकाच्या पानावरचा मजकूर मोठ्यानं वाचला.

''दोन्ही वेळेला इंग्लंडनं विजय मिळवला आहे... कुणाविरुद्ध असेल... ऑस्ट्रेलिया विरुद्ध... मित्रा, सॉरी! पण आकडेवारीनुसार बघितलं तर ही मॅच संपल्यात जमा आहे.''

ईशनं मान डोलवली.

''म्हणजे जिंकण्याची शक्यता इतकी कमी आहे की... मी असं म्हणेन, की भारत जिंकला तर गोव्याच्या ट्रीपचा खर्च माझा...'' मी विनोद केला.

''किंवा असं म्हणता येईल की भारत जिंकला तर तू देवावर श्रद्धा ठेवू लागशील.'' ओमीही सुरात सूर मिसळत म्हणाला.

''हो.'' मी म्हणालो.

मी ओमीला फार प्रार्थना करू नको म्हणून सांगितलं. सामना अनिर्णित राहणंच चांगलं होतं. गांगुलीला बहुधा धोक्यांची कल्पना नसावी. ऑस्ट्रेलियानं तेवढी धावसंख्या करणं ही सर्वांत वाईट गोष्ट ठरली असती.

''१६१/३,'' ओमीनं चहापानापर्यंतची ऑस्ट्रेलियाची धावसंख्या वाचली. त्यांचा आणि आमचा चहापानाचा विश्राम एकाच वेळी झाला.

''चला, आपण दुकान झाडून घेऊ या. काही तासांत मॅच संपेल. कदाचित चार ग्राहक मिळतील,'' मी म्हणालो.

''अनिर्णित राहिला तर मिळतील. ठीक आहे. आपण त्यांना पुन्हा कधीतरी दाखवू.'' ईश पुसण्याचं फडकं नाखुशीनं उचलत म्हणाला.

पाचवा दिवस – चहापानानंतरचा

त्या दिवशी भारतीय संघानं त्यांच्या चहामध्ये नक्की काहीतरी खास घातलं असणार! चहापानानंतर ऑस्ट्रेलियाचा संघ पुन्हा फलंदाजीला आला. त्यांनी १६६/३ पर्यंत मजल मारली आणि त्यानंतर पाच खतरनाक षटकं झाली. त्यामध्ये हरभजन सिंगनं हॅटट्रिक केली. आता ऑस्ट्रेलिया १७४/८ वर होता. निम्मा ऑस्ट्रेलियन संघ गारद झाला होता.

''ईश, अरे टी.व्ही.समोर उभा राहू नकोस ना.'' मी म्हणालो. पण तो उभा कुठं होता, तो तर फक्त उड्या मारत होता.

''खड्ड्यात गेलं तुझं स्टॅटिस्टिक्स आणि खड्ड्यात गेली प्रॉबबिलिटी,'' ईश विजयानंदानं आरोळ्या ठोकत होता.

लोक गणिताचा अपमान करतात ते मला आवडत नाही. पण मी ईशला 'संशयाचा फायदा' दिला. तुम्ही इतिहासाचे साक्षीदार बनत असता तेव्हा काही उत्सवी शिव्या हासडण्याची तुम्हाला परवानगी असते.

त्यानंतर काही वेळातच शेवटच्या दोन्ही फलंदाजांनीही नांगी टाकली. हरभजननं सहा बळी घेतले. ईशनं तर टी.व्ही.च्या पडद्याचे पापे घेतले. (आणि थुंकीचे शिक्के सगळीकडे उठवून ठेवले.) भारतानं अतिशय नेत्रदीपक खेळी करून सामना जिंकला होता.

ईडन गार्डनमध्ये प्रत्येक फलक, प्रत्येक पोस्टर उसळत होतं. लोक नुसते सळसळत होते. टी.व्ही.वरची कॉमेंट्रीसुद्धा ऐकू येत नव्हती. कारण भारतीय संघातील खेळाडूचं नाव पुकारलं की प्रेक्षकांच्या गर्दीतून नुसत्या आरोळ्या घुमत होत्या.

ईश मागं हात ठेवून उभा होता. त्याची नजर टी.व्ही.च्या पडद्यावर होती. ईशच्या डोळ्यांत मला खरंखुरं प्रेम दिसत होतं. मी ईशला 'निळ्या गणवेशातल्या' त्या माणसांकडं पाहताना कायम पाहिलंय... आपण त्यांच्यापैकी एक असतो तर, असे भाव त्याच्या डोळ्यांत वाचले आहेत. पण आज मात्र त्याला अशी कुठली खंत नव्हती. आपण त्यांच्यापैकी एक असण्यापेक्षा त्याला त्यांनी जिंकायला हवं होतं. हरभजन उड्या मारत होता. ईश डोळे भरून पाहत होता. गांगुली चषक स्वीकारायला आला, तेव्हा त्यानं टाळ्या वाजवल्या.

''दोन बॉल द्या... प्लीज लवकर... आमची मॅच आहे.'' एक मुलगा पन्नासची नोट काऊंटरवर आपटत म्हणाला.

भारतीय क्रिकेटच्या जबरदस्त हंगामातलं पहिलं गिऱ्हाईक आलं होतं.

मी हात जोडून आकाशाकडे पाहिलं. देवा, तू आमच्यासाठी जो चमत्कार घडवलास त्याबद्दल आभार!

✦

"आम्ही तुम्हाला काही मार्ग सुचवायला, पर्याय सांगायला आलोय, फक्त चार बॉल विकायला नाही." मी सुरुवात केली.

मी पहिलंच वाक्य छान फेकलं होतं. आदल्या दोन रात्री मी याची तयारी केली ते बरं झालं असं वाटत होतं. आम्ही केंद्रीय विद्यालयाच्या प्राचार्यांच्या ऑफिसमध्ये होतो. ऑफिस अगदीच दळभद्री होतं. मोडकळीला आलेलं फर्निचर, धुळकट चषक... बहुतेकशा सरकारी कार्यालयात आणि इमारतीत कपाटंच्या कपाटं जुन्या फाईल्सच्या उंचच उंच ढिगांनी भरलेली असतात. तेच चित्र इथंही होतं. प्राचार्या आणि सहा शिक्षक एका अर्धवर्तुळाकार लाकडी टेबलाभोवती बसले होते.

इथं काम करणं दुःखदायक असणार... माझ्या मनात विचार तरळला... कुणासाठी काम करणं हेच दुःखदायक असणार... विचारांची गाडी आणखी पुढं गेली.

"बोला," माझं वाक्य परिणामकारक ठरावं म्हणून मी घेतलेला पॉज जरा जास्तच लांबल्यामुळे प्राचार्या म्हणाल्या.

"तर आमच्याकडे जिल्हास्तरीय विजेता खेळाडू आहे. तो तुमच्या गरजा व तुमचं बजेट यानुसार पॅकेज तयार करू शकतो." मी ईशकडे निर्देश करत म्हणालो. सगळे शिक्षक त्याच्याकडे बघू लागले.

मग मी काही कागद त्यांच्यापुढं धरले. त्यावर आठशे विद्यार्थ्यांसाठी शाळेला महिन्याला किती साहित्य लागेल याचा हिशेब होता. हे सगळं मी पानाला तीन रुपये दरानं कॉम्प्युटर शॉपमधून लेझर प्रिंट करून घेतलं होतं.

तितक्यात शिपायानं सर्वांसाठी चहा-सामोसे आणले.

"या सगळ्याचा खर्च किती येईल?" प्रशासन प्रमुखांनी विचारलं.

"आम्ही हिशेब केलाय. तुम्हाला सरासरी महिना दहा हजार रुपये खर्च येईल."

"एवढं म्हणजे फारच होतंय. हे केंद्रीय विद्यालय आहे. खासगी शाळा नाही." प्रशासन प्रमुख म्हणाले. त्यांनी वही बंद करून माझ्याकडं सरकवली.

मी दीर्घ श्वास घेतला. मी अशा प्रसंगासाठी उत्तर ठरवलेलंच होतं.

"सर, यात आपण कमी करू शकतो."

तितक्यात ईश माझं बोलणं तोडत म्हणाला, "हा खर्च प्रत्येक मुलामागं दरमहा बारा रुपये आहे. शाईच्या पेनाला आपण बारा रुपये मोजतो, तेवढे तरी

खेळासाठी द्यायला हरकत नाही, असं नाही वाटत तुम्हाला?''

शिक्षकांनी वह्यांतून डोकं वर काढून एकमेकांकडे कटाक्ष टाकले.

''स्पष्ट सांगायचं तर नाही. आमचं मूल्यमापन आमच्या निकालांवर होतं. उत्तीर्णांची संख्या आणि फर्स्ट डिव्हिजन्सवर. आम्हाला मर्यादित स्रोत आहेत.'' प्रमुख म्हणाले.

''सगळ्यांनीच असा विचार केला तर भारताचे खेळाडू घडतील कसे?'' ईश म्हणाला.

''श्रीमंत कुटुंबांत.''

प्रमुखांनी चष्मा काढून शांतपणे पुसला.

''पण गुणवत्तेचं वाटप काही फक्त श्रीमंतांमध्येच होत नाही. आपण हा पट विस्तारला पाहिजे.''

''तुम्हाला सांगतो, आमच्या निम्म्या वर्गांत पावसाळ्यात गळतं,'' प्रमुख म्हणाले. ''अशा वेळी आम्ही चकचकीत बॉल घ्यायचे की गळती काढायची?'' ते जाण्यासाठी उठले.

मी मनातल्या मनात त्यांना अधूनमधून फुल्यांकित आहेर देत होतो.

कमॉन गोविंद... यातून मार्ग काढ... तुला बिझनेसची गरज आहे... कुठल्याही बिझनेसची.

''सर, आपण महिना पाच हजार रुपयांची योजना आखू शकतो.'' मी म्हणालो.

ईशनं मला गप्प करायला हात उंचावला. मी तर त्याला ठारच केलं असतं.

ईश उभा राहिला... त्याची उंची प्रमुखांएवढीच होती.

''तुम्ही इथं काय करायला आहात?''

''मुलांना शिक्षण द्यायला.'' प्रमुख कोऱ्या चेहऱ्यानं उत्तरले.

''आणि गिलावा केलेल्या छपराखाली बसून मुलं या पुस्तकांतून जे काही शिकतील तेच सगळं शिक्षण? मग खेळातून जे शिक्षण मिळतं त्याचं काय?''

''काय?'' त्यांनी विचारलं.

''जितीन सर, बसा.'' प्राचार्या म्हणाल्या, ''ते काय म्हणतात ते आपण ऐकू या.''

ते पुन्हा बसले.

''तुम्ही तुमच्या मुलांना 'टीमवर्क' नामक विषय शिकवता? झपाटलेल्या वृत्तीनं आपल्या ध्येयाचा पाठपुरावा कसा करायचा ते शिकवता? तुम्ही त्यांना शिस्त शिकवता? तुम्ही त्यांना एकाग्रता कशी साध्य करावी, ते शिकवता?'' ईश विचारत होता.

मी माझ्या पायानं त्याचा पाय दाबून त्याला खाली बसण्याची खूण करत होतो. पण त्यानं माझ्याकडं दुर्लक्ष केलं.

"तुम्ही कशाबद्दल बोलताय?" एका शिक्षकानं विचारलं.

"खेळ मुलांना या सगळ्या गोष्टी शिकवतात. आणि मला सांगा, आयुष्यात जास्त यशस्वी कोण होईल?... सगळी रासायनिक सूत्रं पाठ असलेला मुलगा की टीमवर्क, उत्कट ध्येय, शिस्त, एकाग्रता अंगी बाणलेला मुलगा?"

"बसा तुम्ही," प्राचार्या म्हणाल्या. ईश खाली बसला, पण गप्प बसला नाही.

"मी कमी दरातली योजना नाही देणार. शाळेत आठशे मुलं आहेत आणि तुम्हाला दिवसभर या मुलांना वर्गात डांबून ठेवायचं आहे. आपण निरुपयोगी फर्स्ट डिव्हिजन्सच्या मागं लागणार, पण दोन सामोसा प्लेटच्या किमतीएवढेही पैसे खेळावर खर्च करणार नाही."

ईश सामोशांच्या बशीकडे निर्देश करत म्हणाला. सगळ्या शिक्षकांचा घास निम्म्यातच अडकला. स्तब्धता पसरली, मग प्राचार्याच पुन्हा बोलल्या, "ठीक आहे. दहा हजार रुपये ठीक आहेत. आपण नमुन्यादाखल सुरुवात करू या. कितपत उपयोग होतोय बघू या. तुम्हाला सहा महिन्यांसाठी काम दिलं."

आम्ही हस्तांदोलनासाठी उठलो. पन्नाशीच्या दरम्यानचे सहा सुशिक्षित माझ्याशी हस्तांदोलन करण्यासाठी उठले. यस... मी खरा बिझनेसमन झालो होतो.

"हे जर नीट जमलं तर तुम्ही आमच्या बेलापूर स्कूलच्या मीटिंगला या." तिथले सर्वांत वयोवृद्ध सद्‌गृहस्थ म्हणाले.

"अरे, हो. हे मिस्टर भन्साळी. बेलापूर स्कूलचे मुख्याध्यापक. ते इथं भेट द्यायला आले होते. मी त्यांना या मीटिंगला बोलावलं." प्राचार्यबाईंनी ओळख करून दिली.

मी त्यांचं कार्ड घेतलं आणि मनातल्या मनात नोंदवलं, की आता आपली पण बिझनेस कार्डं करायला द्यायची.

मूठ वरखाली करत 'यस-यस-यस'चा आनंद आत्ताच व्यक्त करावा की नंतर... मी विचारात पडलो होतो.

अकरा

"गोव्याला, वॉव! एका माणसाची मजा आहे बुवा," विद्या खिळा तोंडात धरून बोलत होती.

ती तिच्या खोलीच्या भिंतीवर 'दिल चाहता है' मधल्या आमिर खानचं पोस्टर लावण्यासाठी स्टुलावर चढली होती. आणि मी, तिचा शिकवणी मास्तर, खिळ्यांचा ट्रे धरून उभा होतो. माझ्या अधिकारपदाच्या दृष्टीनं अतिच होतं हे!

"गोव्याला जाणं ही आपल्याच बंधुराजांची कल्पना आहे. मला खरंतर आता कामातून विश्रांतीची गरज नाहीय." मी म्हणालो.

"अर्थातच आहे." विद्या स्टुलावरून खाली उतरत म्हणाली, "याची तुला भूकंपातून सावरायला मदत होईल."

"मला भूकंपातून सावरायला कशाची मदत होणार असेल, तर ती म्हणजे कामाची आणि मी मिळवीन त्या पैशाची... मला त्यातून कर्ज फेडायची आहेत. या ट्रिपसाठी आम्हाला तीन हजार रुपये खर्च येणार आहे."

मी तिच्या टेबलाशी येऊन बसलो.

तीही तिच्या जागेवर बसली. पुस्तक उघडून ते उलटताना प्रत्येक पानावर ती फाटफाट थापट्या मारत होती.

"तू यात जराही इंटरेस्ट असल्याचं दाखवू शकत नाहीस?"

"मी चांगली अभिनेत्री नाही," ती म्हणाली.

"व्हेरी फनी. तर... तू तुझ्या त्या तथाकथित स्वयं-अभ्यास मोहिमेत कॅल्क्युलस प्रकरण केलंस?"

"तुला माझ्यासाठी वेळ नव्हता म्हणून मी स्वयं-अभ्यास करत होते,"

ती म्हणाली.

"एनी वे, मला त्यातलं ओ की ठो समजत नाहीये. नेहमीप्रमाणेच मी वैतागून गेले. काय हे सगळं '*dx dt*' ही असली भयानक चिन्हं, तीसुद्धा इतक्या संख्येनं कशाला असतात?"

"विद्या, तू मेडिकल एन्ट्रन्सला बसणार आहेस. हे असलं...'' मी वाक्य मध्येच थांबवलं आणि कॅल्क्युलस प्रकरण उघडलं. काही बिघडलेल्या कार्ट्यांना मूलभूत गोष्टीसुद्धा चमच्यानं भरवाव्या लागतात.

"हे असलं... काय?"

"हे असलं मूर्खासारखं बोलू नकोस. आता नीट लक्ष दे."

"मी मूर्ख नाही हं! तुझा तू गोव्याला जा. तुझा बिझनेस सांभाळ, पैसा कमव, गणितासाठी लाळ न टपकणाऱ्या लोकांचा अपमान कर. मित्रमैत्रिणींसाठी जराही वेळ काढू नकोस. माझं मी नीट बघेन.'

यातल्या 'नीट' शब्दाला तिचा आवाज सर्वाधिक चढला होता.

"एक्स्क्यूज मी, काही प्रॉब्लेम आहे का?'' काही वेळ गप्प राहून मग मी प्रश्न केला.

"हो आहेत ना, कॅल्क्युलस प्रॉब्लेम्स. प्लीज, आपण सुरुवात करायची का?"

त्यानंतर तासभर मी तिला कॅल्क्युलस समजावत होतो.

"प्रकरणाच्या शेवटी दिलेली सरावाची गणितं करायचा प्रयत्न कर आणि मी परत येईन तोवर पुढचं प्रकरण वाचून ठेव.'' मी त्या दिवशीची शिकवणी संपवत म्हणालो.

ती गप्प होती.

"विद्या, तू कधीकधी असं दात उपटल्यासारखं का बोलतेस?"

"मी अशीच आहे. तुला काही प्रॉब्लेम आहे का? लोकांकडे दुर्लक्ष करायचा अधिकार फक्त तुलाच आहे का?'' ती कडाडली.

तिच्या डोळ्यांत धुकं दाटलं होतं. तिची लांबसडक बोटं थरथरत होती. या धुक्याचा पाऊस होण्याआधी तिथून निघणं आवश्यक होतं.

"मी चार दिवसांनी येईन.'' मी दरवाज्याकडे जात म्हणालो.

"हू केअर्स?'' ती म्हणाली.

✦

"वेळेवर खा आणि उशिरापर्यंत जागरणं करू नकोस.'' अलीचे वडील सांगत होते, तितक्यात ट्रेन निघाली.

अली इतका थरारून गेला होता, की त्याचं वडिलांच्या सूचनांकडं लक्षच कुठं

होतं. त्यानं स्वत:साठी सर्वांत वरचा बर्थ घेतला होता. तो वर चढून बसलासुद्धा होता. ओमीनं प्रवासाला निघण्याआधीची प्रार्थना केली.

"अलीच्या अम्मीला त्याची काळजी नाही. पण तो माझ्या काळजाचा तुकडा आहे." अलीचे वडील म्हणाले. त्यांचे डोळे पाणावले होते.

"कधीकधी मला वाटतं मी पुन्हा लग्न करायला नको होतं."

मी पैसे व तिकिटं प्लॅस्टिकमध्ये गुंडाळून माझ्या मोज्यांमध्ये ठेवलं होतं. बारा वर्षांच्या मुलासोबत व आणखी दोघा धगुरड्या मुलांसोबत प्रवास करताना ही जबाबदारी माझ्यावरच आली होती.

"असू दे चाचा. बघा, आता तुम्ही बडोद्याला निवडणूक प्रचार सभेला जाऊ शकता." मी म्हणालो.

"बरोबर आहे. मी चार दिवस अलीला त्याच्या अम्मीच्या भरवशावर सोडून जाऊ शकत नाही."

"तुम्हाला या वर्षी तिकीट मिळतंय?" मी सर्वांत खालच्या बर्थला आमची सूटकेस साखळीनं बांधत विचारलं.

आता ट्रेन वेग घेऊ लागली होती.

"छे, छे, पक्षात मी तितका ज्येष्ठ नाही. पण मी बेलरामपूरमधल्या उमेदवाराला मदत करणार आहे. अली बेटा, बर्थवरून उड्या मारू नकोस. अली..." ट्रेननं वेग घेतला तसा त्यांचा आवाज मागं पडत गेला.

ईशनं अलीचा हात ओढून त्याला स्वत:च्या मांडीवर घेतलं.

"त्यांना नीट बाय म्हण." ईश म्हणाला.

"खुदा हाफिज, अब्बा," अली म्हणाला.

आणि ट्रेन धावू लागली – उत्साह अन् थरार घेऊन!

✦

"आयोजक, आपल्याला आयोजकांना भेटावं लागेल. आपण आत जाऊ या." मी म्हणालो. तितक्यात एका केसाळ हातानं मला रोखलं. तो हात होता व्हीआयपी स्टँडबाहेरच्या सुरक्षारक्षकाचा.

"इथल्या तीस हजार लोकांना तिथं आत जायचंय. कोण तुम्ही? स्वाक्षरी घ्यायला आलात?"

"सांग त्याला." ईश कुजबुजला.

"तुमच्या वरिष्ठांना बोलवा. मला त्यांच्याशी बोलायचंय."

"का?" त्या केसाळ प्राण्यानं विचारलं.

मी त्याच्यासमोर एक कार्ड फडकवलं. त्यावर लिहिलं होतं 'झुबेन सिंग,

चेअरमन, विल्सन स्पोर्ट'. पंडितजी एकदा भारतातील या सर्वांत मोठ्या स्पोर्ट्स कंपनीच्या अध्यक्षांना भेटले होते. मी पंडितजींच्या ट्रंकेतून हे कार्ड घेतलं होतं.

"मी विल्सन स्पोर्ट्सचा मालक आहे. आम्हाला एका कराराबद्दल बोलायचं आहे. आता तुम्ही आम्हाला सहकार्य करणार आहात की..."

त्या सुरक्षारक्षकाला घाम फुटला. त्यानं त्याच्या व्यवस्थापकाला बोलावलं. मग मी हीच कहाणी त्यालाही ऐकवली. त्यानं सुरक्षाव्यवस्थेतल्या सर्वांत वरिष्ठ माणसाला बोलावलं. तो सुटात होता. मी दहा कोटी रुपयांच्या बिझनेस ऑर्डरची बोलणी करण्याचा बहाणा करत एक खोटा फोन केला. पण तो साशंकच होता. मग मी गुजराथीत अजून एक फोन केला, तसा त्याचा चेहरा मृदू झाला.

"गुजराथी?" त्यानं विचारलं.

मी त्याच्याकडे पाहिलं. मी काय उत्तर द्यावं याचा विचार करत होतो. भारतात तुम्ही एखाद्या विशिष्ट ठिकाणचे आहात म्हटल्यावर समोरच्याला तुम्ही आवडाल की तो तुमचा तिरस्कार करेल, ते आधी समजत नाही.

"होय," मी सावधपणे म्हणालो.

"ओह्, कसे आहात आपण?" त्यानं गुजराथीत विचारलं.

भारतात विविध प्रादेशिक गट असल्याबद्दल देवाचे आभार मानायला हवेत.

"मी आत्ताच अहमदाबादहून आलोय." मी म्हणालो.

"तुम्ही भेटीची वेळ आधी न ठरवता का आला आहात?" त्यानं विचारलं.

"मी मॅच बघायला आलो होतो. मी ऑस्ट्रेलियाच्या खेळाडूंचा खेळ पाहिला आणि मनात आलं, आपल्याला इथं कदाचित 'ब्रँड ॲम्बॅसडर' सापडू शकेल."

"ऑस्ट्रेलियन का? तुम्हाला भारतीय का नाही चालणार?"

हा अत्यंत अप्रासंगिक प्रश्न होता. पण त्यावरून त्याचा आमच्यावर विश्वास बसत चालल्याचं दिसत होतं.

"भारतीय संघ परवडत नाही. चांगले खेळाडू फारच महागडे आहेत आणि जे खेळाडू चांगले नाहीत ते... बरं, मला सांगा, तुम्ही अजित आगरकरच्या सहीची बॅट विकत घ्याल?"

सुरक्षारक्षकानं मान हलवली. तो कानाला लटकवलेल्या मायक्रोफोनमध्ये काहीतरी बोलला आणि मग आमच्याकडं वळून म्हणाला.

"तुमच्यापैकी एकजण आमच्यासोबत थांबा."

"हा थांबेल." मी ओमीकडं निर्देश करत म्हणालो.

"एक सुरक्षारक्षक तुमच्याबरोबर येईल आणि या मुलाचं काय? त्याला न्यायला पाहिजे?"

"हो. तो आमच्या जाहिरातीत आहे. तुम्हाला सांगतो आम्ही प्रशिक्षक आणि

विद्यार्थी अशा कल्पनेवर जाहिरात बनवतोय.''

तिथली दारं करकरत उघडली. सुरक्षारक्षकांनी आमचा अंत पाहत आमची झडती घेतली. अखेर आम्ही आत पोहोचलो. अतिशय झकपक, लाल फायबर-ग्लासच्या आसनांच्या रांगा पार करून आम्ही एका रिकाम्या रांगेत बसलो. तिथून स्टेडियम अतिशय व्यवस्थित दिसत होतं. आम्ही भारताचा डाव संपल्यानंतर आलो होतो. आता ऑस्ट्रेलियाचा संघ फलंदाजीला येणार होता. खेळपट्टीवर जाणारे फलंदाज वगळता बाकी त्यांचा सगळा संघ लवकरच स्टँड्समध्ये येणार होता.

''ओमी ठीक असेल ना?'' ईश कुजबुजला. मी मान डोलावली.

''आम्ही ऑस्ट्रेलियाचा संघ इथं येईपर्यंत थांबतो, चालेल?'' मी सुरक्षारक्षकाला विचारलं. नाहीतर त्याला पुन्हा संशय यायचा.

त्यानं मानेनंच होकार भरला.

''तुम्ही गुजरातमधले आहात?'' ईशनं त्याला विचारलं.

''नाही.'' तो म्हणाला. एखाद्या गुजराथी मुलीनं त्याचा हृदयभंग केला असावा असे त्याच्या चेहऱ्यावर उद्विग्न भाव होते.

''अरे मागं पाचव्या रांगेत... हळूच बघ,'' ईश म्हणाला.

मी मागं वळून पाहिलं. भारतीय संघाच्या गणवेशातला बरगंडी रंगाचा फेटा बांधलेला शीख तरुण बसला होता.

''शरणदीप सिंग, बारावा खेळाडू. कदाचित लवकरच त्याला संघात स्थान मिळेल. मी त्याच्याशी हस्तांदोलन करू?''

''मूर्खासारखं वागू नकोस. त्यांना जरा जरी शंका आली तरी ते आपल्याला पार्श्वभागावर लाथ घालून हाकलून देतील.'' मी म्हणालो.

''मी ते घेऊ?'' अलीनं विचारलं. शुभ्र गणवेशातले वेटर्स सॉफ्ट ड्रिंक्स घेऊन फिरत होते.

''तू दोनशे कोटी रुपयांच्या कंपनीचा मालक आहेस असं भासव. घे, अली घे.'' मी म्हणालो.

थोड्याच वेळात आम्ही तिघंही उंच ग्लासांमधून फॅन्टा पिऊ लागलो. प्रायोजक दिल्याबद्दल देवाचे आभार मानायला हवेत.

तितक्यात आमच्या स्टँडमध्ये कुजबुज पसरली. ड्रेसिंगरूममधून प्रकटणाऱ्या पिवळ्या गणवेशातील लोकांकडं सगळेजण मागं वळून पाहू लागले. ऑस्ट्रेलियन संघातले खेळाडू दिसताच ईशनं माझा हात घट्ट धरला. ते आमच्या रांगेच्या दोन रांगा पुढं बसले.

''तो स्टीव्ह वॉ आहे, ऑस्ट्रेलियाचा कर्णधार,'' ईश माझ्या कानाशी लागून

कुजबुजला. मला त्याच्या हृदयाचे ठोके त्याच्या मुखातून ऐकू येत होते.

मी मान हलवली आणि दीर्घ श्वास घेतला. होय, इथं सगळेच्या सगळे होते. बीवन, लेमन, सायमंड्स आणि मॅकग्रॅथसुद्धा. पण आम्ही इथं भारावलेल्या चाहत्यांसारखे त्यांना बघायला आलो नव्हतो. आम्ही इथं काही उद्देशानं आलो होतो.

''ईश भय्या, तो बघा पॉन्टिंग, पॅड बांधलेला, तो तिथं.'' अलीच्या किंकाळीनं माझ्या सहजता दाखवण्याच्या प्रयत्नांवर बोळा फिरला.

काही लोकांचं याकडं लक्ष गेलं, पण अली लहान असल्यामुळे त्यांनी ते सोडूनही दिलं. खरे व्हीआयपी स्टार्सना पाहून कधीही किंचाळत नाहीत. त्यांच्या अवतीभवती रेंगाळणं आवडत असलं तरीही.

एक गोरा तरुण आमच्या पुढच्या रांगेत येऊन बसला. मी काही त्याला ओळखलं नाही. त्याच्या अंगावर ऑस्ट्रेलियन संघाचा शर्ट होता, पण त्यावर त्यानं खाकी रंगाची शॉर्ट्स घातली होती. कुरळ्या केसांचा व गडद निळ्या डोळ्यांचा तो तरुण विशीच्या आतला असावा.

ॲडम गिलख्रिस्टनं षट्कार मारताच व्हीआयपींनी टाळ्या वाजवल्या. बाकीच्या सामान्य स्टॉल्समध्ये दु:खद शांतता पसरली होती. ईशला गोलंदाजाला शिवी हासडायची होती, पण आत्ता ती वेळ नाही हे लक्षात घेऊन तो गप्प राहिला.

षट्काराच्या यशावर ऑस्ट्रेलियन संघानं एकमेकांना टाळ्या दिल्या. पुढच्या रांगेतल्या त्या कुरळ्या केसांच्या पोरगेल्या तरुणानं मूठ परजत विजयानंद व्यक्त केला.

अलीनं तिसरा फॅन्टा संपवला होता.

''जा, त्यांच्याशी बोल. मी माझं काम केलंय.'' मी ईशला ढोसत होतो.

''थोड्या ओव्हर्स होऊ देत. मॅच स्थिरस्थावर होऊ दे.'' ईश म्हणाला.

ऑस्ट्रेलियाची पहिली विकेट पडली. हेडन ७० धावांवर बाद झाला, त्यावेळी व्हीआयपी समुदायात साजेसा टाळ्यांचा कडकडाट झाला. पॉन्टिंग खेळपट्टीवर जायला निघाला तेव्हा संघातील सहकाऱ्यांनी त्याच्यात उत्साह जागवत त्याला शुभेच्छा दिल्या. त्यानंतर श्रीनाथनं तीनच चेंडूंत त्याला तंबूत पाठवलं.

आता मात्र ईश स्वत:ला आवरू शकला नाही.

''यस, गो श्रीनाथ गो.'' ईश आनंदला होता. तो खुर्चीवर उभाच राहत होता, पण मी त्याला थांबवलं. सध्या व्हीआयपी स्टँड्समध्ये दिसणाऱ्या हलक्या दर्जाबाबत काही मंडळींच्या चेहऱ्यावर छद्मी हास्य उमटलं. त्यानंतर पॅड्स बांधून सज्ज असलेला बीवन खेळायला गेला. कुरळ्या केसांच्या त्या पोरगेल्या तरुणानं ईशकडं मागं वळून पाहिलं.

''गो, इंडिया गो. आपण जिंकू शकतो. मालिका जिंका... कमॉन... आपण

२-२ वर आहोत.'' ईश स्वत:शीच बोलत होता.

तो पोरगेला मुलगा आमच्याकडे पाहत होता. त्यामुळं ईश कॉन्शस झाला.

''इट्स ओके. गुड ऑन या, मेट!'' तो म्हणाला.

''सॉरी, वी... '' मी म्हणालो.

''हा माझा संघ असता तर मीही हेच केलं असतं.'' तो म्हणाला.

आता बोलायची संधी चालून आली होती. तो संघातल्या कुणाचा तरी भाऊ किंवा असाच कुणीतरी असेल.

मी ईशला कोपरानं ढोसलं.

''हाय,'' ईश म्हणाला.

''मी ईशान, आम्ही गुजरातमधल्या अहमदाबादहून आलोय आणि हा झुबिन. विल्सन स्पोर्ट्सचा मालक आणि हा अली.''

''गुड टू सी या. हाय, मी फ्रेड. फ्रेड ली.''

''तुम्ही संघात आहात का?'' मी फ्रेडला विचारलं.

''आत्ता नाहीय, पाठीच्या दुखण्यामुळं. पण मी वर्षभरापासून ऑस्ट्रेलियाकडून खेळतोय.''

''बॅट्समन?''

''बॉलर, पेस,'' फ्रेड उत्तरला.

''फ्रेड, आम्हाला बोलायचं आहे. या मुलाबद्दल. आम्हाला खरंच बोलायचंय.'' ईश म्हणाला. तो इतका थरारून गेला होता, की त्याला नीट श्वाससुद्धा घेता येत नव्हता.

''शुअर, मी तिथं येतो.'' असं म्हणून फ्रेड एका उडीत ईशच्या शेजारच्या खुर्चीत येऊन बसला.

आम्हाला कुणा गोऱ्या माणसाबरोबर पाहताच सुरक्षारक्षकालाही हुश्श झालं. म्हणजे आम्ही कुणीतरी तितके महत्त्वाचे असणार!''

ईशनं त्याला तासभर सगळी कथा ऐकवली.

''मी त्याची टेस्ट घ्यावी असं म्हणताय? तुम्ही त्याचा खेळ तुमच्या निवड समितीतल्यांना किंवा असं कुणालातरी दाखवा.''

''माझ्यावर विश्वास ठेवा. भारतीय निवड समितीतले लोक त्या योग्यतेचे असते तर आमच्या एक पन्नासांश लोकसंख्या असलेल्या देशाकडून आम्ही इतक्या मॅचेस हरलो नसतो. मला तुम्हाला दुखवायचं नाहीय.''

''आमच्या संघाचा पराभव करणं सोपं नाही. त्याची कारणंही बरीच आहेत.'' फ्रेड सावकाश बोलत होता.

''वेल, त्यामुळंच माझी इच्छा आहे की तुम्ही त्याची टेस्ट घ्यावी. मी जवळपास वर्षभर त्याला तयार करतोय आणि पुढंही करतच राहीन. आम्ही तुमच्या

संघातल्या कुणालातरी भेटण्यासाठी चोवीस तासांचा प्रवास करून इथं आलोय. कारण माझा तुमच्यावर विश्वास आहे.''

''त्यामुळं काय होणार आहे? 'तो चांगला आहे' असं मी सांगितल्यानं काय होणार आहे?'

''या मुलामध्ये जागतिक दर्जाची गुणवत्ता आहे असं जर तुम्ही सांगितलंत तर मी त्याला तिथवर नेण्यासाठी माझं आयुष्य खर्ची घालीन. प्लीज, तुम्ही त्याला बॉलिंग करा.''

''मित्रा, मी असं करू लागलो तर येणारा प्रत्येकजण...''

''मी हात जोडतो, फ्रेड. एक खेळाडू दुसऱ्या खेळाडूकडे भीक मागतोय किंवा असं म्हणा, एक छोटा खेळाडू मोठ्या खेळाडूकडे भीक मागतोय.''

फ्रेड निळ्याशार डोळ्यांची पापणी न हलवता ईशकडं पाहत राहिला.

''मीसुद्धा माझ्या जिल्ह्यासाठी खेळलोय. पण त्यापुढं जाण्यासाठी मला कधी कुणाचं मार्गदर्शन नव्हतं.'' ईश सांगत होता. ''मी अभ्यासाची वर्षं वाया घालवली. माझ्या आईवडिलांशी भांडलो. या खेळापायी माझं करिअर उधळून दिलं. माझ्या लेखी हेच सर्वस्व आहे. तुमच्याकडे येणाऱ्या सगळ्यांचं असं असणार नाही.''

यावर फ्रेड हसला.

''मित्रा, तुम्ही भारतीय लोक अशा भावनिक बाबतीत फार तयार असता. माझ्यावर विश्वास ठेव, मीसुद्धा या खेळापायी खूप गोष्टींवर पाणी सोडलंय.''

''मग... तुम्ही कराल बॉलिंग?''

''चार बॉल्स, त्यापेक्षा जास्त नाही. मॅच संपल्यावर इथं जवळपासच थांबा.'' एवढं बोलून फ्रेड पुन्हा उडी मारून त्याच्या जागेवर जाऊन बसला.

''...आणि तुम्ही ऑस्ट्रेलियाच्या विजयाची कामना करा, म्हणजे मी माझं वचन पाळण्यासाठी चांगल्या मूडमध्ये असेन.''

हे ऐकताच ईशच्या चेहऱ्यावरचं हास्य थिजलं.

''मी तसं करू शकत नाही. मी भारताच्या विरोधी कामना करू शकत नाही.''

''गंमत केली मित्रा, तुम्ही लोक भावनांच्या बाबतीत जास्त छान असता, आम्ही गंमत जास्त छान करतो.'' फ्रेड डोळे मिचकावत म्हणाला.

त्याची ऑस्ट्रेलियन उच्चारांची निम्मी-अर्धी भाषा माझ्या डोक्यावरून गेली, तरीही आम्ही हसलो.

''आमच्या मित्राला बोलवा. आमचं त्याच्याकडे काम आहे.'' मी त्या सुरक्षा-रक्षकाला मोठ्या दाबात सांगितलं.

दोनच मिनिटांत ओमी आला. त्याला इतकी तहान लागली होती की त्यानं अलीच्या हातातलं शीतपेय ओढून घेतलं.

“तुम्ही इथं काय करताय काय? मी दोन तास तिथं थांबलोय!”

“मित्र जोडतोय.” मी फ्रेडकडं पाहून स्मित करत म्हणालो.

तितक्यात ऑस्ट्रेलियानं चौकार ठोकला होता.

ऑस्ट्रेलियानं सामना जिंकला, पण ईशला त्याबद्दल खेद करायला वेळच नव्हता. त्याला अलीला पॅडबिड बांधून सज्ज करायचं होतं.

सामना संपला... त्यानंतरचा समारंभही पार पडला. मग अर्ध्या तासानं आम्ही मैदानात आलो.

“तो पेस बॉलर आहे.” ईश अलीला म्हणाला. “तुला हेल्मेट पाहिजे?”

अलीनं मानेनंच होकार दिला.

“हे घे... घाल.”

ईशनं अलीला हेल्मेट चढवलं.

“मित्रा... रेडी?” फ्रेड बॉलर्स एन्डशी उभा होता.

अलीनं होकार दिला. ईशनं यष्टिरक्षकाची जागा घेतली. फ्रेडनं चेहऱ्यावर भयंकर भाव आणून दहा पावलांचा रन-अप घेतला. त्याचा चेंडू अलीला ओलांडून झूऽऽमदिशी मागं गेला. ईशनं चेंडू झेलला.

“ईश्वरी वरदान?” फ्रेड दुसऱ्या चेंडूची तयारी करत मला म्हणाला.

“ए अली, काय झालं?” ईश म्हणाला.

“मला दिसत नाहीये. बॉल पांढरा आहे आणि हा परदेशी माणूस भीतिदायक तोंडं करतोय.”

“त्याच्या चेहऱ्याकडं लक्ष देऊ नकोस. चेंडूकडे बघ.” ईश अलीचं हेल्मेट काढत म्हणाला. ओमी सीमारेषेजवळचा काळा पडदा आवश्यक त्या कोनात आणण्यासाठी धावला.

फ्रेडनं दुसरा चेंडू टाकला. एकदम परिपूर्ण. या खेपेला अलीच्या बॅटनं चेंडू टिपला. अलीच्या बॅटनं तो चेंडू पंचेचाळीस अंशांच्या कोनात उचलला होता. चेंडूचा वेग कमी होता, पण तो सीमेपलीकडं जाऊनच पडला. सिक्स!

“ब्लडी हेल! असं कसं घडलं?” फ्रेड म्हणाला.

“आणखी दोन बॉल.” मी म्हणालो.

फ्रेडच्या डोक्यात काय खळबळ माजली असेल ते मला कळत होतं. त्याला आपण अगदी चोळामोळा झालोय, छिन्नविछिन्न झालोय, धुळीला मिळालोय... तेसुद्धा एका एवढ्याशा पोराकडून असं वाटायला लागलं असणार.

फ्रेडच्या तिसऱ्या चेंडूवर अलीनं चौकार मारला आणि चौथ्या चेंडूवर षट्कार! आता फ्रेडच्या चेहऱ्यावरचे भाव भीतिदायक वाटण्यापेक्षा अपमानानं लालेलाल

झाल्यासारखे दिसत होते आणि त्याच्या तोंडून 'मित्रा' असं कितीही वेळा आलं तरी त्याचा शांत स्वर अस्वस्थ झाला होता. त्याच्या क्रिकेटबद्दलच्या आजवरच्या समजुतींना हादरा बसला असावा असा त्याचा चेहरा झाला होता.

"याला हे कसं काय जमतंय?" फ्रेड डोकं खाजवत म्हणाला.

आम्ही अलीकडं पाहिलं... तर तो डोकं धरून खाली बसला होता.

"तू ठीक आहेस ना?" ईशनं विचारलं.

अलीला ताण आला होता.

"काय झालं?" फ्रेडनं विचारलं.

"जादा एकाग्रतेमुळं त्याला प्रचंड शीण येतो. थोडी फटकेबाजी केल्यावर त्याला पूर्ववत व्हायला थोडी विश्रांती लागते. मी त्याला आमच्या तिथे पूर्ण एक डाव खेळायला शिकवलंय पण आज..."

"तणाव, मित्रा, तणाव. इतका लांबचा प्रवास आणि एकदम तुम्ही त्याला भीतिदायक गोऱ्या माणसापुढं आणून ढकललंय," फ्रेड म्हणाला.

"त्याला या गोष्टीला तयार राहावंच लागेल." ईश म्हणाला.

ईश अलीची पॅड्स उतरवायला खाली वाकला.

"हो... स्टॅमिना आणि प्रशिक्षणाची आवश्यकता आहे. पण हा स्थान मिळवेल." फ्रेड म्हणाला.

"तुम्हाला असं वाटतं?"

"हे फ्रेडचं स्पष्ट मत आहे."

"तुम्ही थोडं थांबाल का, मला एक कॉल करायचाय," असं म्हणून फ्रेड सेलफोनवर बोलण्यासाठी बाजूला गेला. मला त्याचं बोलणं ऐकू आलं नाही, पण दहा मिनिटं त्याचं उत्साहपूर्ण संभाषण सुरू होतं. त्यानंतर तो आमच्याजवळ आला.

"थँक्स, फ्रेड." ईश म्हणाला.

ईशच्या चेहऱ्यावर अभिमान दिसत होता.

"गूडोन्या. तुम्ही काही दिवस याला ऑस्ट्रेलियाला का घेऊन येत नाही? तिथं या, माझ्या अकादमीत सराव करा." ऑस्ट्रेलियाला जाणं म्हणजे रिक्षा करून नवरंगपुरात जायचं असल्याच्या थाटात फ्रेडनं निमंत्रण दिलं.

"खरंच?" ईश म्हणाला.

खरंच... नाहीतर काय... माझ्या मनात आलं. आम्ही इथं गोव्याला यायचं म्हटलं तर द्वितीय श्रेणीच्या तिकिटाचे पैसे रडतखडत कसेबसे जमवले होते. पैसे वाचवण्यासाठी आम्ही लगेच आज रात्रीच परत जाणार होतो आणि ईश ऑस्ट्रेलियाला निघालाय.

"फ्रेड, आम्हाला नाही जमणार." मी मध्येच बोललो.

"का?" फ्रेडनं विचारलं.

“आम्हाला नाही परवडणार. माझा क्रिकेट बिझनेस नाही.”

“क्काय?”

“माझं छोटंसं क्रिकेट शॉप आहे. आम्ही इथं तुमच्या संपर्कात येता यावं यासाठी खोटं बोललो.”

वातावरणात एकदम ताण पसरला.

“होली मोली.” फ्रेड हसला. “हुशार आहात! एनी वे, मी तुमच्या भारतीय संघातल्या खेळाडूंसारखा श्रीमंत नाहीय. त्यामुळं माझी काही हरकत नाही... पण तुम्ही सापडलात तर अडचणीत याल.”

“मला फक्त अलीची सर्वोत्तम व्यक्तीकडून टेस्ट करून घ्यायची होती.” ईश म्हणाला.

“मग त्याला ऑस्ट्रेलियाला घेऊन या. मी उद्या परत चाललोय. तुमचा बिझनेस केवढा आहे?”

“अगदी छोटा.” ईश म्हणाला, “आणि तिकिटं महाग आहेत.”

“वेल, माझी एक जुनी मैत्रीण क्वान्टाजमध्ये काम करते. मला काही करता येतंय का बघतो.” फ्रेड आमच्यासोबत चालत येत होता. “फक्त ईश आणि अली, चालेल?”

“ठीक आहे.” मी चटकन म्हणालो.

“नाही, नाही. फ्रेड, आम्ही भागीदार आहोत. आलो तर आम्ही सगळे मिळून, नाहीतर नको. आम्हाला चार तिकिटं लागतील.” ईश म्हणाला.

“जरा थांबा.” फ्रेड पुन्हा फोन करायला बाजूला गेला.

“ठीक आहे,” तो आमच्याकडं परत येत म्हणाला, “मी चार तिकिटांची व्यवस्था करतो.”

“वॉव,” ईश चीत्कारला, “बघ अली, हे तुझ्यामुळे!”

अली हसला.

“जुलैमध्ये बरं पडेल,” फ्रेड म्हणाला. “तेव्हा ऑस्ट्रेलियात हिवाळा असतो. त्यावेळी तिकिटांचे दर कमी असतात.”

“जुलैमध्ये चालेल.” मी म्हणालो. “आम्ही उन्हाळ्याच्या सुट्टीत येऊ शकत नाही. त्यावेळी विक्रीचा सर्वोच्च हंगाम असतो.’

मी मनाशी हिशेब केले. तिकिटं सोडली तरी, पासपोर्ट्स, व्हिसाज, शिवाय तिथं राहण्याचा खर्च. त्यासाठी पैसे साठवायला थोडा तरी वेळ पाहिजे. हे करायलाच पाहिजे असं नव्हतं, पण परदेशात जायची संधीही रोज रोज येत नसते.

बारा

"इथं थोडा पसारा आहे, पण ही तुमच्या दुकानासाठी साठवणीची जागा म्हणून चांगली आहे." मोडकळीला आलेल्या तळघराचा दरवाजा उघडत मामा म्हणाला.

कितीतरी वर्षांनी त्या खोलीनं सूर्यप्रकाश पाहिला होता. तितक्यात दोन उंदीर लडखडत्या पायांनी खुडबुडत धावत गेले. आम्ही रिकामी पोती, दगड-विटांच्या ढिगाऱ्यांतून वाट काढत आत गेलो.

"हे नीट स्थिरस्थावर लावून घ्यायला बरेच दिवस लागतील. ओमी, आपल्याला छताला सहा दिवे बसवून घ्यावे लागतील." मी म्हणालो.

"पंधरा बाय पंधराची जागा आहे... म्हणजे पुरेशी आहे." मामा म्हणाला.

"मामा, तुम्ही याचं भाडं किती घेणार?" मी विचारलं.

मी घाऊक बिझनेसमध्ये उतरायचं ठरवलं होतं. नुकत्याच झालेल्या क्रिकेट मालिकेमुळं मागणी जबरदस्त वाढणार याची मला अगदी खात्री होती. जोवर मला उधारीवर माल मिळू शकणार होता तोवर मी पैसे कमवू शकणार होतो.

"काय मूर्खपणा आहे! वडील त्यांच्या मुलाकडून भाडं घेत नसतात." मामा म्हणाला.

मला असल्या परोपकारबुद्धीचा तिरस्कार आहे. तळघराचं भाडं दुकानगाळ्याच्या निम्मं असणार असा माझा हिशेब होता. तळघराला दर्शनी प्रवेशद्वार नसल्यामुळे ते किरकोळ विक्रीसाठी उपयोगाचं नव्हतं.

"अरे, मुलांवरून आठवलं. आज तुमची माझ्या मुलाशी ओळख करून देतो." असं म्हणून मामानं हाका दिल्या, "धीरज! धीरज!!"

त्याबरोबर मंदिराच्या आवारातून मामाचा चौदा वर्षांचा मुलगा धावत आला. त्याच्या हातातल्या लालभडक व केशरी रंगाच्या गंधाच्या तबकाशी त्याच्या अंगातला स्पायडरमॅनचा टी-शर्ट व जीन्स अगदी विसंगत दिसत होतं.

"बाबा, तुम्ही इथं आहात होय? गंध लावतो." धीरज म्हणाला.

धीरजनं मामाच्या कपाळावर गंधाचा टिळा लावला.

"हे तुझे भाऊ," मामा म्हणाला.

"हा गोविंद... आणि हा ईशान..."

"हाय," मी म्हणालो.

"म्हणजे क्रिकेट शॉपचे मालक. मला क्रिकेट खूप आवडतं." धीरज म्हणाला. त्याचा आवाज नुकताच फुटला असावा.

"एवढासा आहे, पण शाळेनंतर मला निवडणूक प्रचारकार्यात मदत करतो." मामाच्या स्वरात अभिमान होता.

"अयोध्येला दोन वेळा आलाय. बाळा, तुझ्या भावांनाही गंध लाव."

धीरजनं आमच्या कपाळांवरही गंधाचे टिळे लावले.

"अजून माझी पूजा व्हायचीय. ईश भय्या, कधीतरी तू मला क्रिकेटच्या टिप्स द्यायच्यास बरं का!"

"नक्की देईल, आता पळ तू." मामा म्हणाला.

आम्ही तळघरातून बाहेर आलो. मामानं दाराची कडी घातली.

"कसं काय चाललंय मामा? माझी आवश्यकता आहे?" ओमीनं विचारलं.

"निवडणुका अवघ्या सहा महिन्यांवर आल्या आहेत. आता लवकरच प्रचारसभा, प्रचारफेऱ्या सुरू होतील. मी किती उत्तम कामगिरी करू शकतो हे मला पारेखजींना दाखवायचं आहे."

मी शंभराच्या दहा नोटा काढून मामाच्या हातावर ठेवल्या.

"तळघराचं भाडं मागा," मी म्हणालो.

"अरे, राहू देत ना," मामा म्हणाला.

"मामा, नाही म्हणू नका. आधीच माझ्यावर तुमच्या उपकारांचं ऋण आहे. आता धंदा बऱ्यापैकी उभारी घेतोय. आम्ही तुमचं कर्जही लवकरच फेडू." मी म्हणालो.

✦

"हॅलो... पंडितजी? ऐकू येतंय?" मी फोनवर बोलत होतो.

आम्ही तळघर उघडल्यानंतर महिन्याभरानं पंडितजींचा फोन आला होता. मंदिरातल्या घंटांच्या आवाजात बोलणं अवघड झालं होतं आणि फोनची लाईन

इतकी खराब होती की त्यांचं बोलणं कान ताणून ताणून ऐकावं लागत होतं.

"गोविंद, आता बास झालं, खूप सोसलं मी. मला मुलींची लग्नं करून देऊन माझ्या काश्मीरमध्ये परत जायचंय."

"मला कल्पना आहे, पंडितजी." मी म्हणालो.

हे त्यांनी मला कितीतरी वेळा ऐकवलं होतं.

"होय, मागच्या आठवड्यात एक चांगलं कुटुंब आमच्या घरी आलं होतं. त्यांना दोन मुलगे आहेत... दोघंही लंडनमध्ये स्थायिक आहेत. ते माझ्या दोन्ही मुलींशी लग्न करणार आहेत. मला शक्य तितक्या लवकर ही लग्नं करायची आहेत."

"एकाच मांडवात?"

"होय, यात किती बचत होईल कल्पना करा. पण लग्नं जर एकाच मांडवात करायची असली तर त्यांना समारंभ दणक्यात व्हायला हवाय. मी गोडाऊन विकलंय. पण मला मालासाठी खरेदीदार हवाय."

"माल केवढ्याचा आहे?"

"विक्रीची किंमत दोन लाख रुपये आहे. तुमच्यासारखे किरकोळ विक्री करणारे दुकानदार वीस टक्के मार्जिन घेतात, दहा टक्के मी घेतो. खरी किंमत एक लाख चाळीस हजारच्या दरम्यान आहे."

"मी एक लाखाला घेईन." मी झटक्यात म्हणालो.

ईश आणि ओमी माझ्याकडे आश्चर्यानं पाहू लागले.

मी आता आणखी कुठल्या येडपट योजनेच्या भरीला पडलो होतो कोण जाणे!

"एक लाख चाळीस हजार किंमतच आहे... आणि तुम्ही माझं नुकसान करून मागताय?"

"पण मी सगळा माल घेतोय."

"मला पुढच्या महिनाअखेरीला पैसे द्या, तुम्ही एक दहा द्या." पंडितजी म्हणाले.

"मी एक लाख म्हणालोय, त्यापेक्षा जास्त नाही," मी ठामपणे म्हणालो.

"मग माल कधी नेऊ शकता? गोडाऊन ज्यांनी विकत घेतलंय त्यांना त्याचा ताबा लवकर हवाय." पंडितजी म्हणाले.

"आज." मी म्हणालो.

नंतर मी, ईश व ओमीला या व्यवहाराबद्दल सांगितलं, तेव्हा त्यांच्या कपाळावर काळजीच्या रेषांची जाळी उमटली. पण मला या व्यवहारात सोन्याची खाण गवसली होती. नुकत्याच झालेल्या क्रिकेट मालिकेत भारतानं जबरदस्त कामगिरी नोंदवली होती. उन्हाळी सुट्टी लागण्यास काही आठवडेच उरले होते. जर मी हा सगळा माल विकू शकलो तर मला दुप्पट पैसे मिळणार होते.

"तुला तू काय करतोयस हे कळतंय ना?" ईशनं साशंकतेनं विचारलं.

मी त्याच्याकडं पाहिलं. याआधीही माझ्या धोके पत्करण्यामुळं त्याची निराशा झाली होती. पण... जुगार खेळल्याशिवाय बिझनेस करता येत नाही.

"हो, मला कळतंय. तुझा माझ्यावर विश्वास आहे ना?"

"अर्थातच," तो म्हणाला.

"पण त्यांची मुलगी गेली."

"काय?" मी कोड्यात पडलो होतो.

"तुला तिच्याविषयी काहीतरी वाटत होतं." ईशनं आठवण करून दिली.

"ओह्," असं म्हणून मी नजर दुसरीकडं वळवली.

कुणाला कुणाबद्दल काय वाटतं तुला काय माहीत बाबा... मी मनातल्या मनात म्हणालो.

✦

पुढच्या तीन महिन्यांत बिझनेस जबरदस्त सुरू होता. मे आणि जून महिन्यांत प्रत्येक भारतीय पोर क्रिकेट खेळतं. तज्ज्ञांनी भारत-ऑस्ट्रेलिया मालिका 'ऐतिहासिक' झाल्याचं म्हटलं होतं. हे सामने परीक्षांच्या काळात झाले होते. तेव्हा दडपलेला क्रिकेट ज्वर आता सुट्टीच्या काळात चांगलाच भरात होता.

"हरभजन बॉल असा धरतो?" एक सातवर्षीय क्रिकेटपटू आपल्या इवल्याशा मुठीत क्रिकेटचा चेंडू धरायचा प्रयत्न करत विचारत होता.

"माझी आणि लक्ष्मणची बॅटिंग स्टाईल सारखीच आहे." पार्कमधले आणखी एक क्रिकेटवीर वदले.

आमच्या दुकानाच्या ग्राहकांची संख्या तिप्पट झाली होती. आमचा घाऊक बिझनेस तर त्याहूनही जोरात होता. किरकोळ विक्रेत्यांचे सतत फोन येत होते.

"काय? पंडितजी काश्मीरला परत निघालेत? बरं, सिटी मॉल स्पोर्ट्स शॉपमध्ये बॉलचे दोन बॉक्सेस पाठवाल का?" एकानं विचारलं.

"मी पंडितजींचा बिझनेस घेतलाय. आम्हाला फोन करा, आम्ही दोन तासांत माल पोहोचवू." मी सॅटेलाईटमधल्या आणखी एका मोठ्या दुकानदाराला सांगितलं.

"नाही, फक्त रोखीनंच. अहमदाबादमध्ये दर्जेदार स्टॉक नाहीये. तुम्हाला आत्ता पाहिजे तर आत्ता लगेच पैसे द्या," मी उधारीसाठी उत्सुक असणाऱ्या एकाला सुनावलं.

मी रोख पैशांचा हिशेब ठेवत होतो. ओमी माल पोहोचवत होता, तर ईश दुकान सांभाळत होता. शाळा पुन्हा सुरू झाल्यानंतर, तो शाळेला दरमहा माल पुरवण्याच्या कामातही लक्ष घालत होता. आता आम्ही चार शाळांना माल पुरवत होतो."

१५ ऑगस्टला राष्ट्रीय सुट्टीचा दिवस होता, त्या दिवशी आमचं दुकान शांत शांत होतं.

"आपण पतंग ठेवू या. आकाशात बघ, पैसे मिळवण्याचा सहजसोपा मार्ग आहे." मी पैसे मोजत म्हणालो.

"हिशेबाचं काम आवर पटकन," ओमी म्हणाला, "मामानं आपल्याला चार-पर्यंत तिथं हजर राहायला सांगितलंय."

मामानं स्वातंत्र्यदिनी मेळाव्याचं आयोजन केलं होतं. त्याच दिवशी अलीच्या वडिलांनी त्यांच्या पक्षाच्या उमेदवाराची प्रचारसभा ठेवली होती. त्यात भरीस भर म्हणून हे दोन्ही कार्यक्रम एकाच स्थळावर ठरले होते. नाना पार्कच्या विरुद्ध टोकांना.

"आपण तिथं चारपर्यंत पोहोचू... पण गेल्या चार महिन्यांत आपल्याला किती नफा झाला असेल?" मी त्या दोघांना विचारलं.

दोघांनीही 'कुणास ठाऊक' अशा आविर्भावात खांदे उडवले.

"सत्तर हजार," मी म्हणालो.

"काय... सत्तर काय?" ईशनं विचारलं.

"बरोबर सांगतोय मी. त्यातले चाळीस हजार आपण कर्ज फेडायला वापरायचे. उरलेले तीस आपले," असं म्हणून मी त्या दोघांकडं नोटांची बंडलं सरकवली.

"या पैशासाठी अशी विभागणी करायचं कुणी ठरवलं?" ईशनं विचारलं.

"मी... काही अडचण आहे का?" मी म्हणालो.

मी जरा जास्तच ठामपणे बोललो असं माझं मलाच वाटलं.

"नाही... पण अजून आपल्याला किती कर्ज फेडायचंय?"

"व्याज धरून साधारण वीस हजारच्या दरम्यान. या वर्षाखेरीपर्यंत आपलं सगळं कर्ज फिटेल." मी तिजोरीला कुलूप घालत म्हणालो. तिजोरीची किल्ली शर्टच्या खिशात ठेवून मी गोडाऊनमधल्या मालाची यादी करायला उठलो.

"ए गोविंद," ईश माझा हात ओढत म्हणाला.

"काय?"

"ऑस्ट्रेलिया," तो म्हणाला.

"कमॉन, आपण यावर चर्चा केलीय... ठीक आहे, फ्रेडला भेटलो छान झालं, अलीही चांगला आहे. पण व्हिसाचा प्रत्येकी तीन हजार रुपये खर्च आहे."

"फ्रेड तिकिटं देतोय." ईश म्हणाला.

"पण तरीसुद्धा आपल्याला खूप खर्च करावा लागेल. माझ्या अंदाजानुसार प्रत्येकी किमान दहा हजार रुपये... म्हणजे आपले चौघांचे चाळीस हजार." मी म्हणालो.

मलाही ऑस्ट्रेलियाला जायचं होतंच, पण मौजमजेसाठी इतके पैसे उधळणं मला परवडणारं नव्हतं.

"हे माझे दहा." असं म्हणून ईशनं नोटांचं बंडल पुन्हा माझ्याकडं फेकलं. "ऑस्ट्रेलिया निधीसाठी माझं योगदान."

मी त्या दोघांकडं पाहिलं. ही दोघं खरोखर मूर्ख आहेत. महामूर्ख.

"हे पैसे घरी ने आणि तुझ्या वडिलांपुढं फेक. त्याची गरज आहे."

"डॅडना फक्त मला शिव्या घालायला आणखी एक कारण मिळेल एवढंच." ईश म्हणाला.

"हे माझे." ओमीनंही त्याचं बंडल माझ्यासमोर फेकलं.

"कमॉन ओमी." मी म्हणालो.

"मी पैशासाठी काम करत नाही. मी तुमच्यासोबत आहे आणि मला पुजारी व्हावं लागत नाहीय, हेच माझ्यासाठी पुरेसं आहे."

"बरं, मग आपण हे पैसे बिझनेससाठी साठवू या आणि.... " मी म्हणालो; पण माझं वाक्य तोडत ईश म्हणाला,

"नाही, हे पैसे फक्त ऑस्ट्रेलियासाठीच ठेवायचे."

"आता बिझनेस उभारी घेतोय, नेमकं त्याच वेळी! बरं, ठीक आहे." असं म्हणून मी माझंही बंडल त्यात मिसळलं.

"आता कसं..." ईश म्हणाला, "आता आपण तीस हजारांची व्यवस्था केलीय, आता तू जर कर्ज फेडायचं काढलं नाहीस तर...."

"नाही, ईश, अजिबात नाही. कर्ज फेडायलाच पाहिजे."

"आपण फेडू ना... नंतर," ईश म्हणाला.

"ईश, तू ऐकूनच घेत नाहीयेस. बाकीचे खर्च आणखी वाढले तर काय करायचं?"

"आपण शक्य तितकी काटकसर करू. आपण तिथल्या मुक्कामासाठी पुरेसे ठेपले आणि खाखरे सोबत घेऊ. म्हणजे जेवणाचा प्रश्न मिटला. फ्रेड राहण्याची व्यवस्था करेल. जरा विचार कर... ऑस्ट्रेलियन क्रिकेट टीम," ईश म्हणाला.

मी खाली बसलो आणि सुस्कारा सोडला. माझे आर्थिक बाबींत शुंभ असणारे भागीदार गोळ्या-चॉकलेटांच्या आशेनं पाहणाऱ्या मुलांसारखे माझ्याकडे पाहत होते.

"ठीक आहे, ट्रॅव्हल एजंट कोण आहे, मला त्याच्याशी घासाघीस करून सौदा ठरवू दे." मी म्हणालो.

"बरं..." ईश एजंटला फोन लावत म्हणाला.

"एक आठवडा... मी त्यापेक्षा जास्त दिवस बिझनेस सोडून येणार नाही आणि

तिथला एकेक दिवस खर्चिक असणार आहे.'' मी म्हणालो.

मी फोन घेतला, पण ओमीनं फोन ठेवला.

''नंतर कर... चला, आता आपण नाना पार्कमध्ये जाऊ या,'' ओमी म्हणाला.

✦

''दोन वेळा. त्यांनी अयोध्येतील जागा दोनदा खणली.'' मामा दोन बोटं उंचावत म्हणाला.

त्याच्या आवाजाचे प्रतिध्वनी उमटले. ते त्याच्या शब्दांच्या वजनामुळं नसून भिकार ध्वनिक्षेपकामुळं उमटले होते. ईश आणि मी पहिल्या रांगेत कडेला बसलो होतो. ओमी व्यासपीठावर उभा होता. त्याला 'बारक्या'एवढंच स्थान असलं तरी पक्षाचा बिल्ला लावल्यामुळं त्याला आपण महत्त्वाचे असल्यासारखं वाटत होतं. त्याच्यावरच्या जबाबदाऱ्यांमध्ये व्यासपीठावर बसलेल्या सर्वांसाठी मिनरल वॉटरच्या बाटल्या आणून ठेवणं हेही काम होतं.

मामानं जाहिरात फारच चांगली केली होती. सभेला दोनशे माणसं आली होती. त्या परिसरातल्या सभेच्या दृष्टीनं ही उपस्थिती काही वाईट नव्हती. राज्याच्या राजकारणातलं जुनं-जाणतं व्यक्तिमत्त्व व पारेखजींचे दीर्घकाळ सहकारी असणारे हसमुखजी निवडणूक रिंगणात उतरणार होते. ते व्यासपीठावर केंद्रस्थानी होते. हसमुखजींच्या भाषणाआधी मामाला पाच मिनिटं बोलायची संधी मिळाली होती. तिचा तो लाभ उठवत होता.

''१९७८ साली, सरकारच्या स्वतःच्याच यंत्रणेला, एएसआयला मंदिराचे पुरावे मिळाले होते. पण धर्मनिरपेक्ष सरकारने ते दडवले. त्यानंतर १९९२ मध्ये आपल्या लाडक्या कारसेवकांनी बांधकाम जमीनदोस्त केलं आणि त्यांना तिथं काही आढळलं.''

ईश मामाच्या बोलण्यात मध्येच बोटं मोडू लागला.

''तिथं त्यांना हरी-विष्णू कोरलेले आढळले. त्यावरून तिथं पूर्वी मंदिर असणार यात काहीच शंका नाही. पण धर्मनिरपेक्ष पक्षानं ही बातमीसुद्धा दाबून ठेवलीय. कारसेवक सौंदर्यनाशी विध्वंसक आहेत या मुद्यावर भर दिला जातोय, पण त्या पुराव्याचं काय? भारतातले हिंदू न्याय मागणार आहेत की नाही? त्यासाठी आपण कुठे जायचं? अमेरिकेत?''

मामा व्यासपीठावरून बाजूला झाला, तेव्हा उपस्थितांमधून टाळ्यांचा गजर झाला. माझ्या मनात आलं, मामामध्ये निवडणुकीला उभं राहण्याचं पाणी आहे.

त्यानंतर हसमुखजी बोलायला उठले. त्यांनी सर्वांना डोळे मिटून त्रिवार गायत्रीमंत्र म्हणायला सांगितला. याचा नेहमीच चांगला परिणाम दिसतो. उपस्थित श्रोतृवृंद

गुंतला जातो. हसमुखजींचा एकही शब्द ऐकण्याआधीच ते त्यांना आवडू लागले होते.

ओमी व्यासपीठावरून उतरून माझ्याजवळ आला.

"गोविंद, तू अलीच्या वडिलांच्या सभेत हेरगिरी करावीस अशी मामाची इच्छा आहे आणि ईश, तू व्यासपीठाच्या मागं येतोस? अल्पोपाहार वाटायचाय."

"पण का?" मी गोंधळून गेलो होतो.

"तू मामाला मदत करायचं कबूल केलं होतंस, आठवतंय?" ओमी म्हणाला. त्याचा रेशमी बिल्ला वाऱ्यानं फडफडत होता.

मग मी पार्कच्या दुसऱ्या टोकाला सुरू असलेल्या दुसऱ्या सभेला गेलो. इथल्या सजावटीत भगव्यापेक्षा पांढरा रंग अधिक होता.

"गुजरात हे बुद्धिवंतांचं स्थान आहे..." अलीचे वडील बोलत होते. "...अशा लोकांचं, ज्यांना राजकारण व धर्म या स्वतंत्र गोष्टी आहेत हे समजतं."

मी शेवटच्या रांगेतील आसनावर बसून गर्दीवर नजर टाकली. मामाच्या सभेत शंभर टक्के हिंदू होते, इथं मात्र संमिश्र लोक दिसत होते. मामा म्हणतो त्यानुसार जर धर्मनिरपेक्ष पक्ष इतका मुस्लीमधार्जिणा आहे, तर इथं इतके हिंदू कशाला आले असतील?

"आपण ज्या ईश्वराची प्रार्थना करतो, तेसुद्धा त्यांच्या काळी राजकारणापासून दूर राहिले होते. आपल्याला जर आपल्या देवाची आज्ञा खरोखर पाळायची असेल तर आपण आपला धर्म राजकारणापासून दूर, स्वतंत्र ठेवला पाहिजे. धर्म खासगी असतो, राजकारण सार्वजनिक असतं." अलीचे वडील बोलत होते.

"तुम्ही पक्षाचे सदस्य आहात?" एकानं मला विचारलं. मी मानेनंच 'नाही' म्हणून सांगितलं. तो माणूस हिंदू असावा.

"तुम्ही?" मी विचारलं.

"हो, पिढ्यान्‌पिढ्या," तो म्हणाला.

मग अलीच्या वडिलांनी मुख्य उमेदवार गुलाम झिया यांना व्यासपीठावर बोलवलं.

ते सत्तरीच्या पुढचे वयस्क बोलू लागले. तितक्यात ध्वनिक्षेपक बंद झाले, पंखेसुद्धा गप्प झाले. त्यामुळं उपस्थितांमध्ये कुजबुज सुरू झाली. वीजपुरवठा खंडित झाला काय? नाही, इथं जनित्राची व्यवस्था आहे.

"हा घातपाताचा प्रकार आहे. हिंदू पक्षानं केलंय हे." गर्दीतला एक माणूस म्हणाला. वातावरण तणावपूर्ण बनलं. लोक हिंदू सभेवर हल्ला करण्याच्या गोष्टी करू लागले.

"आपण त्या लोकांना धडा शिकवू या." पीळदार शरीरयष्टीचा एकजण त्या

कळपाचा नेता बनला आणि त्यानं खुर्ची उचलली.

आपण धावत जाऊन मामाला सावध करावं का... मी विचार करत होतो.

"सुरू झालं... बंधू-भगिनींनो, कृपया खाली बसून घ्या. वीज आलीय," अलीचे वडील हात जोडून व्यासपीठावर आले. पंख्यांची घरघर पुन्हा सुरू झाली.

मला चिंपांझीचं चुंबन आणि समेट-सलोख्याची सूत्रं आठवत होती. पण आत्ता इथं चुंबनं वगैरे काहीही नव्हतं. होत्या त्या फक्त खुर्च्या... दर खेपेला वीज गेली की उचलून फेकण्यासाठी.

मी तिथून बाहेर पडलो आणि ट्रॅव्हल एजंटला फोन केला.

"आम्हाला चार पासपोर्ट्स आणि ऑस्ट्रेलियाच्या व्हिसासाठी अर्ज करायचे आहेत... आणि तोंडाला येईल तो दर सांगू नका."

मी गुलाम झियांच्या भाषणाला पुन्हा परत आलो. मला तिथं पाहून अलीचे वडील माझ्याजवळ आले.

"इनायत, गोविंदभाई, तू इकडं कसा काय? ये ये, तुझं स्वागत आहे."

"तुम्ही भाषण छान देता. ईश अलीला ऑस्ट्रेलियाला न्यायचं म्हणतोय. तुम्हाला कळलं का?" मी विचारलं.

"त्यानं सांगितलं मला, इन्शाल्ला, तुम्ही नक्की जाणार. अली दिवसात कमीत कमी दहा वेळा तरी ईशानभाईचं नाव घेतो. कधीकधी मला वाटतं, माझ्यापेक्षा ईशच त्याचा बाप जास्त आहे. गोवा, ऑस्ट्रेलिया... मी त्याला कधीही नाही म्हणत नाही. पण... तो इथं का आला नाही?"

"तो आणि ओमी..."

"दुसऱ्या सभेला... होय ना? काळजी करू नको, मला समजतंय."

"मी बिझेनसमन आहे. मला राजकारणात अजिबात रस नाही." मी म्हणालो, "आता मला निघायला पाहिजे."

ते माझ्यासोबत निघाले.

"मी तुझ्यासोबत येतो. ईशानभाईला भेटतो."

मामाच्या सभेला तुम्ही येणं हा भयंकर विचार आहे ही गोष्ट मला त्यांना सांगावीशी वाटत होती. राजकारण हा कदाचित त्यांचा वेळ घालवण्यासाठी करमणुकीचा उद्योग असू शकेल, पण मामाच्या दृष्टीनं तो जीवनमरणाचा प्रश्न होता.

आम्ही मामाच्या सभेकडे निघालो. मी गप्प होतो. हसमुखभाई हातवारे करत अजूनही भाषण देत होते.

"तुमच्या काळजावर हात ठेवा. हिंदू म्हणून तुम्हाला हा अन्याय आहे असं वाटत नाही? आणि हजारो वर्षांपूर्वी आपल्याकडे सर्वोत्तम संस्कृती व राज्यकारभार

होता, तर तो आता का नाहीये?''

मामानं व्यासपीठावरून आम्हाला पाहिलं आणि आमच्या दिशेनं बोट दाखवलं. उपस्थितांतले काही लोक आमच्याकडं पाहत होते.

''अरे, हे कोण?'' एक पक्ष कार्यकर्ता म्हणाला.

सगळी गर्दी आमच्याकडे तिरस्कारानं पाहत होती. अलीच्या वडिलांची दाढी तिथं अतिशय विसंगत दिसत होती.

''विश्वासघातकी माणसा, चालता हो इथून,'' गर्दीतून एक आवाज आला.

''आपण त्याला धडा शिकवू या.'' आणखी एक आवाज आला.

हसमुखजींनी भाषण थांबवलं. सुदैवानं ते गप्प बसले.

अलीच्या अब्बांनी मामा व हसमुखजींकडं पाहून हात हलवला.

''अलीचे अब्बा, तुम्ही जा इथून.'' मी त्यांच्याकडे न पाहता पुटपुटलो.

तितक्यात ओमी माझ्या दिशेनं धावत आला आणि माझा हात धरून म्हणाला,

''तू काय केलंस हे? मी तुला तिथं हेरगिरी करायला पाठवलं होतं. तर तू दुसरा हेर घेऊन आलास?''

अलीच्या वडिलांनी ओमीचं बोलणं ऐकलं होतं. त्यांनी माझ्याकडं पाहिलं. मी मान नकारार्थी हलवली. त्यांनी माझ्याकडं पाहून 'सगळं माहीत आहे मला' अशा अर्थाचं स्मित केलं आणि ते परत जायला वळले.

''मी असलं काहीही केलेलं नाही.'' मी ओरडून म्हणालो. त्यांनी ते ऐकलं की नाही कुणास ठाऊक!

तेरा

"आधी गोवा, आता ऑस्ट्रेलिया, तुम्ही बिझनेस करताय तरी कसला?" विद्या म्हणाली. तिचे डोळे एक रुपयाच्या नव्या नाण्याएवढे झाले होते.

"ईशनं फ्रेडशी पत्रानं पुन्हा संपर्क केला तेव्हा त्यानं त्याचा शब्द पाळला. आम्हाला पोस्टानं तिकिटं आली आहेत." मी म्हणालो.

आमची त्या दिवशीची शिकवणी झाली होती. मला तिला माझ्या नजीक येऊन ठेपलेल्या अनुपस्थितीबद्दल सांगायचं होतं.

"मग... कोण दोघं जाणार आहात?" तिनं विचारलं.

"दोघं नाही, चौघं. अली आणि आम्ही तिघंजण चाललोय." मी म्हणालो.

"नशीबवान आहात बाबा!" ती हसली.

"त्यामुळं मी दहा दिवस येणार नाही. पण तुझी पुस्तकं कुठंही जाणार नाहीयेत. विद्या, माझे सगळे विद्यार्थी चांगली कामगिरी करतात. मला निराश करू नकोस."

"तूसुद्धा मला निराश करू नकोस." ती म्हणाली.

"म्हणजे?"

"जाऊ दे... तुम्ही ऑस्ट्रेलियात कुठं निघाला आहात?"

"सिडनीला. फ्रेड तिथलाच आहे. अली आठवडाभर त्याच्या अकादमीत सराव करेल. तुझ्या भावानं एकदा एक गोष्ट डोक्यात घेतली की तो त्यासाठी वाट्टेल ते करतो."

"माझं असं नाहीये. मला असं चित्त एकाग्र करता येत नाही. मी मेडिकल एन्ट्रन्समध्ये नापास होणार...! याच नरकवासात खितपत राहणार... घरातल्याही

आणि कॉलेजमधल्याही! मग लग्न होऊन गुजरातमधल्या एखाद्या मागास भागातल्या आणखी एका नरकात जाणार.''

''गुजरात मागास नाहीय,'' मी तिचं बोलणं खोडत म्हणालो.

''कदाचित मीच जास्त पुढारलेली असेन.''

आमची नजरानजर झाली. उद्धटपणाच्या एन्ट्रन्स एक्झॅममध्ये विद्या सहज पहिली येईल. मी तिचं गाईडबुक उघडलं.

''अभ्यास इतका कंटाळवाणा का असतो? आयुष्यात काहीतरी बनण्यासाठी इतकी नीरस गोष्ट का करावी लागते?''

''विद्या, तत्त्वज्ञानाचे प्रश्न नकोत, गणिताबद्दल बोलू या.'' असं म्हणून मी जाण्यासाठी उठलो.

''ऑस्ट्रेलियाहून माझ्यासाठी काहीतरी आणशील?'

''तुझ्या भावाला विचार, तो तुला हवं ते आणेल,'' मी पुस्तकांचा ढीग रचत म्हणालो.

मी अगदी आवश्यक असणाऱ्या गोष्टींखेरीज जास्त खर्च करणं शक्यच नव्हतं.

''एनी वे, आमचं पैशाचं बजेट अगदी जेमतेम बसवलं आहे.'' मी स्पष्टीकरण दिलं.

तिनं समजल्यासारखी मान डोलवली.

''मग... तुला माझी आठवण होईल?''

मी नजर खालीच ठेवली होती.

''तुझं कुणाची आठवण काढायची याचं पण बजेट असेल ना?'' तिनं विचारलं.

''विद्या, गणितं कर.'' असं म्हणून मी तिथून निघालो.

✦

''कंटाळला आहात की सराव करायचाय?'' विमानतळावर आमच्या स्वागताला आलेल्या फ्रेडचं पहिलं वाक्य.

मला तर 'माझं अंथरूण कुठं आहे?' असं विचारावंसं वाटत होतं.

आम्ही अहमदाबाद ते मुंबई हा रात्रीचा रेल्वेप्रवास करून, सहा तास विमानाची वाट बघत थांबलो होतो. त्यानंतर व्हाया सिंगापूर चौदा तासांचा विमानप्रवास करून सिडनीला पोहोचलो होतो. दाटीवाटीत तीस तासांचा प्रवास करून आता मला झोप आवरत नव्हती.

''ओह, म्हणजे आम्ही सरावासाठी वेळेत पोहोचलोय?'' ईश सिडनीच्या रस्त्यांवर नजर टाकत म्हणाला. सकाळचे सात वाजले होते. जॉगिंग करणाऱ्यांची

रस्त्यावर गर्दी दिसत होती. चित्रातली वाटावीत अशी कॉफीशॉप्स रुचकर मफिन्सची जाहिरात करत होती.

मी माझ्या बॅगमधले खाखरे चाचपले. मला या गावात केकबिक घेणं परवडणार नव्हतं.

"मी सकाळी अकादमीच्या मैदानावर जातो." फ्रेड म्हणाला, "मी तुमची होस्टेलमध्ये राहण्याची व्यवस्था केलीय. मला वाटतं तुम्ही आधी जराशी डुलकी काढा. सायंकाळच्या सरावासाठी फिलीप तुम्हाला न्यायला येईल."

✦

"गाईज, हा अली बॅट्समन आहे." फ्रेड सरावासाठी आलेल्या इतर खेळाडूंना म्हणाला. तिथं फिलीप खेरीज पीटर नामक दणकट शरीरयष्टीचा एकजण होता आणि स्टीव्ह हा चष्मीस फिरकी गोलंदाज होता. बाकीच्यांची नावं मी ताबडतोब विसरलो.

फ्रेड ओरडला, "चला, प्रत्येकानं पाच राऊंड काढा. बाऊंड्रीच्या जवळून... शॉर्टकट घ्यायचे नाहीत."

ऑस्ट्रेलियन सरावाचे आमचे पहिले दोन तास मरणाच्या सरावाचेच होते. अकादमी मैदानाला पाच फेऱ्या मारणं म्हणजे नाना पार्कभोवती वीस आणि बँकेच्या अंगणाभोवती पन्नास फेऱ्या मारण्यासमान होतं. धावून झाल्यानंतर आम्ही अगणित सीट-अप्स, पुश-अप्स आणि क्रंचेस केले. तीन वैयक्तिक प्रशिक्षक पाच-पाच विद्यार्थ्यांवर लक्ष ठेवून होते. मी पहिल्यांदा कण्हलो तेव्हा एकजण माझ्याकडे धावत आला. दुसऱ्या खेपेला त्यानं सांगितलं, "मित्रा, नाटकं नकोत."

सहनशक्तीच्या प्रशिक्षणानंतर आम्ही खेळपट्टीवर आलो. मी त्यांना खेळाडू नसल्याचं सांगितलं. तरी मला क्षेत्ररक्षण करावंच लागलं.

"हे घे, बॉलिंग कर." फ्रेडनं अलीकडे चेंडू टाकत सांगितलं.

"तो खरंतर बॉलिंग करत नाही." ईश म्हणाला.

"मला माहीत आहे. गिव्ह इट अ बर्ल," फ्रेड टाळ्या वाजवत म्हणाला.

फिलीपनं सीमेलगत माझ्याजवळच क्षेत्ररक्षणाची जागा घेतली.

"बर्ल म्हणजे काय?" मी त्याला विचारलं.

"ऑस्सी भाषा. मित्रा," फिलीप हसून म्हणाला, "म्हणजे, प्रयत्न करून बघ."

ईशनं यष्टिरक्षण करण्याची इच्छा व्यक्त केली, पण फ्रेडनं त्याला स्लिपवर उभं राहायला सांगितलं. अलीची गोलंदाजी या राज्यस्तरीय खेळाडूंच्या तोडीची नव्हती. रॉजरनं कितीतरी वेळा चेंडू सीमेप्रत टोलवला. फिलीप व मी – आम्हा दोघांच्या

मधून चेंडू निघाला, की तो पकडायला आम्हाला महत्प्रयास पडत होते.

"रॅटल युअर डॅग्ज, मेट," एक क्षेत्ररक्षक माझ्यावर खेकसला.

त्याचा 'चल, पळ लवकर' हा अर्थ मला कुणी भाषांतर करून सांगण्याची गरज नव्हती.

मी चेंडू फेकला. इथं या ऑस्ट्रेलियाच्या मैदानावर मी काय करत होतो?

दिवस पुढं सरकत होता तसं माझं ऑस्सी शब्दभांडारही वाढत होतं. 'ओन्या' म्हणजेच 'गुड ऑन यू' चं संक्षिप्त रूप, म्हणजेच छान केलंस. सोपा चेंडू 'पिस ऑफ पिस' होता तर चांगल्या चेंडूवर 'पॅक्ड अ वॉलप' असा अभिप्राय असे. डास म्हणजेच 'मॉस्कीटोज' तिथं 'मॉझ्झीज' होते, तर सॉफ्ट ड्रिंक्स 'कोल्डीज' होती. मी मध्ये लघवीसाठी गेलो, तेव्हा फिलीपनं आणखी एक शब्दप्रयोग पाजळला, "यू गॉट टू साईफन द पाईथॉन, इज इट?"

आता अंधारू लागलं होतं.

"पॅकअप टाईम!" फ्रेडनं जाहीर केलं, पण अजून तर अलीनं बॅटसुद्धा हातात घेतली नव्हती.

लॉकररूममध्ये ईशला दुर्मुखलेलं पाहून फ्रेडनं भुवया उंचावल्या.

"काही नाही." ईश म्हणाला.

ओमी आणि अली क्लबबाहेर फेरफटका मारत होते.

"फेअर डिन्कम?"

ईशनं वर पाहिलं.

"तो विचारतोय, तू खरं सांगतोसय का?" मी लगेच माझं नव्यानं लाभलेलं भाषाकौशल्य पाजळत म्हणालो.

"उद्या सराव कधी आहे, फ्रेड. शक्य तर इंग्रजीत सांग." ईश म्हणाला.

"यू अ व्हिन्गर?" फ्रेड म्हणाला.

"व्हिन्ग म्हणजे..." माझं बोलणं ईशनं मध्येच तोडलं.

"व्हिन्ग म्हणजे काय ते मला माहीत आहे. हजारो मैलांवरून एखाद्या बॅट्समनला बोलवायचं आणि त्याला बॅटिंगच करू द्यायचं नाही, याचा अर्थ कुणी मला कृपया समजावेल का?"

फ्रेड हसला. "ओ, तुझ्या त्या छोट्या डिस्कव्हरीला बॅटिंग द्यावं अशी तुझी इच्छा आहे. कशासाठी? त्याला सिक्स मारता याव्यात म्हणून! तुला तो मुलगा पहिल्या दिवसापासून प्रदर्शनीय व्हायला हवाय?"

"मला तसं नाही म्हणायचं...."

"मित्रा, मी खूप गुणवत्ता पाहिलीय. एआयएस शिष्यवृत्तीप्राप्त प्रत्येक पोरात

काहीतरी खास असतंच. मी त्यांचा अहं मोडून काढला नाही तर आयुष्यभर ते तसेच राहतील. मित्रा, खेळाडू म्हणजे चित्रपटतारे नव्हेत. तुमच्या देशात त्यांना तसं वागवलं जात असलं तरी तसं नसतं.''

''पण फ्रेड...''

''तुम्हा भारतीय लोकांमध्ये उत्तम गुणवत्ता असते. पण मित्रा, प्रशिक्षणाच्या बाबतीत माझ्यावर भरवसा ठेव.''

''आम्ही इथं फक्त आठवडाभरच आहोत.'' ईश असहाय स्वरात म्हणाला.

''मी हा आठवडा विधायक बनवीन. पण आजचा धडा महत्त्वाचाच होता. त्याच्यात नम्रता नसेल, तर तो फार काळ टिकू शकणार नाही.'' फ्रेड म्हणाला.

त्यानंतर तो घड्याळ बघत म्हणाला,

''बायकोला वेळ दिलीय, मला ताबडतोब निघायला हवं.''

✦

''चीअर्स!'' सर्वजण चीत्कारले. आम्ही 'फोरेक्स' स्टबीज म्हणून ओळखल्या जाणाऱ्या ×××× बिअरच्या गडद तपकिरी रंगाच्या बाटल्यांचा किणकिणाट केला.

''हाय!'' आम्हाला बिअर आणून देणारी सर्व्हर हॅझेल भलतीच 'हॉट' वेट्रेस होती. तिनं फ्रेडला आलिंगन दिलं.

''ओऽऽह,'' ती बाजूला गेल्यावर फ्रेडचे विद्यार्थी त्याला प्रोत्साहन देत उद्‌गारले.

''नाही, अजिबात नाही, मित्रांनो. मी कुणाकडे नजर वर करून पाहिलेलं माझ्या बायकोला खपणार नाही,'' फ्रेड म्हणाला. ''पण तुम्ही तिघं सडेफटिंग आहात. भारतात सगळीकडे तुम्हाला सुंदर सुंदर मुली दिसत असतील.''

सगळेजण आमच्याकडे बघू लागले.

''आम्हाला मैत्रिणी नाहीत,'' ओमी म्हणाला.

''का नाहीत? भारतीय स्त्रिया 'हॉट' असतात.'' मायकेल डोळे फिरवत म्हणाला.

''आम्ही फार कामात असतो.'' मी म्हणालो.

''कामात? नेव्हर हर्ड अ ब्लोक टू बिझी टू रुट, मेट,'' रॉजर म्हणाला.

त्यावर सगळेजण हसले.

'रुट' म्हणजे?... जाऊ दे, काही का असेना.

''ती पाखरं बघ.'' चार मुलींना आत येताना पाहून मायकेल म्हणाला.

''ती चॉकलेटी... काही वाईट नाही.'' मायकेल म्हणाला, ''NCR 5.''

''NCR 10.'' रॉजर म्हणाला.

''आणि ती निळी?'' फिलीपनं चौकशी केली.

"ती NCR 0. ब्रिंग इट ऑन, मॅन." रॉजर म्हणाला. त्यावर सगळे हसले.

"NCR म्हणजे काय?" हवेत गणिताची झुळूक आली असावी अशा खुशीत मी विचारलं.

"NCR म्हणजे नंबर ऑफ कॅन्स रिक्वायर्ड. त्या मुलीशी सेक्स करण्यासाठी तुम्हाला किती बिअर रिचवावी लागेल, त्या कॅन्सची संख्या," फ्रेड म्हणाला.

"मायकेल एकदा एका कुरूप कुत्रीला डेटला घेऊन गेला होता. तो सांगतो, NCR 40," रॉजर म्हणाला. त्याबरोबर हास्याचा गडगडाट झाला.

"हिअर यू गो, हंग्री बॉईज," हॅझल आमच्यासमोर बशा ठेवत मादक स्वरात म्हणाली.

ऑस्ट्रेलियन लोक मुख्यतः मांसाचे पदार्थ खातात. आम्ही आपले पिझ्झ्यावर होतो, कारण एवढा एकमात्र परिचित पर्याय होता.

"तुम्ही आणखी प्रोटीन घ्यायला पाहिजे." मायकेल म्हणाला.

खाताना त्याच्या बाहूंच्या स्नायूंची हालचाल होत होती.

"मी दररोज दोन लीटर दूध पितो." ओमी म्हणाला.

ईश फ्रेडच्या शेजारी बसला होता. मला त्यांचं संभाषण ऐकू येत नव्हतं, पण सारखे ईशच्या मानेचे हेलकावे दिसत होते. मी ऑस्सींच्या गप्पा सोडून ईशजवळ गेलो.

"समजा तू बॉलर आहेस, तुझ्या हातात बॉल आहे आणि तुला डावाचं नियंत्रण करायचंय. अशावेळी, बॉस कोण आहे ही गोष्ट बॅट्समनला कळण्याची तुला दक्षता घ्यावी लागेल." फ्रेड सांगत होता. "अलीच्या बाबतीत तसंच आहे. त्यानं फक्त तडाखेबाज फटकेबाजी करून चालणार नाही. त्याला दुसऱ्या संघाला बॉस कोण हे दाखवावं लागेल."

"बरोबर," ईश म्हणाला.

"माझे खेळाडू अलीला चेंडू टाकण्याचे नवे मार्ग शोधून काढतीलच. दृढनिश्चयी मन ईश्वरी देणगीसमोर उभं ठाकू शकतं. आणि विजेत्यापाशी या दोन्ही गोष्टी असतात."

ईशनं मान डोलवली.

"हाय गोविंद!" फ्रेडचं माझ्याकडं लक्ष गेलं.

"तुला 'रूटिंग टिप्स' नकोत? इथं आमची कंटाळवाणी प्रशिक्षकी चर्चा सुरू आहे."

फ्रेडनं बरोबरीचा दर्जा दिल्यामुळं ईशची छाती अभिमानानं फुगली होती.

तितक्यात मला एक गोष्ट आठवली.

"काल तुम्ही एका शिष्यवृत्तीचा उल्लेख केला. ते काय असतं? ऑस्ट्रेलियात

एकूणच सगळा क्रीडा व्यवहार कसा चालतो?''

''तुम्हाला ऑस्ट्रेलिया कायम विजयी कशी होते हे जाणून घ्यायचंय?''

''कायम विजयी होत नाही.'' ईश म्हणाला.

''कायम विजयी होत नाही हे नशीबच म्हणायला हवं. आम्हाला प्रतिस्पर्ध्यावर वर्चस्व गाजवायला आवडतं, तसंच आम्हाला लढत द्यायलाही आवडतं. जेव्हा आव्हान उभं ठाकतं तेव्हा ते सर्वोत्तम गोष्टी प्रकट करवतं.''

''होय, अगदी प्रत्येक खेपेला नसलं तरी ऑस्ट्रेलिया खूपदा विजयी झाली आहे. प्रत्येक ऑलिम्पिकमध्ये ऑस्ट्रेलियाला पदकांचा ढीग असतो. क्रिकेटमध्ये सतत वर्चस्व आहेच, हे कसं काय फ्रेड?'' मी विचारलं.

''मित्रा, याला बरीच कारणं आहेत, पण ही परिस्थिती पूर्वीपासून अशीच कायम आहे अशातला भाग नाही.'' फ्रेड चमचमत्या पाण्याचा घोट घेत म्हणाला, ''खरंतर, १९७६ च्या मॉन्ट्रियल ऑलिम्पिकमध्ये ऑस्ट्रेलियाला एकही पदक मिळालं नव्हतं.''

''पण मागच्या वर्षी तुम्हा लोकांची कामगिरी उत्तम होती.'' ईश म्हणाला.

''होय, सिडनी २००० मध्ये. ऑस्ट्रेलियानं ५६ पदकांची कमाई केली होती. अमेरिका, रशिया आणि चीननंतर आमचाच क्रमांक होता. या देशांमध्ये आमच्या दहापट लोकसंख्या आहे.'' फ्रेड क्षणभर थांबून पुढे बोलू लागला, ''ऑस्सीजनी मॉन्ट्रियलमधल्या फजितीकडं राष्ट्रीय शरमेची बाब म्हणून पाहिलं. त्यामुळे सरकारनं 'ऑस्ट्रेलियन इन्स्टिट्यूट ऑफ स्पोर्ट्स' म्हणजेच एआयएस ची स्थापना केली आणि जगातील सर्वोत्तम शिष्यवृत्ती कार्यक्रमाचा आरंभ केला.''

फ्रेड पाणी पिण्यासाठी थांबला.

''आणि आज एआयएसमध्ये शेकडो कर्मचारी आहेत. त्यात प्रशिक्षक, डॉक्टर्स, फिजीओज आहेत. त्यांना वीस कोटी डॉलर्स निधी दिला जातो. तिथं उत्कृष्ट सुविधा आहेत आणि सगळ्यात महत्त्वाचं म्हणजे ते दरवर्षी सातशे शिष्यवृत्त्या देतात.

फ्रेडनं स्पॅगेटीची बशी माझ्याकडे सरकवली.

मी रिबिनीसारख्या पास्ताशी झगडत त्याचं बोलणं ऐकत होतो. माझ्या मनात लगेच हिशेब आला... इथं वीस दशलक्ष लोकांना सातशे शिष्यवृत्त्या या हिशेबानं भारतात किती लागतील? हे प्रमाण जुळण्यासाठी भारतात दरवर्षी पस्तीस हजार शिष्यवृत्त्या द्याव्या लागतील.

''शिष्यवृत्ती काय स्वरूपात असते? पैसे?'' ईशला जाणून घ्यायचं होतं.

''मित्रा, फक्त पैसे नसतात. त्यात सगळं काही असतं. तज्ज्ञ प्रशिक्षण, राहण्याची व्यवस्था, स्पर्धांसाठी प्रवास, क्रीडाविज्ञान, औषधं.... सगळं सगळं.

आणि यातील सर्वोत्तम भाग म्हणजे त्या समुदायाचा हिस्सा बनणं. जिथं प्रत्येकाची आपापल्या क्रीडाप्रकाराशी दृढ बांधीलकी असते. मी त्या भावनेचं शब्दांत वर्णनच करू शकत नाही.'' फ्रेडचे डोळे चमकत होते.

''मला ती भावना माहीत आहे.'' ईश म्हणाला. त्याचे डोळे जरी निळेशार नसले तरी तेही तितकेच चमकत होते.

आमचं जेवण झाल्यावर वेटर्सनी बशा उचलल्या.

''या शिष्यवृत्ती कार्यक्रमातून कुणी खेळाडू प्रसिद्धीला आले आहेत का?''

''ढिगानं. मायकेल बीवन, ॲडम गिलख्रिस्ट, जस्टिन लँगर, डॅमियन मार्टिन, ग्लेन मॅकग्रॅथ, रिकी पॉटिंग, ॲन्ड्र्यू सायमंड्स, शेन वॉर्न...''

''तुम्ही कुणाबद्दल सांगताय? हे सगळे तर क्रिकेटजगतातले 'लेजन्ड्स' आहेत,'' ईश म्हणाला.

''लेजन्ड्स... शब्द छान आहे,'' फ्रेड हसून म्हणाला. ''कधीतरी मलाही तिथं जाता येईल अशी आशा आहे.''

''तुलाही शिष्यवृत्ती आहे?'' मी विचारलं.

फ्रेडनं नकारार्थी मान हलवली.

''तुम्ही तर लेजन्ड आहातच, फ्रेड,'' ईश म्हणाला.

''छे! माझी आत्ता कुठे सुरुवात आहे. तुम्हाला सांगतो, हे लेजन्ड प्रकरण अतिशयोक्त असतं. तुम्ही थोड्याशा गुणवत्तेला नीट आकार दिलात तर त्यातून चांगलंच घडतं. या अर्थानं, ऑस्ट्रेलिया लेजन्ड्स निर्माण करू शकते.''

''आणि आम्ही नाही?'' ईशनं विचारलं.

''तुम्हीसुद्धा करू शकता... आत्ता जरी तुमची प्रशिक्षणापेक्षा गुणवत्तेवर अधिक भिस्त असली तरी तुम्ही करू शकता. तुमच्याकडे लोकसंख्या प्रचंड आहे. त्यातले अवघे काही लोक उपजत गुणवत्ता घेऊन येतात. तेंडुलकरसारखे किंवा कदाचित अलीसारखे.''

''हो, पण...'' ईश डावा तळवा उजव्यावर आपटत म्हणाला, ''भारतात आम्हाला अशाप्रकारचं प्रशिक्षण मिळालं तर काय होईल कल्पना करा.''

''क्रिकेट संपून जाईल. भारत वर्चस्व गाजवेल आणि आमच्यासारखे संघ तर कुठल्याकुठे फेकले जातील. निदान आत्ता तरी आम्ही स्वत:ला 'लेजन्ड' म्हणू शकतो.''

त्यानंतर दररोज अलीनं फलंदाजी केली. अलीच्या षट्कारांच्या तडाख्यामुळे प्रत्येक गोलंदाजाला धक्के बसत होते. अली मात्र केवळ फटकेबाजी न करता स्थिर खेळी करत होता. त्यानं काही वेळातच पन्नास धावांचा टप्पा ओलांडला. शुक्रवारी

सकाळी अलीनं एक बचावात्मक फटका मारला. तो चेंडू फारसा लांब गेला नाही. अलीनं क्रीझवर जागीच उभं राहायचं ठरवलं होतं.

"पळ... एक धाव मिळेल." ईश सीमेवरून त्याला बजावत होता.

"पळ, अली," ईश पुन्हा म्हणाला. त्याला सूचनेचं आश्चर्य वाटलेलं दिसत होतं, तरी तो धावला.

"जोरात पळ," ईश ओरडला, "झोपू नकोस."

अली वेगानं धावला, तितक्यात क्षेत्ररक्षकानं चेंडू गोलंदाजाकडं टाकला.

"उडी मार." ईश म्हणाला. अलीनं सूर मारला, तो क्रीझवर पोहोचला. पण तो पडला आणि त्याच्या सर्वांगाचं वजन त्याच्या डाव्या घोट्यावर पडलं. सर्वजण त्याच्या दिशेनं धावले. अली मैदानात दात आवळत, अश्रू थोपवत आडवा पडला होता.

"ए, उठ. नाटकं करायला वेळ नाही." ईश म्हणाला.

"मित्रा, असू दे," असं म्हणून फ्रेडनं फिजिओला खूण केली. त्यानंतर काही मिनिटांतच पॅरामेडिक आले. त्यांनी अलीच्या सुजलेल्या घोट्यावर बर्फाची पुरचुंडी ठेवली.

"नशीब, हाड मोडलं नाहीय किंवा सांधा निखळला नाहीय. अस्थिबंधनाला जराशी इजा झालेली दिसतेय," फिजिओ वेदनाशामकं लावून क्रेप बँडेज गुंडाळत म्हणाले. अली त्यांच्या अंगावर झुकून चालायच्या प्रयत्नात लंगडत होता.

"खेळाला दोन दिवस विश्रांती दे. बरा होशील."

"काळजी करू नका. तो काही तासांतच खेळेल." ईशच्या आवाजात शरमेचे भाव होते. त्याच्या डोळ्यांत अपराधीपण साकळलं होतं.

"चला... सगळेजण," फ्रेड टाळ्या वाजवत म्हणाला, "आपण खाली बसू या."

आम्ही खेळपट्टीवर फ्रेडभोवती वर्तुळाकार बसलो.

"तुम्ही मोठी मुलं आहात आणि चांगले मजबूत खेळाडू. तुम्हाला खेळासाठी तुमचं सर्वस्व अर्पण करायचंय, पण एका गोष्टीवर मी पुरेसं लक्ष देऊ शकत नाही ती म्हणजे, तुमच्या शारीरिक मर्यादांचा आदर करा."

"मी करतो." ईश अगदी न राहवून बोलला, "पण मी एकटाच करायचो. आणि आम्ही भारतीय इथेच कमी पडतो. आम्हाला उडी घ्यायची नसते, आम्हाला धोके पत्करायचे नसतात."

"हा खेळ केवळ पुरुषार्थ दाखवण्याचा नाही. तुम्ही विस्मरण होण्याइतकं एखाद्या क्षणात गुंतून राहायचं नाही."

"कशाचं विस्मरण?" मी विचारलं.

"आपल्याला एक नाजूक शरीर आहे याचं. ते गमावलं की तुम्ही संपलात.

तुम्ही त्याचं रक्षण केलंच पाहिजे आणि ईश, तू तुझ्या विद्यार्थ्याला नीट सांभाळलं पाहिजेस.''

ईशनं मान डोलवली.

''मी माझ्या करिअरला नुकती कुठं सुरुवात केली होती. त्यावेळी माझ्या तापदायक पाठीनं ते जवळपास संपवल्यातच जमा होतं.'' फ्रेड म्हणाला. ''मला उर्वरित आयुष्यभर एखाद्या दुकानात सूट्स विकावे लागले असते कारण मला मिळण्याजोगं तेवढंच एक काम आहे.''

''मी याच चुका केल्या. मला एखाद्या दिवशीच्या खेळात स्वत:ला संपवायचं असायचं. पण तुम्हाला जर करिअर करायचं असेल तर दीर्घकालीन विचार करा. होय, झपाटलेपण... उत्कट भारलेपण महत्त्वाचंच आहे, पण मॅच सुरू असते तेव्हा तुमचं डोकं निर्मळ...निरभ्र हवं.''

नंतर लॉकर रूममध्ये अलीनं फ्रेडपुढे दिलगिरी व्यक्त केली.

''मी अलीला कधीही दुखापत होऊ देणार नाही.''

''तो मुलगा चांगला आहे. मी त्याच्यासाठी एक सरप्राईज ठेवलंय. तुम्ही रविवारी सायंकाळी निघणार ना?'

''हो, दोन दिवसांनी,'' ईश म्हणाला, ''हा आठवडा इतका पटकन संपला यावर विश्वासच बसत नाहीय.''

''रविवारचा ब्रेकफास्ट माझ्यातर्फे! मला तुम्हाला एका महत्त्वाच्या व्यक्तीला भेटवायचं आहे.''

✦

बाँडी सागरकिनारा विलक्षण सुंदर आहे. विशेषत: इथलं आकाश. ऑस्ट्रेलियातल्या आकाशाचा रंग भारतातल्या आकाशापेक्षा निराळा असतो. ते आकाश रंगाच्या दुकानातल्या आकाशी रंगासारखं दिसतं आणि ते इतकं स्वच्छ असतं, की त्यामुळे डोळे चुरचुरतात. प्रदूषण अजिबात नसतं. मैलोन्मैल अंतरावरून समुद्र दिसतो. पॅसिफिक समुद्र लाटांच्या रेशीमलडी उलगडत किनाऱ्यावरच्या वाळूशी गळाभेट घेत असतो. या फेसाळ लाटा त्यावर स्वार व्हावं इतक्या ताकदवानही असतात आणि आपण विश्रब्ध व्हावं इतपत मृदुमुलायमही.

पण त्या उन्हाळी हंगामात सागरकिनाऱ्यावरचा सर्वोत्कृष्ट देखणा भाग म्हणजे तिथले लोक – लोक म्हणजे पुरुषेतर लोक... म्हणजेच बायका. डोळ्यांत भरणाऱ्या आणि 'टॉपलेस'. त्यात तुम्ही जर आयुष्यात कधी टॉपलेस बाई पाहिली नसेल तर अशी स्थळं म्हणजे....

''इथं शंभर बायका असतील, नाही?'' ईश शिटी वाजवत म्हणाला, ''आणि

सगळ्याच्या सगळ्या *नॉकाऊट!*''

हे खरंच होतं! जणू जगातल्या सगळ्या देखण्या बायकांनी एकमेकींना ई-मेल करून इथं बाँडी सागरकिनारी भेटायचं ठरवलं होतं!

''तुला छत्री पाहिजे?'' आम्ही 'सृष्टीसौंदर्य' दिसणारं एक स्थळ निवडलं. तिथं सहा टॉपलेस बाया फ्रिस्बी खेळत होत्या.

''वॉव! त्यांची .... खरोखर दिसतायत... वॉव!'' ओमी म्हणाला.

''इथं शंभर बायका आहेत, म्हणजे आपल्याला पाहायला दोनशे वक्ष आहेत.'' मी म्हणालो. यावर, प्रत्येक गोष्टीत गणित आणण्याबद्दल माझी चेष्टा झाली.

जिथं बिनबाह्यांचे ब्लाऊज खळबळ उडवून देतात अशा ठिकाणी आम्ही लहानाचे मोठे झालेलो, तिथं अनावृत्त वक्ष म्हणजे.... आमच्या लेखी तो एमबीए टाईपचे लोक ज्याला 'पॅराडाईम शिफ्ट' म्हणतात, तसा प्रकार होता.

''मला त्यांच्याशी खेळता येणार नाही. मी फ्रिस्बीकडं कधी पाहिलेलंसुद्धा नाही.'' ईश म्हणाला.

''ती गोरी बघ, चांगली भारदस्त आहे.'' मी म्हणालो.

आता डिस्नेलँडमध्ये आहोतच तर खेळ!

''स्वर्ग स्वर्ग म्हणतात तो हाच असणार. पापणी न पाडल्यामुळं माझे डोळे शिणलेत.'' ओमी म्हणाला.

मजेची गोष्ट आहे, पण काही मिनिटांतच अनावृत्त वक्ष नित्याचे वाटू लागले. मला वाटतं आपल्याला चांगल्या गोष्टींची सवय फार पटकन लागते. मला एकाच वेळी शंभर टॉपलेस बायका पाहण्यापेक्षा शंभर दिवस रोज एक टॉपलेस बाई पाहायला आवडेल.

त्यानंतर ईश आणि ओमी समुद्रात पोहायला आणि टॉपलेस बायका ओलेत्या अधिक 'हॉट' दिसतात का ते पाहायला गेले. होय, आम्ही तसलेच आहोत... सिक बंच.

तितक्यात, माझं लक्ष छत्रीखालच्या एका सावळ्या तरुणीकडे गेलं. तिनं बिकिनीवर शर्ट घातला होता. ती मला पाठमोरी होती. तिचा लांबसडक केशसंभार तिच्या सडपातळ पाठीवर रुळत होता. तिनं केसांना काहीतरी लावलं होतं... बहुधा तेल किंवा लोशन किंवा मुलींना त्यांच्या अस्तित्वासाठी अत्यावश्यक वाटणारं असंच काहीतरी.

एकदम माझ्या आत काहीतरी कालवाकालव झाली. कुणीतरी छातीवर ठोसे लावतंय असं वाटलं. ती सावळी तरुणी अगदी विद्यासारखेच केस चोळत होती.

मी दुरूनच ओमी व ईशकडं पाहिलं. ते दोघं एकमेकांच्या अंगावर पाणी उडवत होते. एकमेकांना खाली ढकलून खिदळत होते.

माझ्या मनात मात्र विचारांची वावटळ घुमत होती. केसांना तेल लावताना बोटं

गोल गोल फिरवावीत तशी. विद्या इथं असती तर छान झालं असतं ना? तिला ज्याची सर्वांत आस आहे, तेच तर इथं आहे ना? साऱ्यासाऱ्याचं स्वातंत्र्य? तिच्यातही हेच बॉडी चैतन्य नाही का? अर्थात ती जर अशी बिकिनीत भटकू लागली तर मी तिला ठार केलं असतं हा भाग वेगळा! पण एक मिनिट... मी तिला ठार केलं असतं, की तिच्या भावानं, ईशनं तिला ठार केलं असतं? पण मी का याचा विचार करतोय?

पण, मी तिला ठार केलं असतं असं मीच म्हणालो ना? आणि आत्ता इथं माझं लक्ष खेचून घेणाऱ्या इतक्या देखण्या टॉपलेस बायका असताना माझ्या मनात तिचा विचार का येतोय? दररोज रात्री झोपण्याआधी मी तिचा विचार का करतो?... आणि माझं मन खुळचट प्रश्नांची सरबत्ती का थांबवत नाहीय?

तुमच्या अवतीभवती अनावृत्त वक्षदर्शन घडत असतानाही जेव्हा तुम्हाला हजारो मैलांवरच्या एखाद्या मुलीची आठवण होऊ लागते, तेव्हा नक्कीच काहीतरी गंभीर बाब असते. मी नेहमी माझ्यासोबत असणारी वही उघडली. मला पुढच्या तीन महिन्यांचं बजेट आखायचं होतं. वहीत मला एक लांब केस सापडला. तो ईश, ओमी किंवा माझा नव्हता. माझ्या माहितीतल्या फक्त एका व्यक्तीचे केस लांबसडक होते. मी तिला विसरण्यासाठी उघडलेल्या वहीनं मला तिची जास्तच आठवण करून दिली.

ओमी धावत माझ्या दिशेनं आला. तो पाण्यानं निथळत होता. त्याच्या अंगावरून ओघळणारं पाणी माझ्या पायांवर पडलं. मी वही मिटली.

"पाणी इतकं मस्त आहे, चल ना आत." तो धापा टाकत म्हणाला.

"नको, मला थोडं काम आहे. मला एक कॉल करायचा आहे." मी म्हणालो.

"कॉल... कुणाला?"

"सप्लायर्सना," मी त्याच्या नजरेला नजर न देता म्हणालो.

"इथून? हे खर्चिक आहे ना?"

"शॉर्ट कॉल, त्याला फक्त काही नाणी लागतात." मी सुटे पैसे गोळा करत म्हणालो.

"तू बॉडीवर येऊन काम करतोयस? तुला काय करायचं ते कर... मी चाललोय पुन्हा सूर मारायला," असं म्हणून ओमी पुन्हा समुद्राकडे पळत गेला.

मी माझं साहित्य गोळा करून सागरकिनाऱ्यावरून शॉपिंग एरियात आलो. तिथं सार्वजनिक फोन शोधला.

...आणि तिचा नंबर लावला.

चौदा

फोनची रिंग दोनदा वाजली. मी फोन मध्येच बंद केला. मनात आलं, बूथमधून तसंच निघावं... पण मी पुन्हा नाणी टाकली आणि नंबर लावला.

"हॅलो? ईशान भय्या?" विद्यानं फोन उचलला.

फोननं दोन डॉलर्स किमतीची नाणी भसाभस गिळली.

मी फोन पुन्हा कट केला. श्शऽऽ... मी काय करतोय हे?

पण मी पुन्हा आणखी नाणी टाकून फोन लावला. तिनं ताबडतोब फोन उचलला.

"भय्या, माझा आवाज ऐकू येतोय?"

मी शक्य तितकी छान गोष्ट केली ...मी फक्त श्वास घेतला. मी कुणी विकृत आहे असं वाटण्याजोगी परिस्थिती निर्माण झाली होती. पण मला त्यापेक्षा कुठला चांगला शब्द सुचेना

"गोविंद?" तिनं विचारलं. तिचा आवाज सावध होता.

तिला माझा श्वास आहे हे कळलं? माझी अवस्था काय सांगू?

"हाय," मी म्हणालो. आता मला स्वतःला आणखी आवरता नाही आलं.

"गोविंद, अरे व्वा! मी इंटरनॅशनल नंबर पाहिला. तर मग... बोल."

फोनवर जे जे शब्दप्रयोग वापरले जातात त्यामधल्या 'बोल' या शब्दप्रयोगाचा मला सर्वाधिक तिरस्कार वाटतो. केवळ मी फोन केला म्हणून मीच काहीतरी बोललं पाहिजे का?"

"अग... मी..."

"ऑस्ट्रेलिया कसं आहे? मजा चाललीय ना? बोल."

ती पुन्हा जर ‘बोल’ म्हटली असती तर मी तिला ठार केलं असतं. पण मनात आलं, तिला सांगावं काहीतरी....

“हो, छानच आहे. तुला हे ठिकाण आवडेल.” मी म्हणालो.

“कोणतं ठिकाण? आणखी सांग ना! आत्ता तू कुठं आहेस?”

“बाँडी बीचवर. अतिशय सुंदर आहे. अतिशय सुरेख ठिकाण.” मी म्हणालो.

अर्थातच मी मूर्खासारखी वर्णनं सांगितली.

आधी मी कसाबसा धीर एकवटलेला, त्यात मला खचवायला म्हणून की काय, फोन भस्म्या रोग झाल्यासारखा भराभर नाणी गिळत होता. मी आणखी सुटे पैसे घालत राहिलो.

फोन साला दर तीस सेकंदांना एक डॉलर फस्त करत होता.

“आऽहाऽ ...मी आयुष्यात कधी खरा समुद्रकिनारा पाहिलेला नाही. कसा आहे? पाण्याला खरंच सीमान्त नसतो?”

“हो... आणि आकाशालाही सीमान्त नाहीय.”

अरे गाढवा! तिचेच शब्द उसने घेण्याखेरीज आणखीही काही बोल रे!

“ईश आणि ओमी कुठं आहेत?”

तिनं मला विचारू नये असं वाटत असलेलाच प्रश्न विचारला.

“मग तू कसा काय फोन केलास?”

“अग, काही नाही. असंच, तुझी तयारी कशी चाललीय? इंटिग्रेशन खूप महत्त्वाचं आहे...”

“तू इंटिग्रेशनचं सांगायला फोन केला आहेस?”

“आणि... दुसरं म्हणजे....”

“तुला माझी आठवण येतेय?”

“विद्या...”

“काय?”

“खुळचट प्रश्न विचारू नकोस.”

“मला तुझी आठवण होतेय, खरंतर खूप... खूप,” ती म्हणाली.

तिचा स्वर जड झाला होता.

“ओके, छान, म्हणजे... वा!” मी गाढवातला गाढव असला एकावयवी शब्दांचा प्रतिसाद देत होतो.

“हो... शिकवणी घेणारा म्हणून नाही. मित्र म्हणून... खूप चांगला मित्र.”

‘खूप चांगला मित्र’ हा भारतीय मुलींच्या बाबतीतला धोकादायक प्रकार असतो. या टप्प्यावरून तुम्ही एकतर जलद प्रगती करू शकता किंवा जर गणित चुकलं तर तुमची रवानगी थेट खालच्या स्थानावर होते. भारतीय स्त्रियांनी शोधलेलं

नीचतम स्थान – राखीचा भाऊ. राखीचा म्हणजेच मानलेला भाऊ याचा अर्थ 'तू माझ्याशी बोलू शकतोस. पण कंटाळवाण्या प्राण्या, त्यापेक्षा आणखी कशाचा विचारसुद्धा मनात आणू नकोस.'

माझ्या मनात एक बारकासा आवाज माझ्यावर खेकसत होता, 'मूर्खा... तुलाही तिची आठवण येतेय हे सांग तिला, नाहीतर आयुष्यभर तुला राख्या मिळत राहतील.'

"मलाही होतेय, तू इथं असतीस तर सिडनीत आणखी मजा आली असती."

"वा! आजवर तू माझ्याशी बोललेल्यातलं हे सर्वांत छान वाक्य आहे."

मी गप्प राहिलो. एखादं छानसं वाक्य बोलून झाल्यानंतर, पुन्हा बोलायची घाई करून त्या चांगल्या वाक्यावर पाणी मुळीच पाडू नये.

"मी तुझ्यासाठी इथून काही आणू?" मी विचारलं.

"पण बजेट टाईट आहे ना?" ती म्हणाली.

"हो... पण छोटंसं काहीतरी... तेवढ्यानं काही बिघडणार नाही.." मी म्हणालो.

"आयडिया! तू आत्ता उभा आहेस त्या ठिकाणची थोडीशी वाळू माझ्यासाठी आण. म्हणजे मला सिडनीचा अंश माझ्यापाशी असल्यासारखं वाटेल."

वाळू? ही म्हणजे विचित्रच मागणी होती. मात्र ती स्वस्त होती, खरंतर फुकटातच!

"खरंच?" मी विचारलं.

"हो. माझ्यासाठी काडेपेटी भरून वाळू आण. ...आणि त्यात जागा उरली तर थोड्याशा भावनाही घाल."

फोनच्या डिस्प्लेची उघडझाप सुरू झाली. तो मला आणखी पैसे खाऊ घालण्यासाठी धमकावत होता. नाहीतर माझं पहिलंवहिलं प्रणयरम्य संभाषण संपणार होतं... खल्लास! पण माझ्यापाशी आणखी नाणी नव्हती.

"ऐक, मला आता जावं लागेल. आणखी मोड नाहीये," मी म्हणालो.

"बरं, बरं. लवकर परत ये. एक माणूस तुझी आठवण काढतंय."

"तीन दिवसांत परत येतोय. मलासुद्धा तुझी आठवण येतेय." एवढं बोलून मी घसा साफ केला. वॉव... माझ्या मनातली भावना मी प्रत्यक्षात बोलू शकलो होतो.

"आणि मला तुला एक सांगायचं होतं...." ती म्हणाली.

"काय?"

तितक्यात बीप... बीप... बीप झालं. 'टेलस्ट्रा' नामक मूर्ख ऑस्ट्रेलियन कंपनीनं माझ्या पहिल्यावहिल्या प्रणयी क्षणाचा चुथडा केला.

मी माघारी फिरलो. माझ्या मनात फक्त वाळू मागणाऱ्या मुलीचे विचार होते... आणि एवढ्याशा कॉलला जेवणाएवढे पैसे आकारणाऱ्या टेलिकॉम कंपन्या किती पैसे मिळवत असतील याचाही.

वाटेत मला 'ब्लू ऑरेंज कॅफे' नामक शानदार 'आऊटडोअर रेस्टॉरंट' लागलं. निवांतपणीच्या आरामदायी क्षणांना ऑस्ट्रेलियन लोकांनी नवा अर्थ दिला आहे. अशा ठिकाणी लोक बिअरचा आस्वाद घेत तासन्‌तास घालवतात. तिथल्या वेट्रेसेस लोकांना बर्गर्स व टोस्टेड सँडविचेस देत बागडत होत्या.

मी बारमधून एक काडेपेटी घेतली. त्यातल्या काड्या कचराकुंडीत ओतल्या आणि समुद्राच्या दिशेनं निघालो. फेसाळत्या लाटांचा स्पर्श पायांना होताच मी थांबलो... आजूबाजूला पाहिलं आणि खाली वाकलो, काडेपेटीत वाळू भरली आणि ती खिशात ठेवली.

"ए, काय करतोयस?" ओमी जगातल्या सर्वांत कुरूप मत्स्यकन्येसारखा लाटांमधून प्रकटला.

"काही नाही. तू इकडं या बाजूला कशाला आला आहेस? तिकडच्या बाजूला लाटा जास्त छान आहेत." मी म्हणालो.

"मी तुझ्याकडेच आलोय. मला कोक घ्यायला थोडे सुटे पैसे देशील? मला तहान लागलीय."

"नाणी संपली आहेत. आजच्यासाठी थोडे पैसे आहेत, पण ते आपण जेवणासाठी वापरू या."

"संपली?" ओमीनं विचारलं.

"हो." मी वैतागून उत्तरलो.

माझ्यापेक्षा कमी अक्कलवान लोकांनी प्रश्न विचारलेलं मला आवडत नाही.

"फोन कुणाला केला होतास?" ओमीनं विचारलं.

"सप्लायरला."

"कुठल्या?"

"जाऊ दे ना ओमी, आपण जेवायला जाऊया. तू आधी अंग पुसून घे."

"विद्याला?"

मी सुन्नपणे त्याच्याकडे पाहिलं. काय अंदाज होता! आणि याला काय करायचंय?

"क्काय?" मी आश्चर्यानं विचारलं.

"माझ्याशी खोटं बोलू नकोस.'

"कमॉन ओमी, मी विद्याला कशाला फोन करीन?"

"मी तेवढा मूर्ख नाहीय."

"आहेस," मी म्हणालो.

आम्ही रेस्टॉरंटच्या दिशेनं निघालो. मी त्याच्या तीन पावलं पुढं चालत होतो.

"तुम्ही दोघं एकमेकांकडं कसं पाहता ते मी पाहिलंय." ओमी माझ्या चालीशी जुळवून घेण्याचा प्रयत्न करत म्हणाला.

"चालता हो तू." असं म्हणून मी पायांचा वेग आणखी वाढवला. आम्ही 'कॅम्पबेल परेड'मध्ये आलो. समुद्रकिनाऱ्यालगत असणाऱ्या या ठिकाणी ओळीनं बार्स आणि कॅफेज होते.

"आणि माझ्या लक्षात आलंय, तू तिला शिकवायला सुरुवात केल्यापासून तू कधीही तिच्याबद्दल बोलत नाहीस." ओमी म्हणाला.

मी 'हॉग्ज ब्रेथ कॅफे'त गेलो. या देशात पाच दिवस वास्तव्यानंतर हे नाव अजिबात विचित्र वाटलं नाही.

आम्ही दोघं समोरासमोर बसलो. मी चेहरा झाकण्यासाठी व संभाषण टाळण्यासाठी मेन्यू कार्ड उचलून समोर धरलं.

"हवं तर तू लपव. पण मला समजलंय."

मी मेन्यू कार्ड खाली केलं.

"तसं काहीही नाही... ओके... कदाचित काहीतरी आहे. पण काळजी करण्यासारखं काहीही नाही." मी म्हणालो आणि पुन्हा मेन्यूआड दडलो.

"भारतीय पुरुषांमध्ये एक अलिखित नियम असतो. तो तू मोडला आहेस."

"कसला नियम?" मी मेन्यू टेबलवर आपटत म्हणालो.

"तू तुझ्या सर्वांत जवळच्या मित्राच्या बहिणीशी जमवू नकोस. अजिबात नको. हे 'प्रोटोकॉल'च्या विरुद्ध आहे."

"प्रोटोकॉल? हे काय लष्कर आहे का काय? आणि मी तिच्याशी जमवायला गेलो नव्हतो. ती स्वतःहून आलीय." मी म्हणालो.

"पण तू तिला पाऊल पुढं टाकू दिलंस. तू दिलंस."

मी नजरानजर टाळण्यासाठी टेबलावरच्या दात कोरण्याच्या काड्यांशी खेळत होतो.

"तुम्ही कुठवर गेला आहात?"

"काय? ए ओमी, जा ईशला जेवायला बोलाव. आपण इथं आहोत हे त्याला माहीतही नाहीय."

"होय, खरंच त्याला माहीत नाहीय." असं म्हणून ओमी गेला.

आमच्या शेजारीच एक दंगेखोर टोळकं पूल टेबलवर खेळत होतं. ईश यायला अजून पाच मिनिटं बाकी होती. माझ्या मनात आलं... *ओमी त्याला मूर्खासारखं काहीतरी सांगणार तर नाही ना? नाही... ओमी तितका मूर्ख नव्हता.*

तितक्यात ते दोघं हसत-खिदळत आलेच. चला, म्हणजे सगळं ठीक होतं!

"हॉग्ज ब्रेथ? रेस्टॉरंटसाठी यापेक्षा वाईट नाव सुचतंय का तुला?" ईश हसून म्हणाला.

"मला सुचेल," ओमी म्हणाला.

"पण ते सांगू नकोस. बरं, टॉयलेट कुठं आहे? आय हॅव टू गो साईफन द...." ईश म्हणाला.

"तिथं." मी त्याचं बोलणं तोडत कोपऱ्याच्या दिशेनं बोट केलं.

"तू तिच्या खूप जवळ आला आहेस?" ओमीनं पुन्हा तोच विषय सुरू केला.

"तू त्याला काही बोललास का?" मी विचारलं.

"तू मला मूर्ख समजतोस का?"

"हो."

"नाही बोललो. मला सांग, तुमचं नातं कुठल्या पायरीवर आहे?" ओमीनं विचारलं.

"पायरीवर म्हणजे?" मी म्हणालो.

"हो... पायऱ्या असतात. म्हणजे 'आम्ही नुसतं एकमेकांकडे बघतो' ही पायरी... ओल्ड सिटीमध्ये सर्रास आढळणारी. त्यानंतरची पायरी म्हणजे 'आम्ही नुसतं एकमेकांशी बोलतो', मग 'हात धरतो' ही पायरी. त्यानंतर..."

"तसं काही नाहीये. आमची गोष्ट वेगळी आहे."

"साल्या, ती तर आणखी पुढची पायरी आहे. अशा वेळी तुम्हाला आपलं नातं जगातील इतरांहून वेगळं आहे असं वाटू लागलेलं असतं. आता मूर्खासारखं काहीही करू नकोस, कळलं?"

"मूर्खासारखं म्हणजे?

ओमी माझ्या दिशेनं झुकून कुजबुजला.

"मूर्खा, ते तुला माहीत आहे. ईश, तुला ठार करेल. नाहीतर त्याचे डॅड किंवा तिच्याशी संबंधित कुणीतरी तुला ठार करतील. तुला तो कारमधून घिरट्या घालणारा मुलगा आठवतोय ना? तुझी अवस्था त्या मुलासारखी किंवा त्या कारसारखी व्हायला नको."

"अरे, खरंच तसं काहीही नाही रे! आम्ही फक्त चांगले मित्र आहोत." असं म्हणून मी टॉयलेटच्या दिशेनं पाहिलं.

"फक्त चांगले मित्र या शब्दप्रयोगावर बंदी घातली पाहिजे. त्याच्याइतकं फसवं दुसरं काही नसेल. तू तिचा शिक्षक आहेस आणि तिचं वय काय? सतरा ना?"

"काही महिन्यांतच ती अठराची होईल."

"छान!" ओमी म्हणाला.

ईश टॉयलेटमधून बाहेर आला. त्याचे पूल खेळणाऱ्या ऑस्सी मुलांशी हास्य-विनोद सुरू होते.

मी ओमीकडं वळून म्हणालो,

"मला याबद्दल बोलायचं नाहीय. काळजी करू नकोस, मी काहीही वेडं कृत्य करणार नाही. तिचं गणित कच्चं आहे. मी तिला शिकवायचं कबूलच कशाला केलं असं वाटतंय."

"मग ते थांबव ना!" ओमी म्हणाला.

"आपण जेवायचं का, मला खरंच भूक लागलीय," असं म्हणून मी मेन्यू चाळू लागलो.

"मी एवढंच सांगतोय की...."

"ईशऽ," मी तिथूनच ओरडलो, "तू काय घेणार? गार्लिक ब्रेड मेन्यूतला सर्वांत स्वस्त पदार्थ आहे."

"काहीही, तू ठरवशील ते. माझा तुझ्यावर विश्वास आहे." असं म्हणून तो ऑस्सी मुलांसोबत पूल खेळण्यात पुन्हा मग्न झाला.

त्याच्या वाक्यातले अखेरचे शब्द बाँडी बीचवरच्या सर्फबोर्ड्ससारखे माझ्या डोक्यात हेलकावत राहिले.

✦

"ही घरं किती प्रचंड मोठी आहेत." मी म्हणालो.

आम्ही 'डबल बे' नामक समृद्ध भागातून गाडीतून निघालो होतो.

आमच्या तिथल्या वास्तव्यातल्या अखेरच्या दिवशी, म्हणजे रविवारी, फ्रेड आम्हाला ब्रेकफास्टला न्यायला आला होता. ईश, ओमी व अली फ्रेडच्या 'साब कन्व्हर्टिबल'मध्ये मागच्या बाजूला बसले होते. मी पुढं बसलो होतो. प्रातःसमयी सिडनीच्या रस्त्यांवरून झूमकन जाताना केसात वाऱ्याच्या थंडगार झुळका जाणवत होत्या.

"पण बहुतेकशा लोकांकडे साधीशी घरं असतात." फ्रेड म्हणाला. "ऑस्ट्रेलिया-मध्ये आम्ही किती पैसा मिळवतो किंवा कुठली गाडी वापरतो याच्या बढाया मारत नाही. इथं तर लोक तुम्हाला तुम्ही काय काम करता हेसुद्धा विचारत नाहीत. इथं लोक काय विचारतात माहीत आहे?"

"काय?" ईशनं विचारलं.

"तुम्ही काय खेळता? एवढाच प्रश्न विचारतात." फ्रेड म्हणाला.

"आय लव्ह ऑस्ट्रेलिया. भारतातसुद्धा खेळांविषयी अशीच भावना असावी

अशी माझी इच्छा आहे.'' ईश पुढं झुकून म्हणाला.

''इथं खेळ हे राष्ट्रीय वेड आहे... खेळाचं झपाटलेपण आहे.'' फ्रेड म्हणाला. ''मग तुमच्या देशात कशाचं वेड आहे?''

''तिथं लोकसंख्या खूप आहे आणि वेडंही बरीच आहेत. हीच समस्या आहे.'' ईश म्हणाला.

''पण धर्म आणि राजकारण खूप मोठं आहे आणि ते एकत्र आले, की आणखी मोठे होतात.'' मी म्हणालो.

''मी त्या प्रकारापासून दूरच राहतो. नाहीतरी ऑस्सी राजकारण म्हणजे विनोदच आहे.'' फ्रेड गाडी प्रचंड वेगानं दामटत म्हणाला.

आम्ही 'पॅरामॅट्टा पार्क' नामक भागात गाडी लावली. फ्रेडनं आम्हाला 'ओल्ड कलोनिअल हाऊस'मधल्या लॅशन्स रेस्टॉरंटमध्ये आणलं होतं. आम्ही आत गेलो. तिथं दोन व्यक्ती आमची वाट बघत होत्या.

''गुड मॉर्निंग मिस्टर ग्रीनर अँड मिस्टर कट्लर.''

फ्रेडनं आमची त्या दोघा वयस्क माणसांशी ओळख करून दिली.

''आणि हा तो गुणवत्तासंपन्न मुलगा?'' श्री. ग्रीनर अलीची पाठ थोपटत म्हणाले.

''होय, वरून पाठवणाऱ्या माणसाइतकाच गुणवत्तासंपन्न.'' फ्रेड म्हणाला.

आम्ही टेबलाशी स्थानापन्न झालो.

''या सद्‌गृहस्थांनी मला तुमच्यासाठी तिकिटं पाठवायला मदत केली. माझ्या माजी मैत्रिणीनं नव्हे.'' फ्रेड आमच्याकडे पाहत डोळे मिचकावून म्हणाला.

''काय?'' ईश म्हणाला. फ्रेडनं आम्हाला आमंत्रण देण्याचा उद्देश आम्हाला समजला होता. त्यानं केवळ आठवडाभर खेळण्यासाठी बोलावलेलं नव्हतं.

''मी गोव्याहून फोन करत होतो, आठवतंय? ते याच दोघा सद्‌गृहस्थांना,'' फ्रेड म्हणाला.

''मिस्टर ग्रीनर 'ऑस्ट्रेलियन स्पोर्ट्स ॲकॅडमी'चे अध्यक्ष आहेत आणि मिस्टर कट्लर 'एआयएस स्कॉलरशिप प्रोग्रॅमचे प्रमुख' आहेत.'' फ्रेड टोस्टला लोणी लावत म्हणाला.

''मी त्यांना अलीबद्दल सांगितलं होतं. तो किती चांगला आहे, खरोखर चांगला आहे, त्याला सुयोग्य प्रशिक्षण दिलं तर त्याच्यात बरीच मजल मारण्याचं सामर्थ्य आहे, हे सांगितलं होतं.''

ईशचा चेहरा अपेक्षेनं आकसला होता. ते अलीला प्रायोजित करणार होते की काय?

''फ्रेड आणि तुमच्यासोबत खेळलेल्या त्याच्या मुलांनी सांगितल्याप्रमाणे तो

जर उत्कृष्ट असेल,'' ग्रीनर म्हणाले, ''तर आपण त्याला शक्य ती मदत करायला हवी.''

''थँक यू, थँक यू,'' ईश म्हणाला. फ्रेडनं त्याला थांबवलं. अतिशय थरारून जाणं ईशची नेहमीचीच समस्या होती. त्याच्या बहिणीचीही! बहुधा ते आनुवंशिक असावं.

''यू सी,'' कट्लर घसा साफ करत म्हणाले, ''एआयएस विविध राज्य अकादमींकडून आलेल्या नामांकनांतून निवड करते. मी अलीची निवड करू शकतो. पण तो कुठल्याही ऑस्ट्रेलियन राज्यात राहत नाही.''

''मग?'' ईशनं विचारलं.

''एआयएसच्या नियमांनुसार, शिष्यवृत्तीधारक ऑस्ट्रेलियाचा रहिवासी असावा लागतो किंवा किमान रहिवासी बनण्याच्या प्रक्रियेत तरी असावा लागतो.''

''आपण अपवादात्मक बाब म्हणून विचार करू शकत नाही?'' मी विचारलं.

ओमी बोलण्यापेक्षा खाण्यातच जास्त गर्क होता. संपूर्ण सफरीत ओमी आणि अली क्वचितच बोलले असतील. ऑस्सी उच्चारांनी त्यांची दांडी उडवली होती.

''वेल, आपल्यापुढे फक्त एक मार्ग आहे.'' कट्लर म्हणाले.

त्यांनी एक फाईल उघडून त्यातून काही फॉर्म्स काढून टेबलवर पसरले.

''कट्लरना यासाठी इमिग्रेशन डिपार्टमेंटमध्ये बरंच वजन वापरावं लागलं आहे,'' ग्रीनर स्नेहपूर्ण हसत म्हणाले.

''वेल, हे ऑस्ट्रेलियन नागरिकत्वाचे फॉर्म्स आहेत. तुम्हाला माहीत असेलच, जगातल्या बऱ्याच लोकांना हे हवंय. पण इथं, विलक्षण गुणवत्तेमुळे, आम्ही अलीला ऑस्ट्रेलियाचं नागरिकत्व देऊ करतोय.''

टेबलावरचे फॉर्म्स बघून अली व ओमी खाता खाता थांबले.

''तो ऑस्ट्रेलियन होणार?'' ओमीनं विचारलं.

''तो विजेता होणार... चॅम्पियन,'' फ्रेड म्हणाला.

''त्याच्या आईवडिलांनाही निवासाचे हक्क मिळतील. आणि ईश, तुम्ही... तुमचे मित्रसुद्धा अर्ज करू शकतात. आम्ही तुम्हाला सर्वतोपरी सहकार्य करू. तुम्हाला ते मिळण्याची खूप शक्यता आहे.'' कट्लर म्हणाले.

''यू लव्ह ऑस्ट्रेलिया,'' फ्रेड ईशकडं पाहून डोळे मिचकावत म्हणाला.

''या मुलाच्या भवितव्याचा विचार करा. मी ऐकलंय त्यानुसार... हिज मिन्स आर रादर... लिमिटेड,'' कट्लर म्हणाले.

त्यांना गरीब म्हणायचं होतं. मी मान डोलवली. अलीचं आयुष्यच बदलणार होतं.

''त्यांचा मुद्दा बरोबर आहे.'' मी ईशला म्हणालो. तो धक्का-गोंधळ अशा

संमिश्र भावनांमुळं अजूनही बधिर दिसत होता.

"तुम्ही आधी अलीला विचारा. हे त्याचं आयुष्य आहे, त्यानं निर्णय घ्यायचाय." ग्रीनर म्हणाले.

"हो, दबाव नको." फ्रेड दोन्ही तळवे वर करत म्हणाला.

आम्ही हे सगळं अलीला सोप्या शब्दांत समजावलं, तोवर वेटरनं आमच्या समोरच्या रिकाम्या बशा उचलून नेल्या.

"तर मग... अली, तुला काय हवंय?" ईशनं विचारलं.

"समजा, माझी टीममध्ये निवड झाली तर मी कुणाकडून खेळायचं?" अलीनं विचारलं.

"ऑस्ट्रेलियाकडून." कट्लर म्हणाले.

"पण... मी भारतीय आहे." अली म्हणाला.

"पण त्याबरोबर तू ऑस्ट्रेलियनही होऊ शकतोस. आमचा समाज बहुसांस्कृतिक आहे." ग्रीनर म्हणाले.

"नको." अली म्हणाला.

"काय?"

"मी भारतीय आहे. मला भारतासाठी खेळायचं आहे. दुसऱ्या कुणासाठी नाही."

"पण बाळा, आम्ही तुला तुझ्या देशातल्यासारखाच मान देऊ आणि उत्तम प्रशिक्षणही." ग्रीनर म्हणाले.

"माझे प्रशिक्षक उत्तम आहेत." असं म्हणून अलीनं ईशकडं पाहिलं. ईशच्या आयुष्यातल्या या सर्वांत अभिमानाच्या क्षणी त्याच्या चेहऱ्यावर स्मित उजळलं होतं.

"तुझ्या देशात हे जमणं कठीण आहे. तुझ्या प्रशिक्षकांना त्याची कल्पना आहे." कट्लर म्हणाले.

क्षणभर विचार करून अलीनं सावकाश शब्द उच्चारले.

"मी खेळाडू बनलो नाही तरी चालेल. पण मी भारतीय नसलो तर नाही चालणार."

तो कदाचित हे खूप गांभीर्यानं वगैरे बोललाही नसेल, पण त्याचं हे वाक्य अगदी आतून.... मनापासून होतं.

"पण..." कट्लरनी पुढं झुकून अलीच्या खांद्यावर हात ठेवला.

अली ईशजवळ सरकून त्याच्या आड दडला.

त्यानंतर या अधिकाऱ्यांनी अर्धा तास डोकेफोड केली. त्यांनी आम्ही अलीच्या आईवडिलांशी बोलून बघावं हा मार्ग सुचवला. पण त्याचाही काही उपयोग होणार

नाही हे त्यांच्या लक्षात आलं.

मी विनयशीलपणे संभाषण सुरू ठेवलं.

“आम्हाला माफ करा. हा मोठा, खूप मोठा सन्मान आहे हे आम्हाला कळतंय.” मी म्हणालो, “सॉरी फ्रेड, तुम्ही आमच्यासाठी जे केलंत ते खूप खूप मोठं आहे.”

“नो वरीज मेट. तुमचा हा मुलगा चांगला आहे आणि त्याला ते ठाऊकही आहे. तुम्हाला एक अब्ज लोकांना अभिमान वाटायला लावणं शक्य असेल तर आमची पर्वा कशासाठी?” असं म्हणून फ्रेड हसला.

त्यानं वरकरणी तरी नाराजी अजिबात दाखवली नाही. खिलाडू वृत्ती!

ते दोन्ही अधिकारी त्यांच्या कारकडे गेले.

“नेव्हर माईंड मेट. पुढच्या वेळी, या बाबतीत पुढच्या जन्मी म्हणू या, कोण जाणे तू ऑस्ट्रेलियन असशील!” ग्रीनर त्यांच्या चंदेरी होंडा ॲकॉर्डमध्ये बसत म्हणाले.

“मला नाही व्हायचं,” ईशच्या मागं दडलेल्या अलीनं चेहरा पुढं काढत सांगितलं.

“काय?”

“मला पुढच्या जन्मी ऑस्ट्रेलियन व्हायचं नाही. मला पुढचे शंभर जन्म मिळणार असतील तरी प्रत्येक खेपेला मला भारतीयच व्हायचंय.” अली म्हणाला.

विमानानं भरारी घेतली. मी वर आभाळाकडे नजर टाकली. आज रात्री घरी परतणार असल्याचा मला आनंद झाला होता.

पंधरा

विद्या. विद्या. विद्या. तिचं नाव माझ्या डोक्यात गजरासारखं घुमत होतं. मी टोमॅटो विक्रेत्यांच्या गर्दीतून, गोट्या खेळणाऱ्या मुलांना पार करून धावतच तिच्या घरी अगदी वेळेवर पोहोचलो.

मला प्रचंड काम होतं. सप्लायर्स वाट बघत होते, माल तसाच पडला होता, काही ऑर्डर्स पूर्ण करायच्या होत्या. पण विद्याचे विचार या सर्वांहून प्रबळ ठरले. माझं एक मन, तर्कशुद्ध मन, मला हे बरोबर नसल्याचं सांगत होतं. बिझनेसमनने असल्या खुळचट गोष्टींपायी वेळ दवडता कामा नये. पण माझ्या विवेक सुटलेल्या मनाला ते फार आवडलं होतं आणि त्या क्षणी माझ्या मनावर याच मनाचा ताबा होता.

विद्या, कुठं आहेस?.... मी त्यांच्या दारावरची बेल वाजवत तिच्या खिडकीकडे नजर टाकली.

''गोविंद,'' विद्याच्या डॅडनी दरवाजा उघडला. मी थिजलोच. आपल्याला ज्या मुलीबद्दल काही नाजूक वाटत असतं, तिच्या घरचा प्रत्येक पुरुष आपल्या उरात धडकी का भरवत असतो?

''काका... विद्या... शिकवणी.'' मी म्हणालो.

''ती वर आहे, गच्चीवर.'' त्यांनी मला आत येऊ दिलं आणि त्यांनी कॉफी टेबलवरचं वर्तमानपत्र उचललं. म्हाताऱ्या माणसांना वर्तमानपत्रं इतकी का आवडतात? त्यांना बातम्या वाचायला फार आवडतं, पण त्यासंदर्भात ते काय करतात?

मी गच्चीवर जाण्यासाठी आतल्या जिन्याकडे वळलो. मी पायऱ्या चढत असताना त्यांनी विचारलं, ''कशी आहे ती? मेडिकल एन्ट्रन्समध्ये यश मिळवेल का?''

''ती हुशार विद्यार्थिनी आहे.'' मी हळू आवाजात म्हणालो.

"तिच्या कुचकामी भावासारखी नाही." असं म्हणून त्यांनी पुन्हा वर्तमानपत्रात डोकं खुपसलं आणि माझी सुटका झाली.

मी गच्चीवर गेलो. विद्या चेहऱ्यावर हवाईसुंदरीचं हास्य फुलवून उभी होती.

"वेलकम टू माय अल फ्रेस्को ट्यूशन प्लेस."

गच्चीवर एक टेबल व दोन पांढऱ्या प्लॅस्टिकच्या खुर्च्या ठेवल्या होत्या. त्यातल्या एका खुर्चीत बसून ती वहीची पानं चाळत म्हणाली.

"मला बऱ्याच ठिकाणी अडलंय."

टेबलाखालून धूर येत होता.

"ए, हे काय?" मी विचारलं.

"डासांची कॉईल," ती उत्तरली.

मी टेबलाखाली वाकून पाहिलं. हिरव्या रंगाची वर्तुळाकार कॉईल मंद तेवत होती. माझं लक्ष तिच्या पावलांकडं गेलं. तिनं पायाच्या बोटांच्या नखांच्या टोकांना तिचा ट्रेडमार्क असणारं सफेद मोतिया रंगाचं नेलपॉलिश लावलं होतं.

"कॉईल विझलीय वाटतं." मी टेबलाखालून वर येत म्हणालो. "तुझ्या डोक्यावर सगळी मॉझ्झी पार्टी घोंघावतेय."

"मॉझ्झी?"

"ऑस्ट्रेलियात डासांना मॉझ्झी म्हणतात." मी म्हणालो.

"ओहो... फॉरिन रिटर्न्ड नाही का! ऑस्ट्रेलिया कसं वाटलं?"

"फारच छान!" मी तिच्याकडं पाहत म्हणालो. मी नेहमीसारखं वागण्याचा खूप प्रयत्न केला, पण नाही जमलं. विशेषत: त्या फोननंतर तर नाहीच. मी माझी पानं खुली करून बसलो होतो. आता मी ती पानं कितीही छातीशी धरून बसलो तरी तिनं ती पाहिलीच होती.

माझं तिच्या ड्रेसकडे लक्ष गेलं. तिनं जांभळ्या-पांढऱ्या रंगाचा नवा बांधणी सलवार-कमीज घातला होता. त्यावर मॅचिंग कानातलं घातलं होतं. तिच्या गळ्यातल्या माळेमध्ये पाकळीच्या आकाराचं इवलंसं जांभळं पदक होतं. ती नुकतीच अंघोळ करून ताजीतवानी दिसत होती. तिच्या केसांना जरासा डेटॉल साबणाचा गंध होता आणि तिचा स्वत:चाही. प्रत्येक मुलीला अंघोळीनंतर असा विलक्षण गंध येतो. मला वाटतं त्यांनी तो कुपीत भरून विकावा.

"माझ्यासाठी भेट आणलीस?" ती शांतता भेदण्यासाठी म्हणाली असावी.

"हो." मी म्हणालो.

मी जीन्सच्या खिशातून काडेपेटी काढण्यासाठी उभा राहिलो.

"ब्लू ऑरेंज कॅफे, छान," ती म्हणाली.

तिनं ती काडेपेटी घेतली आणि सडपातळ बोटांनी ती उघडली.

"आऽहाऽ माझ्या हातात ऑस्ट्रेलियाचा समुद्रकिनारा आहे." ती म्हणाली. तिनं काडेपेटी इतक्या अभिमानानं हातात धरली होती, की जणू मी तिला राणीचे चोरलेले हिरे भेट केले असावेत!

"मला अगदी वेड्यासारखं वाटतंय. मी छानसं काहीतरी आणायला हवं होतं." मी म्हणालो.

"नाही, हे अगदी छान आहे. हे बघ, यात इवलुसा शिंपलासुद्धा आहे." तिनं मला पुढे येण्याची खूण केली. आम्ही काडेपेटीतला ऐवज पाहत असताना आमची डोकी निसटती धडकली.

आम्ही आणखी जवळ आलो तर तिच्या पायांच्या बोटांचा माझ्या पायाच्या बोटांना स्पर्श झाला.

"आई ग!" ती पाय बाजूला घेत विव्हळली.

"काय झालं?" मी विचारलं.

"काही नाही. डासांची कॉईल." ती म्हणाली, "माझा जळत्या टोकाला पाय लागला."

मी सरळ ताठ बसलो. पाण्याचे थेंब तिच्या केसांवरून माझ्या केसांवर उतरले होते. तिच्या माथ्यावर घोंघावणाऱ्या डासांच्या टोळीतले निम्मे सदस्य माझ्या डोक्यावर आले होते.

"मी इतका फालतूपणा का केला?" मी म्हणालो.

"हे छान आहे आणि फोनला पैसे पडले असतीलच ना?"

"हो, पाच डॉलर्स आणि साठ सेंट्स," माझ्या तोंडून गेलंच. पुढच्याच क्षणी मला हिशेबनिसारारखं बोलल्याचा पश्चात्ताप झाला.

"देअर यू गो. एनी वे, आयुष्यातल्या सर्वोत्तम भेटवस्तू नि:शुल्क असतात." असं म्हणून तिनं केस मागं घेऊन रबरबँडमध्ये अडकवले.

मी मान डोलवली.

ओके. आता पुरे... इनफ इज इनफ, माझ्या आतले विवेकशास्त्री मला बजावत होते... आता अभ्यास.

मी पुस्तकं उघडली.

तितक्यात तिनं ज्या प्रश्नाची मला भीती वाटत होती तो प्रश्न विचारलाच.

"तू मला फोन कसा काय केलास?"

"सांगितलं ना." मी तोंडातल्या तोंडात म्हणालो.

"तुला खरंच माझी आठवण आली?" तिनं माझ्या हातावर तळवा टेकवत विचारलं.

मी झटकन हात मागं घेतला. तिच्या चेहऱ्यावर आश्चर्य उमटलं होतं.

"आय ॲम सॉरी, विद्या. मी असं करायला नको होतं. मला बिझनेसवर लक्ष केंद्रित करायचं आहे आणि खरंतर हे माझं कामच नव्हे, पण..." असं म्हणून मी

दुसरीकडं पाहू लागलो.

तिच्याकडं पाहताना मला बोलता येत नाही, नव्हे... ती माझ्याकडे पाहत असते तेव्हा मला बोलता येत नाही.

"इट्स ओके. तू सॉरी म्हणायची गरज नाही." ती म्हणाली.

"इट्स नॉट ओके. माझ्यापाशी भावनांच्या गुंताळ्यात गुरफटायला वेळ नाही." मी ठाम स्वरात म्हणालो, "आणि ही ती जागाही नाही. माझ्या सर्वांत जवळच्या मित्राची बहीण? ××× ....च् ....सॉरी."

ती खिदळली.

"बी सीरियस, विद्या. हे योग्य नाही. मी तुझा शिक्षक आहे, तुझ्या भावाचा मित्र म्हणून माझ्यावर विश्वास आहे, माझ्या शिरावर जबाबदाऱ्या आहेत... कर्ज, बिझनेस, माझी आई. तू तर अजून अठराचीसुद्धा नाहीस."

"दोन महिने," ती दोन बोटं नाचवत म्हणाली.

"दोन महिन्यांनी मी अठराची होईन. माझ्यासाठी आणखी एखादी छानशी भेट आणायचा दिवस. एनी वे, आपण सुरू करू या."

"ते काहीही असो, मला असं म्हणायचंय, की माझ्या आयुष्यात फालतू भावनांत वाहवत न जाण्यासाठी ठळक कारणं आहेत. आणि मला..."

ती उठून माझ्या बाजूला आली आणि मी बसलो होतो त्या प्लॅस्टिकच्या खुर्चीच्या तकलादू हातावर बसली.

तिनं माझ्या तोंडावर बोट ठेवलं. मग माझा चेहरा दोन्ही तळव्यांत पकडत ती म्हणाली,

"तू दाढी वरचेवर करत नाहीस वाटतं? अं?"

तिनं थुंकीचा छोटासा बुडबुडा हवेत उडवला.

"काय झालं?" मी तिच्याकडं पाहत विचारलं.

"डासानं चुंबन घेतलं वाटतं." असं म्हणून ती पुन्हा थुंकली.

"माझ्या तोंडात आहे अजून?"

ती आ करून माझ्या अगदी समीप आली. तिचे ओठ माझ्या ओठांपासून आठ मिलिमीटरवर आले होते.

लवकरच हे अंतर पूर्णपणे मिटलं. मी तिच्याजवळ आलो, की ती माझ्या, मला माहीत नाही. आमच्या दोघांमध्ये अंतर इतकं कमी होतं की कुणी पाऊल पुढं टाकलं ते नक्की शोधणं कठीणच होतं. माझ्या ओठांवर उष्ण स्पर्श जाणवला, तेव्हा माझ्या लक्षात आलं, की आपण खूप जवळ आलोय... किंवा खूप दूर गेलोय!

आमचे ओठ पुन्हा परस्परांना भिडले. आमच्या माथ्यावरच्या डासांचीही पुन्हा युती झाली.

मी माझं पहिलंवहिलं चुंबन चांदण्यांच्या साक्षीनं आणि मधुर संगीताच्या सोबतीनं घेतलं असं सांगायला मला खूप आवडलं असतं. पण प्रत्यक्षात मात्र त्या क्षणी पार्श्वभूमीवर असणारे आवाज होते : अ) खालच्या मजल्यावरच्या स्वयंपाक-घरातून विद्याच्या आईच्या प्रेशर कुकरची शिट्टी, ब) विविध पक्षांच्या रिक्षांमधून येणारे आगामी निवडणुकीच्या प्रचाराच्या घोषणा, क) डासांची अविरत गुणगुण.

पण तुम्ही चुंबनप्रक्रियेत असताना आवाज आणि दृश्य 'म्यूट' होतात. मी फक्त एकदा आजूबाजूच्या गच्च्यांवर कुणी नाही ना हे पाहून घेतलं आणि मग डोळे मिटून घेतले.

"विद्या, आपण काय करतोय हे?" मी तिला दूर होऊ न देता म्हणालो. माझं मन ऐकतच नव्हतं. प्रॉबबिलिटी, बीजगणित, त्रिकोणमिती, कॅल्क्युलस या सगळ्या शिकवणीच्या तासांमध्ये आवरून धरलेल्या भावना आता पेटून उठल्या होत्या.

"इट्स फाईन," ती मला आश्वस्त करत माझी चुंबनं घेत होती.

आम्ही एकमेकांपासून दूर झालो, ते झपाटलेल्या माणसांनासुद्धा प्राणवायूची गरज असते म्हणून. तिच्या चेहऱ्यावर रुंद हास्य होतं.

मी पेनं आणि पुस्तकं आवरली. आज गणिताला सुट्टी.

"तू नजरेला नजर का देत नाहीस?" तिनं खट्याळपणे विचारलं.

मी गप्प राहिलो.

"तू माझ्यापेक्षा मोठा आहेस आणि गणितात माझ्या शंभरपट हुशार, पण काही बाबतीत मीच तुझ्यापेक्षा जास्त मॅच्युअर आहे."

"हो, का?" मी पुस्तकं गोळा करत दुबळेपणानं आव्हान दिलं.

तिनं माझी हनुवटी वर उचलली.

"मी अठरा वर्षांची होतेय. मी मला हवं ते करू शकते." ती म्हणाली. रिक्षातल्या निवडणूक प्रचाराचा ध्वनिक्षेपकाचा गोंगाट सुरू होताच.

"मी या निवडणुकीत मतदान करू शकते." ती म्हणाली, "मी बँकेत खातं उघडू शकते. मी लग्न करू शकते, मी..."

"अभ्यास. तू चांगल्या कॉलेजमध्ये प्रवेश मिळवण्याचा प्रयत्न करू शकतेस.'" मी तिचं बोलणं तोडत म्हणालो.

ती हसली. आम्ही गच्चीवरच्या पाण्याच्या टाकीच्या दिशेनं गेलो आणि त्या टाकीला टेकून सूर्यास्त पाहिला. आम्ही गणित सोडून सगळ्या विषयांवर बोललो. मी तिला अकादमी, फ्रेंडसोबतचं डिनर, ऑस्ट्रेलियातलं निळंशार आकाश आणि बॉंडी बीचवरचं फेसाळ पाणी याबद्दल सांगितलं.

ती अतिशय थरारून माझं बोलणं ऐकत होती. मग ती म्हणाली, मला वाटतं समुद्रकिनाऱ्यावरच घर असावं... मग मी त्या घराला आतून गुलाबी आणि पिवळा

रंग देईन. काही मुली तात्पुरत्या गृहीत कथानकाच्या रूपरेषेत कशा शिरू शकतात... हे मोठं आश्चर्यकारक असतं.

"कॉफी घेणार?" तिनं विचारलं.

"त्यासाठी तुला खाली जावं लागेल ना?" मी तिचा हात धरत विचारलं. माझ्या आतला एक आवाज अजूनही मला विरोध करत होता, पण त्या आवाजात जोर नव्हता.

"नाही. पाण्याच्या टाकीखाली माझा गुप्त अड्डा आहे. चल." ती माझा हात ओढत म्हणाली.

गच्चीवरची ती पाच बाय पाच बाय पाचची सिमेंटची पाण्याची टाकी काँक्रीटच्या खांबांवर आधारलेली होती. गच्चीचा तळ व टाकी यात चार फुटांचं अंतर होतं. त्यामुळं टाकीच्या खाली बसता येत होतं.

"ही माझी अगदी लहानपणापासून आवडती जागा आहे."

मी गुडघ्यात वाकून तिच्या मागोमाग आत गेलो. तिनं पिकनिक बास्केट पुढं ओढली. त्यात थर्मास फ्लास्क, लाल रंगाचे प्लॅस्टिकचे कप आणि मारी बिस्किटं होती.

"वेलकम टू विद्याज् रूफटॉप कॅफे सर," असं म्हणून तिनं माझ्या हातात कप दिला.

मी तिच्याकडं पाहिलं. ती फारच सुंदर होती... तिनं गणितात डोकेफोड करायची म्हणजे... गणित माझ्यासारख्या रड्यांसाठी असतं.

मी कॉफीचा एक घोट घेतला. माझ्या ओठांवर अजूनही तिचा स्पर्श जाणवत होता. मी कोपर टेकून बसलो, पण काँक्रीटचा पृष्ठभाग टोचू लागला.

"पुढच्या वेळी मी उशा आणून ठेवीन." ती म्हणाली.

"असू दे." मी म्हणालो.

आम्ही कॉफीपान आटोपून तिथून बाहेर आलो आणि गच्चीवरचा दिवा लावला. मी चुंबनं आणि कॉफी विसरण्यासाठी पुस्तकाची पानं चाळत होतो. आयुष्यात पहिल्यांदाच मला इंटिग्रेशनमधली चिन्हं नीरस वाटू लागली. एका अर्थानं... गणित वैताग आणतंच!

"थँक्स," मी म्हणालो.

"कशाबद्दल?" तिनं विचारलं.

"कॉफीबद्दल आणि... तुला माहीत आहे."

तिनं पुढं झुकून माझ्या गालावर ओठ टेकले.

"थँक्स फॉर द गिफ्ट... खऱ्या जवळच्या मैत्रीच्या गिफ्टसाठी!"

खरी-जवळची-मैत्री... संयोगचिन्हांनी जोडलेला आणखी एक टॅग. म्हणजेच प्रगती होती.

मी जिना उतरून खाली आलो आणि दिवाणखान्यातून बाहेरच्या दाराच्या

दिशेनं निघालो.

"किती चांगला, जबाबदार मुलगा आहे. ईश त्याच्याकडून काहीही शिकला नाही." विद्याचे वडील तिच्या आईला म्हणत होते.

मी दार लावून घेऊन बाहेर पडलो.

✦

मी हिशेब लिहीत होतो. त्याच वेळी माझं समांतर एसेमेस संभाषण सुरू नसतं, तर हिशेबाचं काम कितीतरी पटकन आवरलं असतं. माझ्या फोनवर पाचव्यांदा बीप वाजलं.

"तू कुठल्या साल्याला एसेमेस करतोस?" ओमीनं काऊंटरवरून विचारलं.

सायंकाळचे सहा वाजले होते. दुकान बंद करायची वेळ होतच आली होती. ईश एका केव्हीला गेला होता. ओमीही संध्याकाळच्या आरतीला जाणार होता. मी दोन डझन इन्व्हॉइसेस, वह्या, पेनं आणि कॅल्क्युलेटर अशा पसाऱ्यात बसलो होतो.

"काही नाही, एका सप्लायरशी घासाघीस करतोय." मी म्हणालो.

मी फोन सायलंट मोडवर ठेवला.

"त्याला फोन कर." ओमी म्हणाला.

"माझा उतावीळपणा दिसेल. त्यापेक्षा त्याचाच आधी फोन येऊ दे."

"गोविंद, आधी हिशेबाचं बघ. अजून बऱ्याच ऑर्डर्सचे पैसे यायचेत. सगळा गोंधळ उडाला आहे." ओमी बरणीतली एक कॅन्डी मटकावत म्हणाला. मी त्याकडे दुर्लक्ष केलं. त्याचं लक्ष एसेमेसवरून बाजूला गेलं म्हणजे झालं.

तितक्यात माझा फोन फ्लॅश झाला.

itz my b'day.
i celebr8 my way.
u'll get cake or not???

मी माझ्या फोनमध्ये विद्याचा नंबर 'सप्लायर विद्यानाथ' या नावानं सेव्ह केला होता. समजा कुणी माझा फोन उचललाच तर पंचाईत नको म्हणून. शिवाय, मी तिचे संदेश वाचल्यावाचल्या लगेच डिलीट करत होतो.

"तू ईशच्या बहिणीपासून चार हात दूर असशील अशी आशा करतो!" ओमी म्हणाला. एसेमेसची बनवेगिरी करताना माझा हात जागीच थिजला. पण मी स्वत:लाच समजावलं... *हा योगायोग आहे. मी कुणाला एसेमेस करतोय हे ओमीला माहीत नाहीय. बी कूल.*

मी एसेमेसला उत्तर पाठवलं.

Ok, u win. will get a small 1.
now let me work. you study 2.☺

मी फोन बाजूला ठेवला. माझ्या आयुष्यात 'स्माइली' चेहऱ्यांचा प्रवेश झाला होता.

"ओमी, मी तिला शिकवतोय. तिच्या एन्ट्रन्स एक्झॅमसाठी. फक्त काही महिन्यांसाठी...."

"ती..." ओमीनं पुन्हा सुरू केलं.

"मी हिशेबाचं बघू का आपण माझ्या विद्यार्थ्यांबद्दल गप्पा मारू या?" मी ओमीकडं रागीट कटाक्ष टाकला.

तितक्यात मामा धावतच दुकानात आला.

"टी.व्ही. लावा, लवकर."

"न्यूयॉर्कस्थित वर्ल्ड ट्रेड सेंटरच्या ट्विन टॉवर्सवर दोन विमानं आदळली...." बीबीसी वृत्तवाहिनीवर निवेदक सांगत होता. त्याचं लाईव्ह चित्रीकरण साय-फाय मूव्हीपेक्षाही अविश्वसनीय होतं. शंभर मजले उंचीच्या त्या दोन्ही टॉवर्सचा मधे खोलवर काप घ्यावा तसं ते दृश्य होतं, पावाच्या लाद्या कापाव्यात तसं.

"एकामागोमाग दोन विमानं येणं... म्हणजे हा सुनियोजित दहशतवादी हल्ला आहे." टी.व्ही.वर लष्करी हेरखात्याचे तज्ज्ञ सांगत होते.

"जग पुन्हा आधीसारखं कधीही होणार नाही." इस्रायलचे पंतप्रधान म्हणाले.

आम्ही शटर्स निम्मी बंद केली. मंदिरातले सर्वजण टी.व्ही.भोवती जमले होते. टी.व्ही.वर टॉवर्स कोसळल्याचं दृश्य पुन:पुन्हा दाखवलं जात होतं. न्यूयॉर्कच्या रस्त्यांवर धूर, काजळी आणि काँक्रीटची धूळ भरून राहिली होती. हजारो लोक मरण पावले असतील असा अंदाज व्यक्त होत होता.

"काय हे...." ईशनं दुकानात येताच विचारलं.

"मुस्लीम दहशतवादी. मी तुला खात्रीनं सांगतो." मामा म्हणाला. तितक्यात त्याचा फोन वाजला. नंबर पाहताच तो दक्ष उभा राहिला.

"पारेखजी?" मामाचा आवाज अगदी आतुर होता.

मला पारेखजींचं बोलणं ऐकू येत नव्हतं.

"मी पाहतोय ते," मामा म्हणाला, "ते धोका बनत चाललेत, होय. होय, सर आपण निवडणुकीसाठी सज्ज आहोत, पारेखजी. होय." मामा छातीवरचा घाम पुसत बोलत होता. "बेलरामपूरमध्ये काही अडचण नाही... होय, बाकीच्या भागात काम करणं आवश्यक आहे, पण तुम्हाला हसमुखजींचं माहीत आहे, ते तितकासा वेळ देत नाहीत..."

बिट्टूमामा आमच्यापासून थोडा दूर जाऊन बोलू लागला. पारेखजींनी त्याला पुढच्या आठवड्यात होणाऱ्या निवडणुकांबद्दल टिप्स दिल्या.

नंतर रात्री संशयितांची छायाचित्रं प्रसारित झाली. काही महिन्यांपूर्वी चार मुस्लीम तरुण फ्लाईंग स्कूलमध्ये दाखल झाले होते. त्यांनी ऑफिस बॉक्स कापण्याच्या सुऱ्या वापरून विमानाचं अपहरण केलं होतं आणि जगातील सर्वांत पाहण्याजोगं मानवनिर्मित अघटित घडवलं होतं. बिन लादेन नामक काटकुळ्या वृद्ध माणसानं ही सगळी त्याची भव्य कल्पना होती असा दावा करणारी हौशी ध्वनिचित्रफीत प्रसारित केली होती.

"काय झालं?" मामाचा फोन झाल्यावर ओमीनं विचारलं.

"हसमुखजी सगळं काही गृहीतच धरतायत – ते त्यांच्या मतदारसंघातल्या रस्त्यांवर घणाघाती प्रचार करत नाहीयेत."

"पारेखजी खूश नाहीत?" ओमीनं विचारलं.

"ते माझ्यावर खूश आहेत. ते फारशी काळजी करत नाहीयेत. पोटनिवडणूक गुजरातमधल्या फक्त दोन जागांसाठी होतेय. खऱ्या निवडणुका पुढच्या वर्षी आहेत."

"मग... मामा... पुढच्या वर्षी," ओमी मामाची पाठ थोपटत म्हणाला. "आपल्या घरातच एमएलए असणार."

शेवटच्या आरतीची वेळ झाल्याचं दर्शवणाऱ्या घंटा वाजू लागल्या, तेव्हा ओमी व मामा उठले.

"मला माझी पात्रता असल्याचं पारेखजींना दाखवावं लागेल. ही जागा जिंकण्याचा उपयोग होईल." मामा म्हणाला.

"तुला आणखी मदत हवीय?" ओमीनं विचारलं.

"तू आधीच खूप काही केलं आहेस," असं म्हणून मामानं ओमीचा पापा घेतला. "पण आपल्याला पुढच्या आठवड्यात जादा कष्ट घ्यावे लागतील. पारेखजी म्हणाले, की हे हल्ले आपल्या पथ्यावरच पडतील. आपण पूजेला आलेल्या सर्वांना सांगू."

ते दोघं दुकानातून बाहेर पडून मंदिरात गेले.

"तुझा फोन फ्लॅश झाला. सायलंटवर आहे का?" ईशनं विचारलं.

त्यानं जमिनीवर विखुरलेले सगळे इन्व्हॉईसेस गोळा केले. आम्ही दुकान बंद करू लागलो.

"अरे, चुकून राहिला वाटतं." असं म्हणून मी फोन उचलला.

"एक सप्लायर मला मेसेजेस पाठवतोय."

मी सप्लायर विद्यानाथचा संदेश उघडला.

when I study, I think kisses
u and only u, V misses

मी फोन खिशात ठेवला.

"का? माल गळ्यात मारायला बघतोय?" ईशनं विचारलं.

"होय, भलतीच लाडीगोडी लावतोय." मी गल्लापेटीला कुलूप घालत म्हणालो.

✦

"मला माहीत होतंच, तो थेरडा ऐकणार नाही." मामा म्हणत होता.

त्याची मन:स्थिती संताप आणि अश्रू यादरम्यान हेलकावे घेत होती. त्याच्यासारख्या राकट, मोठ्या माणसानं रडायचं म्हटलं तरी अवघड होतं, पण इतके महिने राबराब राबून निवडणुकीत अपयश स्वीकारणं त्याहून अवघड होतं. आम्ही मतमोजणी बूथच्या बाहेर उभे होतो, मात्र धर्मनिरपेक्ष पक्षानं बाहेर ढोलताशांचा गजर केव्हाच सुरू केला होता.

"बेलरामपूरमधली मतं बघा!" मामा मतपेट्यांकडं निर्देश करत म्हणाला, "हिंदू पक्षाला निर्विवाद बहुमत आहे. तो माझा भाग आहे. माझ्यावर सोपवलेल्या इतर दोन भागांतही आम्ही बहुसंख्य मतं मिळवली आहेत."

त्याच्या दहा-वीस समर्थकांचा गट खाली मान घालून उभा होता.

"आणि बाकीच्या ठिकाणी काय घडलंय बघा. त्या मुस्लीम प्रोफेसरला दिवसभर काहीही काम नसतंच. तो तर म्हाताऱ्या बायकांनासुद्धा भेटत होता. पण हसमुखजी? हं... उच्च जातीचे. हे गल्लीबोळात जाणार नाहीत आणि गाडीत बसून हात हलवला, की निवडणूक जिंकता येते असं समजतात. आता बघा, मतमोजणीला सुरुवात झाल्यापासून दोन तासांत पळून गेलेत."

मामा हातानं चेहरा पुसून पुढं बोलू लागला, "मी पण पुजारी कुटुंबातलाच आहे ना? मी मुस्लीम भागात नाले-गटारी तुडवत जात नव्हतो? तिथं हिंदू मतदार नाहीत? तिथं ते का गेले नाहीत?"

धर्मनिरपेक्ष पक्षाच्या कार्यकर्त्यांनी मामाच्या गटाची टिंगल सुरू केली. मामाच्या गटातील काही सदस्यांनी ढोलवादकाला छेडल्याच्या कारणावरून संतापाच्या ज्वाला भडकल्या.

"हे सगळं बिघडत चाललंय." मी ओमीच्या कानात म्हणालो, "आपण इथून निघू या."

"मी निघू शकत नाही. मामाला माझी गरज आहे." ओमी म्हणाला.

तितक्यात एक शुभ्र पांढरी मर्सिडीज मतमोजणी केंद्रासमोर येऊन थांबली.

तिच्यासोबत अंगरक्षकांची जीपही होती. मर्सिडिजचं दार उघडताच रक्षकांनी भोवती वेढा दिला. पारेखजी गाडीतून उतरले.

मामा पारेखजींकडे धावला. त्यानं जमिनीवर लोटांगण घालून त्यांचे पाय धरले.

"मी तुमचा अपराधी आहे. मला शिक्षा करा." मामा म्हणाला. त्याचा आवाज जड झाला होता

पारेखजींनी दोन्ही हात मामाच्या डोक्यावर ठेवले, "उठ, बिट्टू."

"नाही, नाही. मला इथंच प्राणत्याग करायचा आहे. मी एका महात्म्याची निराशा केलीय." मामा मोठमोठ्यानं ओरडत होता.

पारेखजींनी तरुणांकडे भेदक कटाक्ष टाकला, त्याबरोबर सगळे मागं सरकले. मग पारेखजींनी मामाला खांद्याला धरून उठवलं आणि म्हणाले,

"चल, आपण 'विशाला'मध्ये जेवायला जाऊ या. आपल्याला बोलायचं आहे."

मामा खाली मान घालून पारेखजींच्या गाडीकडे निघाला.

"चल," पारेखजी ओमीला म्हणाले.

ईश व मी एकमेकांकडं पाहिलं. आता बहुधा आम्ही दोघांनी नाहीसं व्हायची वेळ आली होती.

"ईश आणि गोविंद येऊ देत? ते गांधीनगरला आले होते." ओमी म्हणाला. त्याला बहुधा आम्हाला 'विशाला'त मेजवानी मिळावी असं वाटत होतं. सर्वसाधारणपणे, तिथं जाणं आमच्या खिशाला परवडणारं नव्हतं.

पारेखजींनी आमच्याकडं पाहिलं आणि आठवण्याचा प्रयत्न केला. त्यांना आठवलं की नाही कोण जाणे!

"जीपमध्ये बसा." ते म्हणाले.

'विशाला व्हिलेज रेस्टॉरंट व यूटेन्सल म्युझियम' अहमदाबादबाहेर सरखेज नामक खेड्यात वसलेलं आहे. तिथं हस्तकला वस्तुसंग्रहालय आणि ग्रामीण परिसराची झलक पाहायला मिळते. तसंच तिथं अस्सल गुजराथी खाद्यपदार्थांचा आस्वाद घेता येतो.

तिथं आम्ही एक खोली घेतली. त्या खोलीत सारवलेल्या जमिनीवर बैठक व्यवस्था होती. पारेखजींचे सुरक्षा कर्मचारी बाहेर थांबले, त्याशेजारी मुलांसाठी कळसूत्री बाहुल्यांचा खेळ होता. सुरक्षा कर्मचाऱ्यांच्या बंदुकांमुळं तिथल्या वेटर्सना पाहुण्यांचं महत्त्व लक्षात आलं होतं, त्यामुळं आम्हाला उत्तम सेवा मिळण्याची खात्री होती. काही मिनिटांतच आमच्यासमोर दोन डझन बशा आल्या.

"घ्या ...आणि राजकारणाबद्दल इतका भावुक होऊ नकोस. भावनापूर्ण भाषणं ठोकणं ठीक आहे, पण विचार करताना नेहमी थेट सरळ विचार कर." पारेखजी

मामाची कानउघडणी करत होते.

आम्ही ढोकळा, खांडवी, घुगरा, गोटा, दालवडा, अशा आणखी बऱ्याच गुजराथी पदार्थांवर तुटून पडलो होतो. मुख्य जेवण येण्याआधीच माझं पोट भरलं होतं.

"हे बघ," पारेखजी पुदिन्याच्या स्वादाच्या ताकाचा ग्लास रिचवून म्हणाले, "सगळ्या गोष्टी जशा दिसतात तशा नसतात. हसमुखजींच्या पराजयाला भूतकाळाची पार्श्वभूमी आहे. आम्हाला ते अपेक्षितच होतं."

"क्काय?" मामा म्हणाला.

ओमी, ईश आणि मी... आम्ही तिघांनी खाण्यावर नुसता तडाखा दिला होता.

"हसमुखजींच्या पक्षातील ज्येष्ठतेमुळं त्यांना तिकीट मिळालं. पण ते जुन्या शाळेतले आहेत. आत्ताचे मुख्यमंत्री त्याच शाळेतले आहेत. दिल्लीतले आपले पक्षश्रेष्ठी त्यांच्यावर खूश नाहीत."

"खूश नाहीत?" मामानं मूर्खासारखे तेच शब्द उच्चारले.

"नाही. आपला हिंदू पक्ष असेल, पण म्हणून आपण दिवसभर धर्मोपदेश करायचा आणि काहीही काम करायचं नाही, असा त्याचा अर्थ नाही. गुजरात हे व्यवसायाचं ठिकाण आहे, ही आळशांची जागा नाहीय. प्रशासनानं भूकंप प्रकरण ज्या पद्धतीनं हाताळलं ते पक्षश्रेष्ठींना आवडलेलं नाही. लोकांनी त्यामध्ये खूप काही गमावलं आहे. मला माहीत आहे, तुम्हा मुलांचंही खूप नुकसान झालंय," ते आमच्याकडे वळून म्हणाले.

आम्ही नुसती मान डोलवली. भूकंपाच्या उल्लेखानं अजूनही काळजात कळ उठतेच.

"या जागांसाठी पोटनिवडणुका लागणं ही सुसंधी होती. त्यामध्ये जुन्या शाळेनं त्यांचे उमेदवार उभे केले. ते कमजोर आहेत हे आम्ही जाणून होतो. अर्थात, बिट्टूसारख्या कष्टाळू माणसांनी प्रयत्नांची पराकाष्ठा केली. पण फालतू उमेदवार तो फालतू उमेदवारच. त्यामुळं आपण दोन्ही जागा हरलो. आता मुख्य निवडणुका बारा महिन्यांवर आल्यामुळं संपूर्ण पक्षयंत्रणा खडबडून जागी झाली आहे. आणि पक्षश्रेष्ठींना अखेर बदल करण्याची संधी मिळाली आहे.

"कसला बदल?" मामानं विचारलं.

"ते मुख्यमंत्री बदलताहेत."

"काय? दोन जागा हरल्याबद्दल?" मामा म्हणाला, "एकूण जागा आहेत..."

"एकशे ऐंशीच्या वर," पारेखजी बाजरीच्या भाकरीचा घास तोडत म्हणाले, "पण मी म्हणालो तसं... यामुळं बदल करायला कारण मिळालं. आणि गुजरात आपल्या पक्षाच्या दृष्टीनं अतिशय महत्त्वाचा आहे. तो गमावणं आपल्याला परवडणारं नाही."

"नवे मुख्यमंत्री कोण होणार?" मामानं विचारलं.

"काही दिवसांतच ते त्यांचं नाव जाहीर करतील. ते माझे जुने स्नेही आहेत.

ते कणखर, निश्चयी आणि प्रामाणिक आहेत. त्यांच्यासमवेत पुढच्या वर्षी होणाऱ्या निवडणुकीला सामोरं जाण्याचा मला आत्मविश्वास वाटतोय.''

''पारेखजी, आम्ही त्यासाठी लागेल ते करू. माझं आयुष्य तुमचंच आहे.'' मामा म्हणाला.

वाढप्यांनी आमच्या पानात डाळ आणि कढीची तिसरी फेरी वाढली.

''तू मला आवडतोस, बिट्टू,'' पारेखजी आमच्याकडे बघत म्हणाले.

''पारेखजी, पुढच्या वर्षीच्या निवडणुकीत मला तिकीट मिळू शकेल? तुम्हाला माझी बांधीलकी ठाऊकच आहे.'' मामा म्हणाला.

पारेखजींच्या चेहऱ्यावर करारी भाव उमटले.

''मी पायरी ओलांडली असेल तर मला माफ करा.'' मामा म्हणाला.

पारेखजी रुंद हसले.

''नाही. आम्हाला पक्षात तुझ्यासारख्या महत्त्वाकांक्षी लोकांची गरज आहे. पण बिट्टू, तिकिटं इतकी कमी आणि आपले कार्यकर्ते हजारो. तू चांगला आहेस, समर्पित वृत्तीनं काम करतोस, मलाही तुला मदत करायचीय. पण...'''

''पण काय, पारेखजी? मला मार्गदर्शन करा.''

''वरच्या फळीत गणना होण्यासाठी केवळ काम भागणार नाही, तर तू नजरेत भरशील असं काम कर. समजलं?''

मामानं संथपणे मान डोलवली.

''मी तुझ्यावर टीका करत नाहीय. मी तुला पुढं जाण्यासाठी सल्ला देतोय, कारण तुझी ती कुवत आहे. केवळ अनुयायी बनू नकोस, स्वतः पुढाकार घे. त्यायोगेच नेता बनता येतं, बरोबर?''

''मी दरगहा सहली आयोजित करून तरुणांना अयोध्येला घेऊन जाईन. मी त्यांना आपला वारसा समजावून सांगेन आणि आपल्यासाठी अधिकाधिक पाठिंबा मिळवेन.''

''छान, हे करत राहा. आणखी कार्य करशील तेव्हा माझ्यासोबत पक्षश्रेष्ठींना भेटायला चल आणि मग मी तुला जादा समर्थन देईन. ठरलं तर मग?''

पारेखजींनी हस्तांदोलनासाठी हात पुढे केला. मामानं पारेखजींना थेट चरणस्पर्श केला. राजकारणात आपल्यापेक्षा वरच्या माणसाशी संबंध येतो, तेव्हा सर्वांत पसंतीचा अवयव म्हणजे पाय.

''इथं गोडबिड काही नाही वाटतं?'' भोजनाचा मुख्य सोहळा पार पडल्यानंतरही मिष्टान्न न आल्यामुळं पारेखजी म्हणाले.

''अरे, साहेबांसाठी आमरस आणताय ना?'' मामा वेटरवर ओरडला.

सोळा

"सगळ्यात छोटा चॉकलेट केक आहे?" मी नवरंगपुरातल्या 'टेन'मध्ये विचारलं. हे अहमदाबादमधलं सर्वोत्तम केक शॉप होतं.

१९ नोव्हेंबर, २००१ ला विद्या अठरा वर्षांची झाली. आता ती अधिकृतरीत्या स्वत:चे निर्णय घेऊ शकत होती. तसं अनधिकृतपणे ती ते जन्मापासूनच करत आली होती.

"पिशवी नको." असं म्हणून मी केकचं खोकं माझ्या पुस्तकांच्या सॅकमध्ये ठेवलं. सॅक पाठीवर न लावता विद्याचं घर येईपर्यंत मी ती मांडीवर ठेवली होती.

विद्याच्या घरी केक लपवत जाणं भलतंच मुश्कील होतं. त्यात भरीस भर म्हणून ईश घरी होता. कोलकात्याच्या ईडन गार्डन्सवर भारत-इंग्लंड दरम्यान दिवस-रात्र सामना सुरू होता. ईश सँडविचेस, दूध, चिप्स व बिस्किटं अशी त्याला पुढच्या आठ तासांत जगण्यासाठी आवश्यक ती सर्व सामग्री घेऊन सोफ्यासमोर मांडी ठोकून बसला होता. ईशचे डॅड डायनिंग टेबलाशी बसून भारतीय वृत्तपत्रांवर पीएचडी करत होते. नेहमीप्रमाणेच, ईश जवळपास असला, की त्यांच्या चेहऱ्यावर असायचे तसे तिटकाऱ्याचे भाव आत्ताही होते.

मी सॅक शरीराची एक बाजू व हात यात क्षितिजसमांतर राहील अशा बेतानं धरली होती.

"भारत बॅटिंग करतोय... गांगुली व तेंडुलकर. दहा ओव्हर्समध्ये नो लॉस सत्तर." ईशनं माहिती पुरवली.

"मॉम, सॉस!" त्यानं ओरडून सांगितलं.

काकांनी डायनिंग टेबलवरची केचपची बाटली उचलली आणि त्यांच्या सुपुत्रापुढच्या

कॉफी टेबलवर शक्य तितक्या जोरात आदळली.

"थँक्स डॅड," ईश म्हणाला, "जरा सरकता का... मला टी.व्ही. दिसत नाहीय."

त्यावर त्याच्याकडं तीव्र नापसंतीचा कटाक्ष टाकून ते बाजूला झाले.

"बस की," ईश मला म्हणाला.

"शिकवणी." मी विद्याच्या खोलीकडे बोट दाखवत म्हणालो.

"ओह्, तू त्यासाठी आला आहेस. ती वाढदिवस असूनही अभ्यास करतेय, भलतंच वाहून घेतलंय बाबा."

"काही माणसं आपलं आयुष्य गांभीर्यानं घेतात..." ईशच्या डॅडनी वृत्तपत्र वाचनातून जोरदार टोला मारला.

ईशनं त्याचा निषेध म्हणून टी.व्ही.च्या रिमोटचं आवाजाचं बटण दाबून आवाज शक्य तितका मोठा केला.

"त्याच्या आईनं त्याला असला राक्षस बनवलाय." असं म्हणून ईशचे डॅड त्यांच्या बेडरूममध्ये निघून गेले.

तितक्यात तेंडुलकरनं चौकार मारला, त्यावर राक्षसानं टाळ्या वाजवल्या.

"ए, काळजी नको करू. डॅड ठीक आहेत." माझ्या चेहऱ्यावरची उदास भीती पाहून ईश म्हणाला.

"ए, तिला शुभेच्छा वगैरे दे बाबा. ती खूश होईल. मी सकाळी विसरलो."

ईशनं एक सँडविच घेऊन त्यावर भरपूर चिप्स आणि केचप पसरलं. मग त्यानं मोठा घास घेतला. माझ्या मित्राला शाश्वत सुख गवसलं होतं. मला माझं शोधायचं होतं.

मी जिना चढून वर गेलो. माझं हृदय वेगानं धडधडत होतं.

"हॅपी बर्थ डे, मिस एटीन," मी गच्चीचं दार लावत शुभेच्छा दिल्या.

तिनं चकचकीत लाल कुर्ती आणि पांढरी पँट घातली होती. ही कपड्यांची निवड मला जरा अतिच वाटली, पण वाढदिवसाला ठीक होती.

"तुला माहीत आहे, अठरा हा असा एकमात्र आकडा आहे, की जो त्याच्या अंकांच्या बेरजेच्या दुप्पट असतो?" ती म्हणाली.

मी सॅकमधून केक बाहेर काढून प्लॅस्टिकच्या पांढऱ्या टेबलवर ठेवला.

"टेनमधला केक! एक माणूस फार हाय-क्लास होत चाललंय," ती मला चिडवत म्हणाली.

"तुला चॉकलेट आवडतो, त्यांच्याकडं सर्वोत्तम मिळतो."

मी खोकं उघडलं. ती खुर्चीतून उठून केक पाहायला माझ्याशेजारी येऊन उभी राहिली.

“आपण हे केल्यापासून तू बदलला आहेस.”

“काय केल्यापासून?” मी तिच्या मोठ्या मोठ्या डोळ्यांत डोकावत म्हणालो.

“हे केल्यापासून,” असं म्हणून ती माझं चुंबन घेण्यासाठी पुढं आली.

गेल्या महिन्यापासून आम्ही जवळपास प्रत्येक शिकवणीत चुंबनं घेत होतो, त्यामुळे त्यात मोठंसं काही नव्हतं. कधीकधी आम्ही तिचं गणित सोडवून झालं, की चुंबनं घ्यायचो. एरवी, आम्ही दर पंधरा मिनिटांनी ‘चुंबन विश्राम’ घ्यायचो. एकदा, तर ती सराव प्रश्नपत्रिका सोडवत होती म्हणून आम्ही चुंबन वगैरे अजिबात घेतलं नाही, पण शिकवणीच्या पुढच्या तासाला आम्ही त्याची भरपाई केलीच. आम्ही पहिली दहा मिनिटं चुंबनांत घालवली व उरलेल्या वेळात तिच्या चुकांबद्दल चर्चा केली. आम्हाला तीव्र इच्छा झाली, की आम्ही चुंबनरंगी रंगत होतो; अपराधी वाटलं, की अभ्यास करत होतो. कसं का असेना, आम्ही तासाभरात गणित व प्रणय यांचा उत्तम समतोल साधत होतो.

आम्ही गच्चीच्या टोकाला गेलो. सूर्य अस्ताला गेला होता. आकाश गडद केशरी रंगानं माखलं होतं. संध्याकाळच्या वेळच्या वाऱ्याची थंडगार झुळूक अंगावर थंडीचा शहारा आणत होती. काही अंतरावर ओमीच्या मंदिराचा घुमट दिसत होता.

ती माझ्या हातात हात गुंफून माझ्याकडे पाहत होती.

“मला सांग,” ती चेहऱ्यावरची केसांची बट बाजूला सारत म्हणाली, “मी डॉक्टर होऊ?”

मी नकारार्थी मान डोलवली.

“मग मी इथून बाहेर कशी पडू?”

“कुठल्याही कॉलेजमध्ये अर्ज कर आणि जा,” मी म्हणालो.

“ते कसं?” ती माझा हात ओढत म्हणाली.

“मला अर्जाचं शुल्क भरण्यासाठी तरी पैसे कसे मिळणार? मी मुंबईत माझी सोय कशी करणार?”

“तुझ्या आईवडिलांचं अखेर मत बदलेल. ते तुझ्या अभ्यासासाठी पैसे देतीलच. तोवर...”

तितक्यात आजूबाजूच्या परिसरातून प्रचंड गर्जना घुमली आणि आम्ही दचकलो. भारतानं षट्कार ठोकला होता.

“तोवर काय?” आवाज ओसरल्यावर तिनं विचारलं.

“तोवर मी तुझ्यासोबत आहे.” मी म्हणालो. आम्ही एकमेकांच्या डोळ्यांत पाहिलं. तिच्या चेहऱ्यावर स्मित फुललं होतं. आम्ही गच्चीच्या परिघात फेरफटका मारला.

“मग... माझ्या शिकवणी मास्तरना मी गणितं सोडवण्याची गरज नाही असं वाटतंय तर?”

“आयुष्याची गणितं सोडवणं जास्त महत्त्वाचं आहे.” मी म्हणालो.

“म्हणजे?”

“आपण कोण आहोत, आपल्याला काय हवंय, विरुद्ध लोकांची आपल्याकडून काय अपेक्षा आहे आणि त्या लोकांना प्रमाणाबाहेर ताप न देता तुम्ही स्वतःची आवड कशी जपता. आयुष्य हे ऑप्टीमायजेशनचं गणित आहे. त्यात बरेच व्हेरिएबल्स आणि कन्स्ट्रेन्ट्स असतात.”

“मी पळूनही जाणं आणि माझ्या आईवडिलांना त्रास होऊ न देणं या दोन्ही गोष्टी शक्य आहेत का?”

“तू त्रास कमी करू शकतेस, पण तो पूर्णतः शून्यावर आणू शकत नाहीस. आपण आयुष्यात फक्त आशा करू शकतो, त्याचं गणित कधीही सोडवू शकत नाही.”

“तुला एक सांगू?”

“काय?”

“तू गणितातलं असलं अवघड अवघड सांगतोस ना तेव्हा असले पारिभाषिक शब्द पूर्णतः माझ्या डोक्यावरून जातात.” ती डोक्यावरून विमान गेल्याची खूण करत म्हणाली.

“बरं.”

“त्यामुळं मी... पेटून उठते.”

“विद्या, तुझा धीटपणा...” मी म्हणालो. तिच्या वाक्यानं माझा आ वासला होता.

“तुला लाजवतो, असंच ना?” असं म्हणून ती हसली.

“आपण हा केक कापायचाय की नाही?” मी विषय बदलत म्हणालो.

“अर्थातच! माझ्या मागोमाग ‘कॅफे विद्या’त चल,” ती म्हणाली.

आम्ही पाण्याच्या टाकीखाली जाऊन बसलो. तिनं सहा गुलाबी उशा आणि एक दुलई आणली होती.

“आपल्याला छोटीशी पार्टी करता यावी म्हणून माझ्या खोलीतून घेऊन आले.” असं म्हणून तिनं दोन उशा माझ्याकडे सरकवल्या. त्या उशांखाली स्टिरिओही होता.

“गाणी लावू?” तिनं विचारलं. तिचा चेहरा संगीताइतकाच गोड दिसत होता.

मी मानेनंच होय म्हटलं.

“मी बॉयझोन लावते, माझं आवडतं,” ती म्हणाली.

मी केकसोबत आलेलं अठरा मेणबत्त्यांचं पुडकं बाहेर काढलं.

“आपण सगळ्या मेणबत्त्या लावू या.” ती म्हणाली.

एव्हाना अंधार पडला होता. त्यामुळं मी गच्चीवरचा दिवा लावायला

उठणार होतो.

पण विद्या म्हणाली, "राहू दे."

तिनं अठरावी मेणबत्ती प्रज्वलित केली आणि माझा हात ओढला.

"कुणी आलं तर?"

"माझ्या आईवडिलांचे – दोघांचेही गुडघे धरतात. ते जिने चढून गच्चीपर्यंत कधीही येत नाहीत. आणि ईश... आज मॅच सुरू आहे."

तितक्यात आसपासच्या भागातून सलग दोनदा आरोळ्या घुमल्या. भारताची जोरदार फटकेबाजी सुरू होती.

मी खाली बसलो, तेव्हा तिनं माझा हात सोडला. मेणबत्तीच्या प्रकाशात ती खूप सुंदर दिसत होती, 'नो मॅटर व्हॉट..' हे गाणं सुरू झालं होतं. सगळ्याच प्रणयरम्य गाण्यांसारखंच या गाण्यातलं काव्यही जणू खास आमच्यासाठीच लिहिलेलं होतं.

No matter what they tell us
No matter what they do
No matter what they teach us
What we believe is true

ते आम्हाला काहीही सांगोत, ते काहीही करोत, ते आम्हाला काहीही शिकवोत... आम्हाला जे वाटतं तेच खरं... तेच सत्य.

मेणबत्तीच्या ज्वाला जणू संगीताच्या तालावर हलत-डुलत होत्या. तिनं केकच्या खोक्यातच असलेल्या प्लॅस्टिकच्या सुरीनं केक कापला. मी तिला पुन्हा एकदा शुभेच्छा दिल्या आणि केक भरवला. ती तो केकचा घास तोंडात धरून माझ्या दिशेनं झुकली. तिनं मला उशांवर मागं ढकललं आणि मी त्या घासातला घास घ्यावा म्हणून माझ्या अगदी समीप आली.

ती माझी चुंबनं घेत होती. ...तिची इतकी उत्कटता मी प्रथमच अनुभवत होतो. म्हणजे ती निराळं काही करत होती असं नाही, पण तिच्या कृतीमागे भावनांची खोली जास्त जाणवत होती. तिचे हात माझ्या खांद्यांवर... शर्टमध्ये सरकले.

संगीत सुरूच होतं.

I can't deny what I believe
I can't be what I' m not

I know this love's forever
That's all that matters now

मला जे वाटतं ते मी नाकारू शकत नाही
जो मी नाहीये तो मी होऊ शकत नाही
मला माहीत आहे... हा प्रेमाचा बहर सदैव असाच राहील.
आणि आत्ता फक्त एवढंच महत्त्वाचं आहे.

तो मेणबत्तीच्या प्रकाशाचा परिणाम होता, की वाढदिवसाचा मूड, की उशा, की आणखी काय होतं कोण जाणे... पण त्या क्षणी मी आयुष्यातली **दुसरी घोडचूक** केली.

मी तिच्या कुर्तीचं वरचं बटण उघडून बोटं आत सरकवली. माझा आतला आवाज मला थांबायला सांगत होता. मी हात बाहेर काढला, पण ती राहिलेली बटणं काढत, मला चुंबत राहिली. तिनं माझी बोटं पुन्हा तिच्याकडे ओढून घेतली.

''विद्या...'' एव्हाना माझा हात अशा ठिकाणी पोहोचलेला होता, की जिथून तो काढून घेणं कुणाही पुरुषाला अशक्य असतं. अशा प्रकारे मी प्रवाहासोबत भावना, तीव्र इच्छा, निसर्ग काय नाव द्यायचंय ते द्या, त्यासोबत वाहात गेलो. त्यात मानवी विवेक वगैरे कापरासारखं उडून गेलं.

तिनं कुर्ती काढून ठेवली.

''हात बाजूला घे, ते काही पळून जात नाहीयेत.''

''अं?'' मी म्हणालो.

''त्याशिवाय मी हे कसं काढणार?'' ती अंगातल्या ब्राकडे निर्देश करत म्हणाली. मी माझे हात तिच्या पोटावर आणले. तिनं ब्रा दूर केली आणि ती माझ्या अंगावर विसावली.

''काढून ठेव ना.'' ती माझा शर्ट ओढत म्हणाली. त्या क्षणी तिनं गच्चीवरून उडी मारायला सांगितलं असतं, तरी मी उडी मारली असती.

मी तिची सूचना तत्परतेनं अमलात आणली.

संगीताचे स्वर सुरूच होते... ते थांबले नाहीत... आणि आम्हीही. आम्ही उधाणलेल्या लाटेसोबत पुढं जात राहिलो....आणखी पुढं... आणखी पुढं. केक-वरच्या इवल्या इवल्या मेणबत्त्या एकेक करून शमत होत्या. आमच्या देहांवर चमकते घर्मबिंदू डवरून आले होते.

उधाणलेली लाट उसळून उसळून किनाऱ्याशी येऊन फुटली... आम्ही दोघं एकरूप झालो होतो. आम्ही एकमेकांच्या डोळ्यांत पाहिलं.

इंग्लंडच्या विकेट्स पडत असल्यामुळं आरोळ्या-गर्जना घुमतच होत्या.

आमचं आटोपलं तोवर फक्त चार मेणबत्त्या तेवत थांबल्या होत्या. आम्ही सहा उशा जोडून त्यांची गादी बनवून त्यावर पडलो होतो. हवेत किती गारवा आणि थंडीची शिरशिरी आहे हे आम्हाला आमचं होईपर्यंत कळलंच नव्हतं. आता मात्र थंडी झोंबू लागली होती. आम्ही माझं जाकीट लपेटून, थंडगार झालेली पावलं उशांमध्ये खुपसून पहुडलो होतो.

"आहा, मी आता प्रौढ व्यक्ती आहे आणि आता मी कुमारीही राहिले नाही. किती छान, थँक गॉड." असं म्हणून ती हसली. ती मला बिलगून माझ्या कुशीत होती. उधाणलेली लाट ओसरल्यानंतर मला वास्तवाची जाणीव झाली.

मिस्टर गोविंद पटेल, तुम्ही हे काय करून बसलात?

"हे बघ, माझ्या अंगावर अजून रोमांच आहेत." ती हात वर करून म्हणाली. तिच्या नितळ, गोऱ्यापान त्वचेवर इवले इवले गुलाबी काटे उभे राहिले होते.

श्शी, श्शी, श्शी गोविंद, आता काय करतोयस? तिच्या अंगावरच्या काट्यांना स्पर्श करतोयस?... माझ्या आतल्या आवाजाचा जोर वाढला होता.

"हे झाल्याचा मला खूप आनंद झालाय. तुला नाही झाला?" ती म्हणाली.

मी गप्प होतो.

"बोल ना काहीतरी."

"मी निघतो."

"तुला इथं आवडलं नाही का?"

"इथं? आपण तुझे आई, वडील, भाऊ यांच्या डोक्यावर आहोत. कळतंय का तुला?"

"काहीतरी बडबडू नकोस." ती म्हणाली.

"आय ॲम सॉरी. मी नर्व्हस झालोय." मी म्हणालो.

"नको होऊस," ती मला मिठीत घेत म्हणाली. तिला माझ्या अंगाचा कंप जाणवला.

"ठीक आहेस ना?" तिनं विचारलं.

का कोण जाणे, पण माझ्या डोळ्यांत अश्रू तरळले होते... कदाचित मनात भीती असल्यामुळे असेल, कदाचित आजवर कधी कुणी मला असं जवळ घेऊन तू ठीक आहेस ना असं विचारलं नसल्यामुळे असेल. कदाचित मी माझ्या सर्वांत जवळच्या मित्राचा विश्वासघात केल्यामुळे असेल... मी सर्वसाधारणपणे कधी रडलो नव्हतो, पण एकाच वेळ इतकी सगळी कारणं एकवटल्यामुळं मला न रडणं अशक्य झालं होतं.

"ए, मी मुलगी आहे. हे मला करू दे." ती म्हणाली.

मी तिच्या भिजल्या डोळ्यांत पाहिलं.

मी उठून कपडे घातले. आम्ही बाहेर आलो. गच्ची चंद्रप्रकाशात उजळून निघाली होती. मी घड्याळ पाहिलं. आमची शिकवणीची वेळ संपून अर्धा तास उलटला होता.

"आय लव्ह यू." मी गच्चीचा दरवाजा उघडला, तेव्हा मागून शब्द कानावर पडले.

"हॅपी बर्थ डे," एवढंच बोलून मी निघालो.

"अरे, तुझा सर्वोत्तम भाग हुकला. आपण जिंकणार. थांब." ईश मला पाहताच म्हणाला.

"नको रे, फार कंटाळलोय. घरी जाऊन बघतो." असं म्हणत मी दारापर्यंत पोहोचलो.

"बाळा, जेवूनच जा." ईशची आई जेवणाची मांडामांड करत म्हणाली,

"विद्याच्या वाढदिवसासाठी खास बेत आहे."

"नको काकू, आईनंही घरी स्वयंपाक करून ठेवला आहे." मी म्हणालो.

मी त्यांच्या मुलीचा वाढदिवस आधीच साजरा केला होता.

"किती चांगला मुलगा आहे." त्या प्रेमानं म्हणाल्या.

मी तिथून बाहेर पडलो.

सतरा

"घट्ट धर, हलतंय," ओमी म्हणाला. तो छतापर्यंत हात पोहोचवण्याच्या प्रयत्नात स्टुलावर चवडे उंचावून उभा होता. त्याला छताच्या पंख्यापासून तिरंगी रिबिनी अडकवायच्या होत्या. मी स्टुलाचे पाय धरून उभा होतो. माझ्याशेजारी ईश डिंक आणि सेलोटेप घेऊन उभा होता.

"मी पडीन हं," ओमीनं उजवा पाय अधांतरी धरला होता.

"यात माझा दोष नाही. स्टुलाचे पाय डुगडुगतायत." मी म्हणालो.

पुढच्या आठवड्यात प्रजासत्ताक दिन येणार होता. मला हा दिवस अजिबात साजरा करायचा नव्हता. पण वर्षभरापूर्वीच्या भूकंपाच्या धक्क्यानंतरचं आमचं पुनरुज्जीवन मात्र आम्हाला साजरं करायचं होतं. त्या दिवसाच्या स्मृती अजूनही माझा थरकाप उडवत असल्या, तरी एव्हाना मला कर्जमुक्त झाल्यामुळे हायसं वाटत होतं. वर्षभरापासून आमचा बिझनेस तिप्पट वाढला होता आणि तोसुद्धा याच दुकानात.

"२६ जानेवारीची तयारी वाटतं? चालू दे." मामाच्या येण्यानं आम्ही तिघंही दचकलो. ओमीचा स्टुलावरून तोल गेला. रिबिनी त्याच्या डोक्यावर पडल्या.

"तू सोडलंस." सगळेजण हसल्यामुळे त्यानं पडण्याचं खापर माझ्यावर फोडलं.

मामानं सामोशांच तपकिरी पुडकं आणि पिवळ्या रंगाची काही पत्रकं टेबलवर ठेवली. आम्ही एकेका सामोश्यावर झडप घातली.

"त्या भयावह दिवसाला एक वर्ष होतंय." मामा उसासत म्हणाला. "तुम्ही किती कष्टानं पुन्हा स्वत:च्या पायांवर उभे राहिलात. मला तुमचा अतिशय अभिमान वाटतो. आणखीही एक गोष्ट बदलली. गोविंद, आठवतंय? ती कधीही सोडू

नकोस, कळलं?''

मी मान डोलवली.

होय, गेल्या वर्षी माझ्या ईश्वरश्रद्धेनंच मला तारलं होतं. मला ती तशीच टिकवायची होती.

''तुम्ही परमेश्वरावर श्रद्धा ठेवता तेव्हा आश्चर्यकारक गोष्टी घडतात आणि म्हणूनच मी हे घेऊन आलोय.'' असं म्हणून मामानं आम्हा तिघांना एक-एक पिवळं पत्रक दिलं.

मी मथळा वाचला.

चेतावनी यात्रा
सर्व रामप्रेमींना अयोध्येला येण्याचे निमंत्रण

मी पुढं वाचू लागलो.

हिंदू पक्षाला अयोध्या मंदिरात लोकांचे जथ्थ्यामागून जथ्थे पाठवायचे होते. त्यायोगे धर्मनिरपेक्ष सरकारला मंदिर प्रश्नाचं स्मरण राहणार होतं. त्या पत्रकात मामा, इतर पक्ष कार्यकर्ते यांच्या संपर्काचे तपशील होते, निघण्याच्या विविध तारखा होत्या आणि या यात्रेसाठी नावनोंदणी कशी करायची त्याचे तपशील होते.

'नावनोंदणीसाठी अंतिम मुदत...' असा पत्रकात उल्लेख होता; पण नेमकी तारीख दिलेली नव्हती.

''चांगलं झालंय ना?'' मामानं मला विचारलं.

''हो, पारेखजींनी सांगितलंच आहे, पुढाकार घ्या. मग तुमची दखल घेतली जाईल.'' मी म्हणालो.

''तुम्ही पोरांनी आलं पाहिजे.'' मामा म्हणाला.

''खरंतर, फेब्रुवारीतली यात्रा फक्त तरुण मुलांसाठी आहे. मीसुद्धा जाणार नाहीय. या खेपेला आमचे चिरंजीव जाणार आहेत. तुम्हाला सोबतही चांगली होईल.''

मी काहीच बोललो नाही.

''जाणं अगदी सोपं आहे. अहमदाबाद स्टेशनवरून थेट ट्रेन आहे – साबरमती एक्स्प्रेस,'' मामा माझ्याकडे आतुरतेनं पाहत होता. मला जाण्याची इच्छा नसली तरी मला त्यात रस असल्याचं दाखवावं लागलं.

''किती दूर आहे?'' मी विचारलं.

''जायला बत्तीस तास लागतात.''

''म्हणजे नुसत्या प्रवासातच तीन दिवस जाणार. मामा, आत्ता कसं जमणार?'' मी चेहरा लांब करत म्हणालो.

"नव्या वर्षात खूप काम आहे."

"आयुष्यात धंद्यापेक्षाही महत्त्वाच्या बऱ्याच गोष्टी असतात." असं म्हणून मामा जाण्यासाठी उठला.

मी गल्लापेटी उघडून नोटांची दोन बंडलं काढली.

"हे पुढच्या तीन महिन्यांचं भाडं."

"पैसे कुणी मागितलेत?" असं म्हणून मामानं बंडलं कुर्त्याच्या खिशात सरकवली.

"या खेपेला तुमच्या धाकट्या भावासोबत या. त्याला तुमचा खूप लळा आहे."

"मामा, प्लीज राग मानू नका. आम्ही बिझनेस मंद असतो त्या वेळी येऊ. परीक्षा सुरू असतात त्या वेळी, मार्चमध्ये." मी म्हणालो.

"त्या वेळी माघार घेऊ नका. मार्चमध्ये ठरलं, काय?" मामा म्हणाला.

आम्ही माना डोलवल्या.

मी झाडू उचलला आणि सामोश्यांचा खाली सांडलेला चुरा झाडून काढला.

"बरंय, मी निघतो. मला फेब्रुवारीच्या यात्रेची तिकिटं काढायची आहेत." असं म्हणून मामा उठला...

"मामा, मी काढून आणू का?" ओमीनं विचारलं.

"आणशील? अतिशय आभारी आहे, राजा. आज मला गांधीनगरला जायचं आहे, त्यामुळं मला अजिबात वेळ नाहीय." मामा म्हणाला.

त्यानं दुसऱ्या खिशातून लखोटा काढला.

"यात सगळी नावं आणि पैसे आहेत. धीरजसह आणखी आठजण आहेत. स्लीपर क्लासची तिकिटं काढायची. २० फेब्रुवारीला जाण्याची आणि एका आठवड्यानंतरची येण्याची." मामानं सांगितलं.

ओमीनं तो लखोटा त्याच्या शर्टाच्या खिशात ठेवला.

✦

"सहा, सात, आठ... नाही, ते दिवस धरायचे नाहीत, कारण आपण त्यावेळी केलं नव्हतं." माझ्या शेजारी पडल्यापडल्या विद्या स्वत:शीच पुटपुटत होती.

ओमी त्याच्या मामेभावाला निरोप द्यायला स्टेशनवर गेला होता. ईश दुकान सांभाळत होता आणि मी... मी पर्म्युटेशन अँड कॉम्बिनेशन्सची उजळणी करण्याच्या नावाखाली, त्याच्या बहिणीसोबत नागडा पडलो होतो.

"तू नक्की काय मोजतेयस?" मी सुस्त स्वरात विचारलं.

"आपण किती वेळा प्रणय केला ते मोजतेय." ती उत्तरली. "आहा, आपण आठवर पोहोचलोय."

"तू नोंद ठेवतेस?" मी विचारलं.

"मी बऱ्याच गोष्टींची नोंद ठेवते."

"उदाहरणार्थ?"

"उदाहरणार्थ, आज २१ फेब्रुवारी. माझी पाळी यायला अजून पाच दिवस आहेत. म्हणजे, आजचा दिवस सुरक्षित आहे."

"तसंही आज सुरक्षितच आहे. मी कंडोम वापरलंय." मी उशीवर आरामात रेलत म्हणालो.

"ओह्? म्हणजे आता तुझा गणितापेक्षा भौतिकशास्त्रावर जास्त विश्वास आहे तर?" ती खिदळत म्हणाली.

ती वळून कोपरांवर रेलली. तिच्या पायाची बोटं माझ्या पायात रुतली होती.

"तुला अजूनही कन्डोम विकत घ्यायची लाज वाटते?"

"मी ती सॅटेलाईटमधल्या एका अनोळखी केमिस्टकडून आणतो आणि आत्ता तरी माझ्याकडे पुरेशी आहेत."

"ओह् रिअली." ती माझ्या अंगावर पडत म्हणाली, "म्हणजे आणखी वापरायला हरकत नाही?"

लगेचच आमचा 'स्कोअर' नऊवर पोहोचला.

"गुडनाईट काकू," मी विद्याच्या आईला म्हणालो. काकू मला काहीतरी खायला देऊ करायच्या किंवा 'एवढं कशाला राबतोस' असं विचारायच्या, ते क्षण मला अजिबात आवडायचे नाहीत.

मी विचारात हरवून घरी निघालो होतो. दोन महिन्यांत नऊ वेळा. म्हणजे आम्ही सरासरी आठवड्यात एकदा प्रणय केला होता. नऊ वेळा... म्हणजे आता मला 'शंकेचा फायदा' अजिबात मिळणार नव्हता. एका निसरड्या क्षणी माझ्या हातून चुकून... अपघातानं घडलं, असं आता मला म्हणता येणार नव्हतं. तुम्ही अपघातानं त्याच गोष्टी नऊ-नऊ वेळा करत नाही. मात्र कधीकधी वेगळ्या प्रकारचा 'अपघात' घडू शकतो. त्यानंतर पाचच दिवसांनी ते मला कळून चुकलं.

✦

"एक गोष्ट तुला माहीत असणं आवश्यक आहे." ती म्हणाली.

आम्ही 'अहमदाबाद टेक्सटाईल इंडस्ट्रीज रिसर्च असोसिएशन' म्हणजेच अतिरा – ATIRA परिसरातील हिरवळीवर आलो होतो. विद्यानं मला अर्जंट वॉकसाठी जायचं असल्याचा एसेमेस केला होता, कशासाठी कोण जाणे! आम्ही घरी आम्हाला गणिताचं खरोखरच उत्तम असणारं गाईड आणायला जायचं असल्याचं सांगितलं होतं. हे कारण सांगितल्यावर कुणीही आम्हाला आणखी प्रश्न केले

नव्हते. वस्त्रपूरमधल्या अतिरा परिसरातील हिरवळ सायंकाळी फिरायला येणाऱ्यांच्या गर्दीनं गजबजलेली असते. तिथं अनेक जोडपी हातात हात गुंफून होती. मलाही तसं करायचं होतं, पण मी गप्प राहिलो. आम्ही जमिनीवर नजर खिळवून संथपणे चालत होतो. वजन घटवण्याचा दृढनिश्चय केलेल्या; साडी, रबरी तळाचे बूट अशा साजात फिरायला आलेल्या जाड्या-जाड्या काकू-मावश्या आम्हाला मागं टाकून तरातरा पुढं जात होत्या.

"काय झालं?" मी शेंगदाण्यांची पुडी विकत घेतली.

"अजून आली नाही," ती म्हणाली.

मी तिच्या बोलण्याचा संदर्भ लावण्याचा प्रयत्न केला, पण मला काहीच कळेना.

"कोण?" मी विचारलं.

"माझी पाळी." ती म्हणाली.

पाळी.... पीरियड... या 'पी'वाल्या शब्दाला पुरुष प्रत्युत्तर देऊ शकत नाहीत. बरेचदा हा शब्द पुरुषांना अस्वस्थच करतो.

"खरंच? ते कसं काय?" मी काय बोलावं या विचारात म्हणालो.

"कसं काय म्हणून काय विचारतोस? काल यायला हवी होती, २५ तारखेला पण नाही आली."

"नक्की? तुला खात्री आहे?"

"म्हणजे काय? आली असती तर ते मला कळलं नसतं का?"

तिनं नजर दुसरीकडं वळवली.

"नाही, मला म्हणायचंय, की तुला २५ तारीखच आहे याची खात्री आहे ना?"

"माझं गणित तितकं वाईट नाहीय."

"ओके... पण," मी म्हणालो.

या समस्येचं उगमस्थान मी होतो, पण त्याबद्दलच्या चर्चेत मी काहीही मोलाचं योगदान देऊ शकत नव्हतो. मी तिला शेंगदाणे देऊ केले, पण तिनं ते घेतले नाहीत.

"पण काय?" तिनं विचारलं.

"पण... आपण खबरदारी घेतली होती आणि पाळीचं कसं असतं? ती नेहमी वेळेवरच येत असते का?" मी विचारलं.

जगातली कुठलीच गोष्ट नेहमी वेळेवरच घडली असं घडलं नव्हतं.

"माझी येते. एरवी मी काळजी करत नाही, पण आता मी तुझ्यासोबत असते त्यामुळे जरासा जरी उशीर झाला तरी मला धडकी भरते आणि भीती, चिंता यामुळे ती आणखी उशिरा येते."

"डॉक्टरांना दाखवायचं का?" मी या समस्येवर तोडगा सुचवण्यासाठी आतुर होतो.

"आणि त्यांना काय सांगायचं? मी गरोदर आहे का तपासा, म्हणून?"

पुरुषांना अस्वस्थ करणारा आणखी 'पी'वाला शब्द... प्रेग्नंट... गरोदर... प्रेग्नंट

"तुला दिवस गेलेले असू शकत नाहीत?" मी म्हटलं.

अतिरा परिसराला धावत तीन फेऱ्या मारल्या असाव्यात तसं माझं कपाळ घामानं थबथबलं होतं. मी हातांवर हात घासून, दीर्घ श्वासोच्छ्वास केला.

"असतील ना, का नाही?" ती तडकली. तिच्या चेहऱ्यावर ताण होता. "आणि तू मला आधार देणार आहेस का याचा गाजावाजा करणार आहेस?"

"आपण बसू या." मी एका बाकाकडे निर्देश करत म्हणालो. मी शेंगदाण्यांची पुडी कचराकुंडीत भिरकावली. ती बाकावर माझ्याशेजारी बसली. मग मी तिच्या-भोवती हात टाकावा का, याचा विचार करू लागलो. काहीही असलं तरी मी तिच्या निकट सान्निध्यात आल्यामुळे हे घडलं होतं. ती गप्प होती. तिच्या डोळ्यांतून दोन अश्रू खळकन ओघळले. आता मलाच काहीतरी मार्ग काढावा लागणार होता. माझ्या मनात विद्युतवेगानं पर्यायांचा विचार सुरू झाला.

अ. तिला हसवावं... अगदी वाईट कल्पना.

ब. आपण नामानिराळं राहावं, तिचं तिला काय ते बघू दे... नाही.

क. ठोस उपाय सुचवणं... उदा. गर्भपाताचा पर्याय... अजिबात नाही.

ड. तिला जवळ घेणं... बहुधा हाच मार्ग ठीक असावा... ओके, तिला जवळ घे... जवळ घे आणि तिला सांग, की मी तुझ्या सोबत आहे.

बेअकली माणसा, असंच कर.

मी तिच्याजवळ सरकलो आणि तिला घट्ट मिठीत घेतलं. ती माझ्या खांद्यावर चेहरा लपवून रडू लागली. तिनं माझा शर्ट घट्ट धरला होता.

"काळजी करू नको. मी तुझ्या सोबत आहे." मी म्हणालो.

"का, असा अन्याय का? फक्त मला एकटीलाच हे का सोसावं लागतंय?" ती रडतारडता म्हणाली, "माझ्याबरोबर तुलाही का दिवस जाऊ शकत नाहीत?"

कारण जीवशास्त्रीयदृष्ट्या मी पुरुष आहे... माझ्या अगदी ओठांवर आलं होतं, पण मला वाटतं ते तिलाही माहीत होतं.

"हे बघ विद्या, आपण रिदम मेथड वापरलीय, आपण खबरदारी घेतलीय. हा शंभर टक्के सुरक्षित मार्ग नाही हे मला माहीत आहे, पण यामुळे प्रॉबबिलिटी अगदी कमी आहे."

विद्या मानेला झटके देत रडू लागली. कुणाला धीर देण्यासाठी गणित नेहमीच भयंकर ठरतं. भावविवश क्षणी कुणीही प्रॉबबिलिटीवर भिस्त ठेवली नसेल.

आमच्या शेजारून एक कुटुंब निघालं होतं. त्यातल्या पुरुषानं एका गुटगुटीत पोराला खांद्यावर घेतलं होतं. मला ते माझ्या आयुष्यातल्या प्रचंड ओझ्याचं प्रतीक वाटलं. विचारांची अगीनगाडी पुन्हा धावू लागली...

मी बावीस वर्षांचा आहे. माझी बिझनेसची मोठमोठी स्वप्नं आहेत. मला आईला आधार द्यायचा आहे. विचार कर, मला माझ्या मित्रांचं करिअरही घडवायचं आहे. आणि विद्या? अजून कुठं ती अठरा वर्षांची आहे. तिला पीआर किंवा तिला जे काही बनायचं आहे, ते बनण्यासाठी आणखी अभ्यास करावा लागणार आहे. ती एका कैदखान्यातून दुसऱ्या कैदखान्यात जाणार नाहीय. ओके... वाइटात वाईट काय होईल... मला गर्भपात हा शब्द उच्चारायला लागेल.

ती बाजूला सरकली. रडूनरडून तिचे डोळे ओले आणि चेहरा गुलाबी झाला होता. ती अधिकच सुंदर दिसत होती.

सौंदर्य नजरेनं टिपलं नाही असं पुरुषांच्या बाबतीत कधीच का होत नाही?

थोड्या वेळानं आम्ही तिथून परत निघालो.

"आपण अजून एखाददुसरा दिवस वाट पाहू या. मग काय करायचं ते ठरवू." मी म्हणालो.

आम्ही रिक्षा थांब्यावर आलो होतो.

"बहुधा हा फॉल्स अलार्म असावा. मीच उगीच बाऊ करतेय. मी एखाददुसरा दिवस वाट पाहिल्यानंतर मग तुला सांगायला हवं होतं." ती म्हणाली. रिक्षात ती माझ्या बोटात बोटं घट्ट गुंफून बसली होती. तिच्या चेहऱ्यावर निवांत ते सचिंत या दरम्यानचे भाव उमटत होते.

पाच मिनिटं आम्ही गप्प होतो. त्यानंतर मला बोलावंच लागलं.

"विद्या, समज फक्त समज हं... हा फॉल्स अलार्म नसला तर आपण काय करायचं? का आपण त्याबद्दल नंतरच बोलायचं?"

"तू सांग, तुझी इच्छा काय आहे?"

बायका जेव्हा तुम्हाला तुमची पसंती विचारतात तेव्हा त्यांची पसंती मनात ठरलेलीच असते. त्यामुळं आपणही त्यावरच शिक्कामोर्तब करावं हे उत्तम, त्यातच शहाणपण असतं.

मी तिला माझ्याकडून काय उत्तर अपेक्षित आहे हे जाणून घेण्यासाठी तिच्या डोळ्यांत पाहिलं, पण मला थांगपत्ता लागला नाही.

"मला काहीच कळत नाहीय. माझ्या दृष्टीनं ही मोठी बातमी आहे. आपण काय करू सांगता येत नाही. गरोदरपण... गर्भपात... हे सगळं काय असतं मला नाही माहीत."

"तुला गर्भपात करावा असं वाटतंय?"

"नाही, नाही. मी मला काहीच कळत नाहीय असं म्हणालो. दुसरा पर्याय काय आहे... लग्न?"

"एक्स्क्यूज मी. मी अठरा वर्षांची आहे. आत्ता कुठं शाळेतून बाहेर पडलेय."

ती म्हणाली.

"मग काय करायचं?"

"मला नाही माहीत. माझी विचार करायचीच इच्छा नाहीय. प्लीज, याबद्दल बोलू नको." ती म्हणाली.

उर्वरित रिक्षा प्रवासात आम्ही एकही शब्द बोललो नाही.

"हे घे, घरी दाखवायला गणिताचं गाईड." तिच्या घरापाशी पोहोचल्यावर मी तिला गणिताचं गाईड दिलं.

त्या रात्री आम्ही दोघांनी परस्परांना 'झोपलास/झोपलीस का?' आणि 'अजून नाही' असे दहा एसेमेस केले.

"काय झालं?" सकाळी सकाळी मला गल्लापेटीवर डोकं टेकून बसलेलं पाहून ईशनं विचारलं.

"काही नाही. झोप नीट लागली नव्हती." मी उत्तरलो.

"का? पंडितजींच्या मुलीचा विचार करत होतास?" ईश हसला.

मी त्याच्याकडे दुर्लक्ष केलं.

मी दर काही तासांनी अगदी तळमळून विद्याला 'काही झालं का?' विचारणा करणारा एसेमेस पाठवत होतो. काही 'झालं' असतं तर तिनं मला सांगितलंच असतं. तरी मी कॅलेंडर उघडून आम्ही जवळ आल्याच्या सगळ्या जुन्या तारखा तपासल्या. कित्येक महिन्यांपूर्वी आम्ही पहिल्यांदा केलं, तेव्हाचं वगळता मी दर खेपेला खबरदारी घेतली होती. मग... दुसऱ्या कुठल्या कारणामुळं तिची पाळी पुढं गेली असेल का? मला माहीत नव्हतं आणि कुणाला विचारायचीही सोय नव्हती. ईश आणि ओमीला तर बहुधा हा 'पी'वाला शब्दसुद्धा ठाऊक नव्हता आणि मी तर विद्या सोडून कुणा स्त्रीला ओळखतसुद्धा नव्हतो. मी माझ्या आईलाही हे विचारू शकत नव्हतो.

मी फोन उचलला.

'कसं काय?' मी तटस्थ एसेमेस पाठवला.

'अजून नाही.' तिचं उत्तर आलं.

दुसऱ्या दिवशी रात्री मला जराशी झोप लागली. सकाळी मी तिला एसेमेस करायला ताडदिशी उठलो. पण तिचा एसेमेस आधीच आला होता.

'जरासं दुखतंय, बाकी काही नाही.'

मी फोन भिरकावला.

मला गोडाऊनमधून माल काढण्यासाठी दुकानात लवकर जायचं होतं. काहीही असलं तरी मला उशिरा जाणं अजिबात आवडत नसे.

अठरा

"ट्रेन्स कधी वेळेवर असतात का?" मामाच्या आरडाओरड्यानं आमच्या कामात व्यत्यय आला. ईशनं गोडाऊनमधून स्टंप्सची जडशीळ पेटी ओढत बाहेर आणली होती.

"मामा, तू इतक्या लवकर इकडे?" ओमी म्हणाला.

मामानं स्टंप्सच्या पेटीवर दोन गुलाबी कागदी खोकी ठेवली. त्याच्या कपाळावर सकाळच्या आरतीच्या वेळचा गंधाचा टिळा होता.

"मी आमच्या चिरंजिवांसाठी आणि इतर कारसेवकांसाठी गरमागरम कचोऱ्या आणल्या आहेत. त्यांची ट्रेन पहाटे पाच वाजता यायला हवी होती, पण ती पाच तास उशिरा येणार आहे. काय करणार? मग म्हटलं तुमच्यासोबत हे संपवू या." असं म्हणून मामानं कचोरी बाहेर काढली.

"म्हणजे उरलेली न्याहरी आमच्यासाठी आहे तर," असं म्हणून ओमी हसला.

"अगदी ताज्या आहेत. ते यायच्या वेळी मी आणखी आणीन. गरम आहेत तोवरच खाऊन घ्या. ईश ये, गोविंद चल." मामा म्हणाला.

"तुम्ही दुकानात इतक्या लवकर येता हे मला माहीत नव्हतं." मामा म्हणाला. मंदिराच्या घड्याळानं आठचे टोल दिले.

"गोडाऊनमध्ये थोडं काम होतं." मी म्हणालो.

कचोरी एकदम मस्त होती.

आम्ही चहा मागवला आणि दुकानाबाहेर स्टुलं टाकून बसलो.

मामा ओमीशी त्यांच्या नातेवाइकांबद्दल बोलत होता. ईश व मी त्या दिवशीच्या माल पुरवठ्याबद्दल चर्चा करत होतो. दुकान नऊ वाजता उघडायचं होतं, त्यामुळे आम्ही निवांतपणे खाऊ शकत होतो.

“चहाची तिसरी फेरी होऊ दे, काय? बरं... छान.” असं म्हणून मामानं चहावाल्या पोराला पुन्हा हाक मारली. मी दोन कचोऱ्या हाणल्यामुळं माझं पोट गच्च भरलं होतं.

साडेनऊ वाजता मामा जायला निघाला. मी कचोऱ्यांचं खोकं पुन्हा नीट बंद करून त्याच्या हातात दिलं.

“असू दे. ठेव.” मामा म्हणाला, “नाहीतरी मला आणखी घ्यायच्या आहेतच.”

“पुरे मामा, भरपूर झालंय...”

तितक्यात मामाच्या फोनची रिंग वाजली. त्यानं फोन घेतला... आणि त्याचा चेहरा एकदम गंभीर झाला. त्याचा आ वासला होता. डोळे इकडेतिकडे भिरभिरत होते.

“मला कोच नंबर माहीत नाही, पण तुम्ही मला हे का विचारताय?” मामा म्हणाला.

“मामा, काय झालं?” ओमीनं विचारलं.

मामा फोनवर हात ठेवून ओमीला म्हणाला,

“अयोध्येहून पक्षाच्या कनिष्ठ अधिकाऱ्याचा फोन आहे. त्यानं परवा दिवशी आपल्या सेवकांच्या गटाला ट्रेनमध्ये बसवून दिलंय. आता त्याला कोच नंबर हवाय... पण कशाला हवाय ते तो मला सांगत नाहीय.”

“थांब.” असं म्हणून ओमी दुकानात जाऊन एक वही घेऊन आला.

“हे बघ, मी बुकिंगच्या वेळीच पीएनआर नंबर आणि इतर तपशील लिहून ठेवलाय.” ओमी म्हणाला.

मामा ती वही हातात घेऊन पुन्हा फोनवर बोलू लागला.

“बरं, हे बघा. ते एस सिक्समध्ये होते... हो... एस सिक्समध्ये... शंभर टक्के... हॅलो, हे बघा, तुम्ही माझ्याशी बोलताना नामस्मरण का करताय? अहो...हॅलो...”

पलीकडच्या माणसानं फोन ठेवला. मामानं पुन्हा तो नंबर लावण्याचा प्रयत्न केला, पण फोन कुणी उचललाच नाही.

“काय झालं?” मी विचारलं.

“काही कळत नाही. मला... मी...मी स्टेशनवर जातो.” मामा म्हणाला.

“मी येऊ का तुझ्याबरोबर?” ओमीनं विचारलं.

“नको. तसंही मला जावं लागणारच आहे. मी बघतो काय झालंय ते.” असं म्हणून मामा गेला.

काय झालं होतं ते त्यानंतर दोनच तासांनी अख्ख्या देशाला कळलं.

“सारखा चॅनल बदलू नकोस,” मी ओमीवर खेकसलो, “सगळीकडं तेच दाखवतायत!”

आम्ही एनडीटीव्ही. लावलं होतं. वृत्तनिवेदिकेनं ‘ती’ बातमी दहाव्यांदा सांगितली.

“बुधवारी सकाळी गुजरातमधील गोध्रा रेल्वे स्टेशनजवळ काही समाजकंटकांनी साबरमती एक्स्प्रेसच्या एका बोगीला आग लावली. यामध्ये किमान पन्नास लोक

मृत्युमुखी पडले असून, अनेक लोक जखमी झाले आहेत.''

चॅनलवाल्यांनी गोध्रातल्या रेल्वे अधिकाऱ्याशी दूरध्वनीवर संपर्क साधला होता.

''सर, तिथं नेमकं काय घडतंय ते तुम्ही आम्हाला सांगू शकाल का?'' वृत्तनिवेदिकेनं विचारलं.

''अद्याप आम्ही माहिती घेत आहोत. पण सकाळी साडेआठच्या सुमाराला साबरमती एक्सप्रेस गोध्रा स्टेशनमध्ये आली.'' तो अधिकारी माहिती देत असतानाच त्याचा आवाज क्षीण झाला.

''हॅलो, तुम्हाला ऐकू येतंय?'' वृत्तनिवेदिकेनं अनेक वेळा विचारलेला प्रश्न पुन्हा विचारला.

''हो, आता येतंय.'' असं म्हणून तो अधिकारी पुढं बोलू लागला.

चॅनल्सच्या त्यावेळच्या माहितीनुसार, लोकांच्या जमावानं साबरमती एक्सप्रेसवर दगडफेक केली. अयोध्येहून परत येत असलेले कारसेवक एका बोगीत होते. प्रवाशांनी दगडफेकीपासून बचाव करण्यासाठी धातूच्या खिडक्या बंद करून घेतल्या. जमावानं बोगीवर पेट्रोल फेकलं आणि आग लावली.

''हा जमाव कोण होता? हा प्रकार पूर्वनियोजित वाटतोय का?'' वृत्तनिवेदिकेन विचारलं.

रेल्वे अधिकाऱ्यानं वादग्रस्त विषय टाळला.

''पोलीस आले आहेत, ते या प्रकरणी तपास करत आहेत. याबाबतीत फक्त तेच सांगू शकतील.''

आम्ही तिघं टी.व्ही. अखंड पाहत होतो. आम्ही त्या दिवशीच्या सगळ्या डिलिव्हरीज रद्द केल्या होत्या.

''मामा फोन उचलत नाहीय, मी दहा वेळा फोन केला.'' असं म्हणून ओमीनं फोन बाजूला फेकला.

एव्हाना टी.व्ही. चॅनलवाले गोध्रा स्टेशनवर पोहोचले होते. आम्ही ती जळालेली बोगी पाहिली. बाकीची रेल्वे अहमदाबादकडे रवाना झाली होती. चहागाडीवाल्यानं रेल्वे अधिकाऱ्यापेक्षा जास्त माहिती दिली.

''जमावात मुस्लीम होते. त्यांची हिंदू कारसेवकांशी वादावादी झाली आणि त्यांनी सगळं जाळून टाकलं... बायका, पोरं...'' चहागाडीवाला सांगत होता.

''गोध्रा रुग्णालयाच्या सूत्रांकडून मिळालेल्या माहितीनुसार अठ्ठावन्न लोक मृत्युमुखी पडले असून, वीसपेक्षा जास्त लोक जखमी झाले आहेत.'' वृत्तनिवेदिका सांगत होती, ''आणि आत्ताच आम्हाला खात्रीलायक वृत्त समजलं आहे, जळालेल्या बोगीचा नंबर होता एस सिक्स.''

"ती एस सिक्स म्हणाली का?" ओमीनं मला विचारलं.

मी काहीच बोललो नाही. मला त्या वाईट वृत्ताला दुजोरा द्यायचा नव्हता.

"ती तेच म्हणाली ना? माझा भाऊ त्या बोगीत आहे रे," असं म्हणून ओमी धावत बाहेर गेला.

आम्हीही दुकानाबाहेर आलो. सगळ्याच दुकानदारांच्या चेहऱ्यावर ताण पसरला होता.

"त्यांनी लहान लहान पोरांनासुद्धा जाळलं बघा, कसला समाज आहे हा." फुलवाला शेजारच्या मिठाईवाल्याशी बोलत होता.

"इतक्या सकाळी सकाळी रेल्वे स्टेशनमध्ये. बघा, त्यांचं धाडस." आणखी एक दुकानदार म्हणाला.

"त्यांनी भरदिवसा अमेरिकेवर हल्ला केला होता. आता ××× गुजरातमध्ये पोहोचलेत आणि दिल्ली त्यांचेच चोखणार," फुलवाला म्हणाला.

मंदिराच्या परिसरात कुणी असले फुल्यांकित शब्द क्वचितच ऐकले असतील, पण आजचा दिवस वेगळा होता. माझ्या आयुष्यातल्या आजवरच्या दिवसांत आजचा दिवस वेगळाच होता.

ओमी त्याचे आईवडील व मामीसोबत मंदिरातून बाहेर आला. सगळे दुकानदार, ईश व मी त्यांच्याभोवती जमलो.

"माझ्या धीरजला आणा, कुणीतरी माझ्या धीरजला घेऊन या हो..." मामीचा विलाप मंदिराच्या भिंतीवर आदळून प्रतिध्वनीच्या रूपानं पुन्हा उमटत होता.

"मी स्टेशनवर जाऊन काय झालंय ते बघतो." ओमी म्हणाला.

त्यानं मामाला पुन्हा फोन लावला, पण फोन लागला नाही.

"जाऊ नको, शहरात हिंडणं सुरक्षित नाही." फुलवाला म्हणाला.

ओमीच्या आईनं त्याचा हात धरला.

"लवकरच संचारबंदी जाहीर होईल. आपण दुकानं बंद करून घरी जाऊ या." फुलवाला म्हणाला.

सगळे दुकानदार पांगले. धीरजच्या आईच्या डोळ्यांतील पाणी मात्र खळत नव्हतं.

"काळजी करू नको, मामा फोन करतील. बातमी अर्धवट कळलीय. काय झालंय ते आपल्याला नीट कळलेलं नाहीय." मी म्हणालो.

"बाळा, घरी चल." ओमीला त्याचे वडील म्हणाले.

"मी त्यांना दुकान बंद करायला मदत करतो." ओमी म्हणाला.

आम्ही दुकानात परत आलो. त्या दिवशी सकाळी कुणी गिऱ्हाईक नव्हतं आणि आता ते येण्याची शक्यताही नव्हती.

"ईशभय्या, तुमच्याकडे हातमोजे आहेत? माझे फाटलेत." अलीचा आवाज ऐकून आम्ही दचकलो.

आम्ही एक वाजेपर्यंत सगळी आवराआवरी करून दुकान बंद केलं होतं.

"अरे बाबा, तू इथं कशाला आला आहेस?'' ईश म्हणाला.

अलीला आश्चर्य वाटलं. तो पिवळा टी-शर्ट व जुनी जीन्स पँट अशा पोशाखात होता. सुदैवाची गोष्ट म्हणजे, त्यानं डोक्याबरोबरच घट्ट बसणारी टोपी घातली नव्हती.

"मी प्रॅक्टिसची तयारी करतोय. आज साडेचार वाजता यायचंय ना?''

"तू बातम्या पाहिल्या नाहीस?'' मी विचारलं.

"आमच्याकडे टी.व्ही. नाहीय.'' तो म्हणाला.

"आणि तुझ्या अब्बांनी?''

"ते अम्मीला सुरतला – तिच्या माहेरी घेऊन गेले आहेत. ते सहा वाजता येतील.''

"तू नाही गेलास?'' ईशनं विचारलं.

"मी कसा जाणार? आपल्याला प्रॅक्टिस करायचीय ना. मला प्रॅक्टिस चुकवल्या-बद्दल शंभर पुशअप्स काढायचे नाहीत.'' अली हसून म्हणाला, "पण तुम्ही दुकान बंद का करताय? मला हातमोजे...''

"काही नाही, तू आमच्याबरोबर चल. घरी एकटा राहू नकोस.'' ईश दुकानाचं शटर खाली ओढत म्हणाला.

"आपल्याबरोबर?'' ओमीनं करारी आवाजात विचारलं.

"ओमी, तू जा, तुझ्या आईवडिलांना, मामीला तुझी गरज आहे.'' ईश म्हणाला.

"आणि तुम्ही?'' ओमीनं विचारलं.

"मी अलीला माझ्या घरी नेतोय. त्याचे आईवडील परत आले, की मी त्याला घरी नेऊन सोडेन.''

मी काहीतरी बोलावं म्हणून ओमीनं माझ्याकडं पाहिलं. मी फक्त खांदे उडवले.

"तू आमच्या घरी येतोस?'' ईशनं मला विचारलं.

आम्ही मंदिर परिसरातून बाहेर पडलो.

मला विद्याला भेटायचं होतं, पण ही वेळ सुयोग्य नव्हती आणि तसंही विद्या आत्ता चांगल्या मूडमध्ये नव्हतीच. तिला पुन्हा एसेमेस करावा का... मी विचार करत होतो.

"नको, माझी आईही काळजी करत असेल.'' मी म्हणालो.

आत्ता बहुधा आई स्वयंपाकघरात संध्याकाळच्या ढोकळ्याचं पीठ तयार करत असेल... माझ्या मनात आलं.

मी घरी आलो. जेवताना मी आईला गोध्रात काय घडलं त्याबद्दल सांगितलं. तिनं मला मी कधीही मुस्लीम मुलीच्या प्रेमात पडणार नाही अशी शपथ घ्यायला लावली. दोन रात्री टक्क जागून काढल्यामुळे व टी.व्ही.वरच्या या बातम्या पाहून मला शीण आला होता. मी दुपारी लवंडलो, ते ओमीचा फोन आल्यावर उठलो.

"ओमी, काय झालं? मामाशी काही संपर्क झाला?'' मी डोळे चोळत

विचारलं. फोनच्या घड्याळात संध्याकाळचे साडेपाच वाजलेले दिसत होते.

“गोविंद, माझा भाऊ गेला रे... तो जागीच ठार झाला.” ओमीचा आवाज बोलता बोलता फाटला. तो रडू लागला. मी बिछान्यातून उठून उभा राहिलो.

“मामाचा फोन आला होता... तो तर मोडूनच गेलाय.” ओमी म्हणाला.

“तो घरी आहे?” मी विचारलं.

“नाही, तो पक्ष कार्यालयात गेलाय. सगळे कार्यकर्ते त्याला आधार द्यायला त्याच्यासोबत आहेत. त्यानं मला मामीला किंवा कुणालाच याबद्दल सांगू नकोस म्हणून बजावलंय... जसा काही त्यांना अंदाज नसेल.”

“भयानक आहे रे, ओमी. खरोखर भयानक.” मी म्हणालो.

आम्ही या यात्रेला जाणार होतो हे आठवून माझा थरकाप झाला.

“मला घरात हे कळू न देता गप्प राहणं जमणार नाही. मला बाहेर पडावंच लागेल.” ओमी म्हणाला.

“मग माझ्या घरी ये.” मी म्हणालो.

“ईश कुठं आहे?” ओमीनं विचारलं.

“मला माहीत नाही, तू फोन तसाच धर.” असं म्हणून मी ओमीला होल्डवर ठेवून ईशला फोन केला. दहा रिंग वाजल्यानंतर त्यानं फोन उचलला.

“ईश, तू कुठं आहेस? आणि फोन उचलायला इतका उशीर का?’

“मी बँकेत आहे. अलीला घेऊन इथं प्रॅक्टिसला आलोय.”

“ही काय प्रॅक्टिसची वेळ आहे का?”

“काय? दिवसभर घरी बसून मला वैताग आला होता आणि अलीला घेऊन आल्यामुळे डॅड माझ्याकडं अशा नजरेनं बघत होते की... मी विचार केला, त्यापेक्षा चार बॉल हाणूया.”

“ईश, एक भयानक बातमी आहे. धीरज....” मी मध्येच थांबलो.

“ओह्, नो.” तो म्हणाला, “खरंच?”

“हो, मला ओमीनं सांगितलं. मामानं त्याला घरी कुणाला बोलू नकोस म्हणून सांगितलंय. त्याला घराबाहेर पडायचं आहे.”

“मग इकडं या.” ईश म्हणाला.

“बरं,” म्हणून मी ईशचा फोन बंद करून ओमीला म्हणालो,

“बँकेत ये, अंधार पडायच्या आधी... लगेच निघ.”

“आई, माझ्यासाठी स्वयंपाक करू नकोस. आम्ही बँकेतच काहीतरी बनवू.”

मी घराबाहेर पडलो.

✦

"शहरात गोंधळ सुरू झालाय. मी ऐकलं, की जमावानं जमालपूरमध्ये दोन बसेस जाळल्या आहेत." ओमी म्हणाला.

आम्ही मागच्या अंगणातल्या शिकवणीच्या जागी जेवायला बसलो होतो. ओमीनं बटाट्याचा रस्सा आणि भात केला होता.

"खरं की अफवा?" मी विचारलं.

"खरं आहे, मी घरातून बाहेर पडलो त्यावेळी स्थानिक टी.व्ही. चॅनलवर दाखवत होते," ओमी म्हणाला, "घरात तर इतकं विचित्र वातावरण आहे. धीरज सुखरूप असावा म्हणून मामी अजूनही प्रार्थना करतेय."

ओमीचं सर्वांग थरथरत होतं. त्याला रडू कोसळलं. मी त्याचा हात धरला. त्यानं मला घट्ट मिठी मारली.

अली आमच्याकडे बघत होता. मी त्याच्याकडे पाहून हसलो.

मग मी आम्ही पुस्तकं ठेवायचो त्या खोलीतून तीन फॅन्टम कॉमिक्स घेऊन आलो. अली जेवताजेवता आनंदानं ती कॉमिक्स वाचू लागला.

आम्ही अलीला आमचं बोलणं ऐकू येऊ नये म्हणून त्याच्यापासून थोड्या अंतरावर बसलो होतो.

"जमालपूरमध्ये बस जाळणारा जमाव हिंदू होता की मुस्लीम?" मी विचारलं.

"कुणास ठाऊक, मला तर खरोखर भीती वाटतेय." ओमी म्हणाला.

आम्ही जेवण आटोपून स्वयंपाकघरात झाकपाक केली तोवर आठ वाजले होते. आम्ही तिथून निघणार इतक्यात ईशचा फोन वाजला. त्याच्या वडिलांचा फोन होता, तो फोन उचलायलाच तयार नव्हता, अखेर अर्ध्या मिनिटानं त्यानं फोन घेतला.

"माझं जेवण झालंय. मी अर्ध्या तासात घरी पोहोचतोय..." ईश म्हणाला.

"काय?"

आम्ही चमकून ईशकडं पाहिलं. मला फक्त त्याचं बोलणं ऐकू येत होतं.

"बरं... बरं... हे बघा. मी बँकेत आहे. आम्ही इथं सुरक्षित आहोत. होय... मी वचन देतो, आम्ही रस्त्यावर भटकणार नाही. होय... इथं अंथरुणं-पांघरुणं आहे सगळं... घाबरू नका."

मी ईशकडं प्रश्नार्थक नजरेनं पाहिलं.

"आपल्या भागातल्या एका इमारतीला आग लागलीय." ईश म्हणाला.

"वा! कुठल्या?" मी विचारलं.

"कोपऱ्यावरच्या मुस्लीम इमारतीला." ईश म्हणाला.

"तिला आग लागली? आपोआप?" मी विचारलं.

"तसंच असावं अशी डॅडही आशा करत आहेत. पण हे हिंदू जमावाचं काम

असू शकतं. डॅड म्हणाले, की जिथं असशील तिथंच थांब.''

''पण आपल्या आया काळजी करणार. गोविंदची आईसुद्धा.'' ओमी म्हणाला.

''त्यांना फोन करा.'' ईश म्हणाला, ''मी अलीला त्याच्या घरी नेऊन सोडूही शकत नाही. त्याच्या आईवडिलांकडे फोनसुद्धा नाहीय.'' ईश म्हणाला.

मी आईला फोन करून बँकेत सुखरूप असल्याचं सांगितलं. यापूर्वीही आम्ही अनेकदा बँकेतच झोपलो होतो. आमच्या बऱ्याच दारूपार्ट्यांची अखेर पहिल्या मजल्यावरच्या मॅनेजरच्या खोलीत गाद्या टाकून त्यावर पसरण्यात झाली होती.

आम्ही कॅशिअरजवळच्या प्रतीक्षालयातल्या कोचावर पत्ते खेळत बसलो. थोड्या वेळात अली झोपी गेला. ईशनं मॅनेजरच्या ऑफिसमधून गोधडी आणली आणि त्याला स्वतंत्र कोचावर झोपवून गोधडी पांघरली.

ओमीनं तीन पत्ते टाकले.

''तीन एक्के,'' ओमी जरा जादाच सरळ चेहऱ्यानं म्हणाला. त्याला बनवाबनवी जमत नाही.

मी पत्त्यांवर बोटांनी टकटक केलं. मी पत्ते उलटावेत की नाही या विचारात असतानाच मोठमोठ्या आवाजातल्या प्रार्थना कानावर पडल्या.

''काय आहे रे?'' मी विचारलं.

मी घड्याळ पाहिलं. रात्रीचे दहा वाजले होते.

''हिंदूंच्या प्रार्थना.'' ओमी म्हणाला.

''संतप्त हिंदूंच्या प्रार्थना.'' ईश म्हणाला.

ढोलताश्यांच्या गजरात शिव व राम यांची आळवणी सुरू होती. आम्ही दोन मजले चढून बँकेच्या छतावर पोहोचलो. त्या कडाक्याच्या थंडीत थिजलेल्या रात्री शहर केशरी-भगव्या रंगानं उजळून निघालं होतं. एक... दोन... तीन... वेगवेगळ्या भागात आगीचे लोळ उसळत होते. आमच्यापासून अवघ्या पन्नास यार्डांवरच्या इमारतीतून आगीच्या ज्वाला लवलवत होत्या. बाहेर लोकांचा जमाव उभा होता. ते जळत्या इमारतीवर दगड फेकत होते. मला नीट दिसत नव्हतं, पण गल्ली-बोळातल्या लोकांच्या किंकाळ्या ऐकू येत होत्या. त्या किंकाळ्यांच्या आवाजात प्रार्थनांचे उत्सवी स्वर मिसळले होते. तुम्ही कदाचित दंगलीच्या बऱ्याच कथा ऐकल्या असतील किंवा टी.व्ही.वर पाहिल्या असतील, पण त्या प्रत्यक्ष पाहिल्या, की अक्षरशः जाणिवा बधिर होतात. माझ्या घराच्या जवळपासचा परिसर तर एखाद्या दुःखद चित्रपटाच्या सेटसारखा दिसत होता.

तितक्यात, आगीनं वेढलेला एक माणूस रस्त्यावर धावत आला. हिंदू जमाव त्याचा पाठलाग करत होता. तो माणूस एका दगडाशी ठेचकाळून पडला. आमच्या-

पासून अवघ्या वीस यार्डांवर. सगळा जमाव त्या माणसाभोवती जमला आणि दोनच मिनिटांत निघून गेला. तो माणूस अजूनही तिथंच निपचित पडला होता. मी आयुष्यात प्रथमच माझ्या डोळ्यांदेखत मृत्यू पाहिला होता. माझे हात, चेहरा, मान, पाय... सगळं शरीर थंडगार झालं होतं. माझं काळीज काहीतरी विचित्र धडधडत होतं. ...भूकंप झाला त्या दिवशीसारखं! तो अनर्थ निसर्गानं घडवला होता. हा अनर्थ मनुष्यनिर्मित होता. यातला कुठला जास्त संकटकारक असतो कोण जाणे!

"आत चला," ईश माझी बाही जोरात ओढत म्हणाला.

आम्ही खालच्या मजल्यावर आलो. माझा देह अजूनही कापत होता.

"सगळं काही ठीक होईल. आपण झोपू या. लवकरच पोलीस येतील. सकाळपर्यंत सगळं ठीक होईल." ईश माझ्याभोवती हात टाकत म्हणाला.

"आपण जवळ झोपू या?" मी विचारलं.

होय, मी कबूल करतो, मी प्रचंड म्हणजे प्रचंड घाबरलो होतो.

ईशनं मानेनंच होकार दिला. त्यानं अलीला कोचावरून उचलून कडेवर घेतलं. आम्ही पहिल्या मजल्यावर मॅनेजरच्या खोलीत गेलो आणि दार लावून घेतलं. मी झोपण्याआधी फोन पाहिला. विद्याचा मिस्ड कॉल होता. मी तिला उत्तरादाखल फोन किंवा एसेमेस करण्याच्या अवस्थेतच नव्हतो आणि ईश माझ्या शेजारीच झोपला होता. मी फोन खिशात ठेवला.

मी तीन गोधड्या घेऊन अलीशेजारी, मध्यात झोपलो. ओमी व ईश कडेच्या बाजूंना झोपले. रात्री साडेदहाला आम्ही दिवे मालवले.

रात्री साडेअकरा वाजता मला पुन्हा जाग आली. काहीतरी खडखड आवाज येत होता. कुणीतरी बँकेचं मुख्य प्रवेशद्वार गदागदा हलवत होतं.

"कोण आहे?" मी म्हणालो.

ईशनं उठून शर्ट घातला.

"बघू या." असं म्हणून ईशनं ओमीचा पाय हलवून त्याला उठवलं, "चल ओमी."

आम्ही खाली गेलो. मी मुख्य लॉबीतले दिवे लावले. ईशनं दारावरच्या की-होलमधून बाहेर पाहिलं.

"बरेच लोक आहेत." ईशचा एक डोळा अजूनही कीहोलवरच होता. "मामा झुंडीचं नेतृत्व करतोय."

आम्ही एकमेकांकडं पाहिलं. ईशनं दारावरची कळ फिरवली आणि दरवाजा उघडला.

एकोणीस

"अरे माझ्या पोरांनो." मामा ओरडला.

आम्ही बँकेच्या मुख्य प्रवेशद्वाराचं कुलूप काढून दार जरासं किलकिलं केलं. मामानं त्याचे दोन्ही बाहू पसरले. त्याच्या एका हातात धगधगती मशाल होती आणि दुसऱ्या हातात त्रिशूल. ओमीला पाहताच त्याचा बांध फुटणार असं मला वाटत होतं, पण तसं घडलं नाही. तो आम्हाला आलिंगन देण्यासाठी आमच्या जवळ आला आणि आम्हा तिघांनाही त्यानं जवळ घेतलं.

"पोरांनो, त्या भडव्यांनी माझ्या मुलाला मारलं." त्याची पकड घट्ट होती.

मी त्याच्या थंड विझल्या डोळ्यांत पाहिलं. तो नुकताच पुत्रवियोगाचं दुःख सोसणाऱ्या पित्यासारखा दिसत नव्हता. त्याच्या तोंडाला मद्याचा व अमली बिडीचा भपकारा येत होता. तो दुःखानं कोसळण्याऐवजी दगडासारखा थिजला होता.

"मामा, माझा भाऊ," ओमी म्हणाला. त्यानं अश्रू थोपवले होते.

"रडू नको. आज कुणीही रडणार नाही." मामा गरजला. त्यानं आमच्या भोवतीची पकड सैल करून आमची मुक्तता केली.

मग तो जमावाकडं वळून म्हणाला,

"आपण हिंदू लोक फक्त रडतच आलोय. आणि शतकानुशतकं हे ××× येतात आणि आपल्याला ठार करतात. एका हिंदू देशात, हिंदू राज्यात हे ××× येऊ शकतात आणि दिवसाढवळ्या आपल्या पोरांना जाळू शकतात आणि आपण काहीही करत नाही. आपण फक्त रडत बसतो. या आमच्यावर बलात्कार करा, आम्हाला लुटा, आम्हाला जाळा. त्यांना वाटतं की ते सगळ्या ××× जगात दहशत माजवू शकतात; पण आमच्यात काहीही करण्याचं पाणी नाही."

"त्यांना ठार करा." जमावातून आवाज घुमला. त्यांच्या लटपटत्या हालचालींवरून त्यांचा कैफ दिसून येत होता. रक्ताचा कैफ की मद्याचा, ते मात्र मला सांगता येत नव्हतं.

"पण त्या भडव्यांनी एक घोडचूक केलीय. त्यांनी आज गुजरातवर बलात्कार करण्याचा प्रयत्न केलाय. त्या ×××ना वाटलं ही शाकाहारी माणसं, ही काय करणार? चला, आपण काय करू शकतो ते त्यांना दाखवू या."

मामानं मागं अडकवलेल्या फ्लास्कमधून एक घोट घेतला. आम्ही बँकेच्या दिशेनं मागं सरकलो.

"आपण त्यांच्यासोबत जावं अशी त्यांची अपेक्षा नसली म्हणजे मिळवलं. मी नाही येणार." मी ईशच्या कानाशी कुजबुजलो.

"मीही नाही जाणार आणि आपण ओमीलाही आत नेऊ या." ईश म्हणाला. आम्ही ओमीला आमच्या मागं लपायला सांगितलं. एका बेसावध क्षणी, ईशनं बँकेचं बाहेरचं प्रवेशद्वार लावून घेतलं व त्याला कुलूप घातलं.

"तुमची काय कुजबूज चाललीय?" मामानं विचारलं. तो झोकांड्या देत होता. त्याची मशाल जमिनीवर पडली. त्याच्या आजूबाजूचा जमाव बाजूला सरकला. त्यानं मशाल पुन्हा उचलून घेतली.

"माझा दुसरा मुलगा कुठं आहे? दार उघडा." ओमी दिसत नसल्याचं लक्षात येताच मामा म्हणाला.

"मामा, तुम्हाला काय हवंय? आपण उद्या बोलू या का?" मी म्हणालो.

"उद्या नाही, मला एक गोष्ट आजच हवीय."

"मामा, तुम्हाला कळतंय का, ओमीला घरी न्यायची आवश्यकता आहे." मी म्हणालो.

मामानं मला झटकून लावलं.

"मला ओमी नकोय. मला तुमच्यापैकी कोणीच नकोय. मला या भडव्यांना मारण्यात मदत करायला बरीच माणसं आहेत."

ईश माझ्याजवळ येऊन उभा राहिला. त्यानं माझा हात घट्ट धरला.

"मग मामा, आम्हाला जाऊ दे." ईश म्हणाला.

"मला तो पोरगा पाहिजे. मला तो मुस्लीम पोरगा हवाय." मामा म्हणाला.

"क्काय?" ईश म्हणाला.

"जशास तसे. मी त्याची आत्ता इथं खांडोळी करीन आणि मग माझ्या मुलासाठी अश्रू ढाळीन. त्या ××× पोराला आण." मामा ईशच्या छातीवर मूठ बडवत म्हणाला. ईशनं कसाबसा तोल सावरला होता.

धगधगत्या मशालींनी बँकेच्या बाहेरच्या प्रवेशद्वाराजवळ वाळलेलं गवत उजळून

निघालं होतं. प्रवेशद्वार भल्यामोठ्या कुलपानं बंद केलं असल्यामुळं तो जमाव बाहेरच रोखला गेला होता.

"मामा, तू प्यायला आहेस. इथं कुणीही नाही." ओमी म्हणाला.

"तू आधी मुलगा गमाव. मग मी तुला पिऊन येण्याबद्दल सांगीन." मामा म्हणाला, "आणि ते पोरगं इथंच आहे हे मला माहीत आहे, कारण ते घरी नाहीय."

"मामा, तुमचं भांडण त्याच्या वडिलांशी आहे." मी म्हणालो.

"मी त्याच्या बापाची नीट व्यवस्था केलीय," मामा म्हणाला, "आणि त्याच्या त्या धंदेवाल्या सावत्र आईचीही. मी त्यांना यानं ठार केलंय."

मामानं आम्हाला त्रिशूळ उंचावून दाखवलं. त्याची टोकं रक्तानं माखली होती.

मी ईश व ओमीकडं पाहिलं. आम्ही क्षणार्धात निर्णय घेतला. आम्ही पळत बँकेत गेलो. मी मुख्य प्रवेशद्वाराला कडी लावून घेतली.

✦

मी दीर्घ श्वासोच्छ्वास करत होतो.

"रिलॅक्स... रिलॅक्स... आपण विचार करायला पाहिजे." ईश म्हणाला.

"मी त्यांच्यात सामील होतो आणि त्यांना इथून दूर घेऊन जातो." ओमी म्हणाला.

"नको, त्याचा काहीही उपयोग होणार नाही." ईश म्हणाला.

"त्यांनी त्याच्या आईवडिलांना ठार केलं?" मी विचारलं. माझा श्वास अजूनही जडच होता.

बाहेर जमाव दाराशी धडका देत होता. त्यांना आमचं युक्तीनं नाहीसं होणं आवडलेलं नव्हतं. बाहेरच्या दरवाज्याचं कुलूप किती काळ त्यांना रोखू शकणार होतं कोण जाणे!

मी कोचावर बसलो. बाहेर प्रवेशद्वारावरच्या धडकांचा आवाज कानठळ्या बसवत असला तरी मला विचार करणं भागच होतं.

"आपल्यापुढे काय पर्याय आहेत?" मी म्हणालो.

"आपण त्यांच्याशी वाटाघाटी करून तडजोडीचा प्रयत्न करू शकतो." मी म्हणालो.

त्यावर कुणीच काही बोललं नाही.

"त्यांच्या डोळ्यांत वेडेपिसे झाल्याची झलक दिसतेय, ते बोलायला तयार होणार नाहीत." ओमी म्हणाला.

"आपण सुटका करून घेण्याचा प्रयत्न करू या. नाहीतर त्यांच्याशी दोन हात करूया." ईश म्हणाला.

"तुला डोक्यावर खून सवार झालेल्या चाळीस माणसांशी दोन हात करायचे आहेत?" मी विचारलं.

"मग काय करायचं?" ईश म्हणाला.

मी त्याच्याकडं पाहिलं. मी माझ्या आयुष्यात प्रथमच त्याला घाबरलेलं पाहत होतो. तो सगळ्या पर्यायांचा विचार करेल, अगदी वाइटात वाईट पर्यायाचासुद्धा, या आशेनं मी त्याच्याकडं पाहत राहिलो.

"अलीला सोडून देण्याचा कधी विचारसुद्धा मनात आणू नकोस." ईश बोटानं माझ्या छातीत ढोसत म्हणाला.

"आपण त्यांना दुसरं काय देऊ शकतो?" मी म्हणालो.

"पैसे?" ईशचा देह थरथरत होता, "तू म्हणतोस ना, पैशाचा विषय असेल, तर लोक बोलायला कायम तयार असतात म्हणून."

"आपल्याजवळ तेवढे पैसे नाहीत." मी म्हणालो.

"पण आपण जमवू आणि त्यांना देऊ." ईश म्हणाला.

"पण मामाच्या बाबतीत पैशाचा उपयोग होणार नाही." ओमी म्हणाला.

"ते खरं आहे." ईश म्हणाला, "पण जर आपण इतरांना विकत घेतलं, तर मामा एकटा हे काम करू शकणार नाही. आपण हा जमाव पांगवायला हवा."

मी खोलीत येरझारा घालत होतो. आमच्याजवळ पैसे नव्हते. दंगलखोर जवळपासच्या भागातले गरीब लोक असणार. त्यांच्याजवळ गमावण्यासाठी काही नव्हतंच. तरीही बोलणी कशी आणि कुणी करायची?

"पैशाची बोलणी करण्यात तू सर्वोत्तम आहेस." ईश म्हणाला.

"पण हे आपल्यावरच उलटू शकेल. मी जमावातून मामाला वेगळं कसं करणार?" मी म्हणालो.

आम्ही मुख्य दरवाजा उघडला. जमावानं बाहेरच्या प्रवेशद्वाराच्या कुलपावर त्रिशुळाचे टणत्कार थांबवले.

"चला, पोरांनो. दार उघडा. तुम्ही जाऊ शकता, बाकीचं आम्ही बघून घेऊ." मामा म्हणाला.

"मामा, मला तुझ्याशी बोलायचं आहे. फक्त तुझ्याशी." ओमी सहानुभूतीच्या स्वरात म्हणाला.

"बोलू या की, दार उघड." मामा म्हणाला.

मी पुढं होऊन प्रवेशद्वार उघडलं. मी जमावाला शांत करण्यासाठी हात उंचावला. मला आत्मविश्वास संपन्न दिसावंच लागलं.

"मागं सरका. मामांना त्यांच्या दुसऱ्या मुलाशी बोलायचं आहे." मी म्हणालो.

ओमीनं मामाला बाजूला नेलं आणि त्याला आलिंगन दिलं. मामानं त्याचं सांत्वन

केलं. मी जमावावर नजर टाकून कुणी प्रभावशाली माणूस दिसतोय का ते पाहिलं. एका पटकेवाल्या माणसाच्या मागं सहा माणसं होती. त्यानं सोन्याची साखळी घातली होती.

"मला तुमच्याशी बोलायचं आहे." मी म्हणालो.

तो माणूस माझ्याजवळ आला. त्याच्या हातात पेटती मशाल होती. त्या ज्वालांची धग माझ्या गालाला जाणवत होती.

"सर, मी तुमच्यापुढं एक प्रस्ताव ठेवतो."

"कसला?"

"यातले किती लोक तुमचे आहेत?"

"दहा," तो जरा विचार करून उत्तरला.

"मी तुम्हाला दहा हजार द्यायचं कबूल केलं तर तुम्ही हळूच मागं निघून जाल?" मी विचारलं.

"का?" तो म्हणाला.

"कृपा करून कारणं विचारू नका, ही भेट समजा आणि हे कुणाला बोलू नका, कारण माझ्याजवळ सगळ्यांना देण्याएवढे पैसे नाहीत."

"तुम्ही त्या पोराला का वाचवताय?" त्यानं विचारलं.

"पंधरा हजार – शेवटचं. माझं मंदिरात दुकान आहे. मी पैसे दिले नाहीत तर तुम्ही दुकानाचा विध्वंस करू शकता."

मग तो माणूस त्याच्या गटाजवळ गेला, त्यांच्याशी बोलला. त्यानंतर ते मागं फिरले. मग त्यानं मला मानेनंच होकारार्थी खूण केली. चला... माझा प्रश्न पंचवीस टक्के सुटला होता.

तितक्यात मामा माझ्याजवळ आला.

"काय चाललंय इथं?" त्यानं विचारलं.

जमाव चाळीसवरून तीसवर आल्याचं नशेत त्याच्या लक्षात आलं नाही.

"मामा, अजून विचार करा. तुम्हाला पक्षात उज्ज्वल भवितव्य आहे. पारेखजी या गोष्टीला मान्यता देणार नाहीत." मी म्हणालो.

मामा हसला. त्यानं मोबाइल काढून त्यावर एक नंबर लावला.

"पारेखजी मान्यता देणार नाहीत?" असं म्हणून तो पलीकडं फोन उचलण्याची वाट पाहू लागला.

"हो, हो. पारेखजी, मी ठीक आहे. काळजी करू नका. मी दुःख नंतर करीन. आत्ता युद्धाची घडी आहे. ओह्... आणि काहींना वाटतंय की तुम्ही माझ्यावर नाखूश आहात. हे घ्या बोला... हो बोला..."

मामानं फोन माझ्या हातात दिला.

जमाव उभा होता.

“हॅलो? कोण बोलतंय?” पारेखजींचा आवाज आला.

“पारेखजी, गोविंद, ओमीचा मित्र. आम्ही तुमच्यासोबत ‘विशाला’त आलो होतो...” मी म्हणालो.

“हां... होय, पोरा, आपणा हिंदूंसाठी कसोटी पाहणारा दिवस आहे. तू आम्हाला पाठिंबा देतोयस तर?”

“सर, हे अयोग्य आहे.” मी म्हणालो. मी त्यांना ‘सर’ कशासाठी म्हणालो कुणास ठाऊक. “हे अयोग्य आहे.”

“काय? रेल्वे जाळणं, अयोग्य आहे ना?”

“पारेखजी, ते नव्हे, त्यांना त्या मुलाला ठार मारायचंय.”

“मग मी काय करू?” ते म्हणाले.

“त्यांना थांबवा.”

“लोकांचं ऐकणं आणि ते सांगतील ते करणं हेच आमचं काम. बाकी काही नाही.”

“लोकांना हे नकोय.” मी म्हणालो.

“त्यांना हे हवंय. माझ्यावर विश्वास ठेव. आज कुकरची कोंडलेली वाफ मोकळी होण्यासाठी शिटी होण्याची आवश्यकता आहे.”

“पण लहान लहान पोरं? बायका?” मी म्हणालो.

“पर्वा नाही. दुखऱ्या भावना शमवण्यासाठी जे काही लागेल ते. दुःखात होरपळणाऱ्या लोकांना त्यावर फुंकर हवी आहे. दुर्दैवानं, आज तरी मी यापेक्षा चांगल्या पद्धतीनं विचार करू शकत नाही.”

“हा भयानक मार्ग आहे.” मी म्हणालो.

“हे एक-दोन दिवस चालेल, पण जर आपण हे दडपलं तर त्याचा स्फोट होऊन त्याची परिणती नागरी महायुद्धात होईल.”

“तुमच्या पक्षावर याचं खापर फुटेल.” मी त्यांच्या स्वहिताला आवाहन करण्याचा प्रयत्न केला.

“कोण फोडणार? चार खोटारडी माणसंच ना? गुजरातची जनता नव्हे. आम्ही लोकांच्या जखमांवर फुंकर घालतोय. ते आम्हाला पुनःपुन्हा निवडून देतील. यू वेट अँड सी.”

“सर, हा मुलगा. हा मुलगा एक दिवस राष्ट्रीय संघात स्थान मिळवू शकतो.”

तितक्यात मामानं माझ्याकडून फोन हिसकावून घेतला.

“पारेखजी, तुम्ही अजिबात काळजी करू नका. मी सगळं सांभाळतो. उद्या तुम्हाला माझा अभिमान वाटेल.” एवढं बोलून मामानं फोन बंद केला.

मी त्या जमावात आणखी कुणी 'मिनी नेता' दिसतोय का ते पाहिलं आणि त्यातल्या एकाला हेरून त्याला बाजूला घेतलं.

"पंधरा हजार, तुम्ही तुमच्या लोकांसह निघून जायचं," मी म्हणालो.

या खेपेला माझं आमिष कामी आलं नाही.

"मामा, हा मला विकत घ्यायला बघतोय," तो मिनी-नेता टीपेच्या आवाजात किंचाळला.

"नाही, नाही. तुम्ही चुकीचं ऐकलंत, तुम्हाला वेड लागलंय की काय?" असं म्हणून मी बँकेच्या दिशेनं मागं सरकलो.

"ओमी, काय चाललंय? त्या पोराला इकडं आण." मामा किंचाळला.

ओमीनं मान डोलवली. तो मुख्य दरवाज्याशी गेला. जमाव बाहेरच्या प्रवेशद्वाराशी उभा होता. त्यांच्या आणि आमच्यामध्ये फक्त पोर्चचं अंतर होतं. प्रवेशद्वाराला कुलूपही नव्हतं.

ओमीनं मुख्य प्रवेशद्वारावर टकटक करताच ईशनं कोण आहे याची खात्री करूनच दार उघडलं. त्यानंतर दोघंही आत गडप झाले.

मी दंगलखोरांसमवेत एकटा उभा होतो. त्यांना मी लाच देऊ केल्याचा संशय होता. त्यांना आत येऊन हैदोस घालायचा होता. मात्र कुणीतरी त्यांना बाहेरच रोखून धरणं गरजेचं होतं.

"ते त्याला आणतायत?" मामानं मला विचारलं.

"असं वाटतंय." मी म्हणालो.

मामानं हा प्रश्न दुसऱ्यांदा विचारला, तेव्हा मी आत जाऊन बघून येतो असं सांगितलं. मी दरवाज्यावर टकटक करताच ईशनं सेकंदापेक्षाही कमी काळासाठी दार उघडलं आणि मी आत घुसलो.

मी आजवरच्या आयुष्यातला सर्वांत मोठा उसासा सोडला. ईशनं दाराला कडी लावून घेतली आणि प्रतीक्षालयातला सोफा दारापाशी आणून लावला.

"ते वाट बघतायत. आपल्यापैकी कुणी दोन मिनिटांत बाहेर गेलं नाही, तर ते हल्ला करतील." मी म्हणालो.

"अली उठलाय." ओमी म्हणाला.

"कुठं आहे?" मी विचारलं.

"मी त्याला मॅनेजरच्या खोलीत नेलंय आणि बाहेरून कुलूप घातलंय. किती लोक आहेत?" ईश म्हणाला.

"तीस." मी म्हणालो.

"आपण लढू या." ईश म्हणाला.

वीस

"ईश, मला तुझ्याशी बोलायचं आहे." मी म्हणालो.

"आपल्याला वेळ नाहीय." ईश म्हणाला.

"ओमी!" मुख्य दरवाज्यातून मामाची गर्जना ऐकू आली.

"आलो मामा. आम्हाला पाच मिनिटं दे," ओमीनं तिथूनच ओरडून सांगितलं.

"त्याला लवकर आण." मामा म्हणाला.

मी ईशला मुख्य दरवाज्याशी लावलेल्या सोफ्यावर बसवलं.

"ईश, आत्ताच्या या गोंधळात मी जरा समजुतीचं बोलू का?" मी विचारलं.

"काय? आपल्यापाशी वेळ नाहीय." ईश म्हणाला.

"मला माहीत आहे, पण आपण तीस लोकांशी लढलो, तर काय होणार आहे हेही मला माहीत आहे. आपल्या सर्वांनाच प्राणांना मुकावं लागेल. ते अलीला ताब्यात घेऊन त्यालाही मारतील." मी म्हणालो.

"मग, तुला काय म्हणायचंय?" ईश उठून उभा राहिला.

"एक जीव वाचवण्याच्या शक्यतेसाठी तीन जीव पणाला लावायचे. यात कसलं गणित आहे सांग?"

"झक मारतं तुझं गणित. हा बिझनेस नाही."

"मग हे काय आहे? आपण सगळ्यांनी जीव का गमवायचा? तुला त्या पोराचं प्रेम आहे म्हणून?"

"नाही." ईश माझ्याकडं वळून म्हणाला.

"मग?"

"कारण तो राष्ट्रीय संपत्ती आहे म्हणून." ईश म्हणाला.

"ओह्... आणि आपण काय राष्ट्रीय कचरा आहोत काय? म्हणजे, एखाद दिवशी हे पोरगं चार सिक्स ठोकेल आणि भारतीय लोक टी.व्ही. पाहण्यात दिवस वाया घालवून रोमांचित होतील म्हणून? माझ्या आईचं काय? ओमीच्या आई-वडिलांचं काय? आणि..." एवढं बोलून मी गप्प झालो. विद्याचं नाव माझ्या तोंडून जवळपास निसटतच होतं.

"मी त्याला त्यांच्या स्वाधीन करणार नाही. तुला पळून जायचंय ना, दार उघड आणि जा. ओमी, तूसुद्धा जाऊ शकतोस." ईश म्हणाला.

"मी जाणार नाहीय. पण ईश, आपण त्यांच्याशी कसं लढणार?" ओमी म्हणाला.

ईशनं आम्हाला त्याच्या मागोमाग यायला सांगितलं. तो आम्हाला स्वयंपाकघरात घेऊन गेला. त्यानं आम्हाला रॉकेलचा एकेक कॅन घ्यायला सांगितला. त्यानं आम्ही बिअर थंड करायला वापरायचो त्या तीन बादल्यासुद्धा घेतल्या. आम्ही त्याच्यामागून जिने चढत छताच्या दिशेनं निघालो.

"जड आहे रे," मी म्हणालो.

"वीस लीटर्सचा आहे. म्हणजे नक्कीच जड असणार." ईश म्हणाला.

आम्ही छतावर पोहोचलो होतो.

आसपासच्या परिसरात आगीचे लोळ ठिकठिकाणी दिसत होते. फेब्रुवारीत रात्रीच्या वेळी असते तशी थंडी जाणवत नव्हती.

"आम्ही येतोय!" मामा गरजला. जमावानं बँकेचं बाहेरचं लोखंडी गंजलेलं प्रवेशद्वार ढकलून उघडलं. तो पोर्चमध्ये येऊन मुख्य प्रवेशद्वारावर धडका देऊ लागला.

"मामा, ओरडू नका." ईश म्हणाला.

मामानं छताच्या दिशेनं वर पाहिलं.

"कुठं लपलाय रे ×××" मामा किंचाळला. जमावानं आमच्या दिशेनं पेटत्या मशाली भिरकावल्या. आम्ही दोन मजले उंच असल्यामुळं आम्हाला त्याची झळ बसली नाही. एक पेटती मशाल एका दंगलखोरावरच पडली. तो वेदनेनं केकाटला. जमाव झपाटल्यागत असू शकतो, पण त्याचबरोबर तो अगदी मूर्खही असू शकतो. त्यानंतर त्यांनी मशाली भिरकावणं थांबवलं.

ईशनं मामाला बोलण्यात गुंतवून ठेवलं होतं.

"मामा, मी जन्माला आलो, तेच निर्भय बनून. बघा." असं म्हणून ईश छताच्या टोकावर चढला.

त्यामुळं जमावाचं लक्ष तिकडे वेधलं गेलं. तसं घडलं नसतं तर त्यांनी मुख्य दरवाज्यावर हल्ला चढवला असता. दाराला तीन कड्या असल्या, त्यापुढे सोफा लावून ठेवला असता तरी त्यांनी अवघ्या दहा मिनिटांत ते मोडून काढलं असतं. त्यानंतर त्यांना पहिल्या मजल्यावरचा दरवाजा फोडून काढावा लागला असता

आणि मग छतावरचा फुसका दरवाजा. पंधरा मिनिटांत आमचा मशालींनी कोळसा केला असता. त्यापेक्षा ईशची योजना फारच चांगली होती.

"म्हणा जय श्रीराम." ईशनं गर्जना केली.

हा बाण अचूक लागू पडला. जमावाला यात सहभागी व्हावंच लागलं. त्यातल्या बऱ्याच जणांना आम्ही त्यांना पाठिंबा देतोय की नाही तेच माहीत नव्हतं. निदान अजून तरी!

दरम्यान, ओमी आणि मी कॅनमधलं रॉकेल बादल्यांत ओतलं. कॅनचे गळे अरुंद असल्यामुळं त्यातलं रॉकेल भराभरा बाहेर येईना. आम्हाला तडाखेबाज हल्ला करायचा होता.

ईशनं छताच्या टोकावर शंकराच्या मुद्रा केल्या. जमावातल्या नशेत झुलणाऱ्या काहींनी तर त्याला वाकून नमनसुद्धा केलं. बहुतेक, आज रात्री दंगलखोरांना आशीर्वाद द्यायला शंकर भगवान खाली आले असावेत.

"एक, दोन, तीन... ओत." मी ओमीला कुजबुजत्या स्वरात सांगितलं आणि आम्ही बादल्या पालथ्या केल्या. आम्ही रॉकेल बँकेच्या इमारतीपासून दूर जावं अशा रीतीनं फेकलं.

दंगलखोरांच्या हातातील धगधगत्या मशालींनी ठिणगी टाकण्याचं काम केलं... आणि बँकेच्या पोर्चमध्ये आगीचा प्रपात घोंघावू लागला. जमावात घबराट पसरली. आम्ही त्यांच्यावर हल्ला केल्याचं त्यांच्या लक्षात यायलाच थोडा वेळ लागला.

त्यानंतर ईश छताच्या टोकावरून खाली उतरला. आम्ही छताच्या संरक्षक कठड्याखाली लपलो. मी खालच्या घडामोडींवर लक्ष ठेवण्याइतपत मान उंचावली. जमावातल्या काही दंगलखोरांच्या अंगावरच्या कपड्यांनी पेट घेतल्यामुळं ते बँकेच्या बाहेरच्या प्रवेशद्वारातून बाहेर पळून गेले. मला वाटतं स्वत: आगीच्या भक्ष्यस्थानी पडण्यापेक्षा इतर लोकांना जाळणं अधिक मौजेचं असतं.

"कितीजण पळाले?" ईशनं विचारलं.

"अगदी थोडे. खाली घबराट माजलीय."

उर्वरित लोकांनी मुख्य दरवाज्यावर त्रिशुळानं भोसकायला सुरुवात केली होती. मी उंच होऊन माणसं मोजली. दहापेक्षा जास्त, पण वीसपेक्षा कमी होती.

"आपल्याला खाली जावं लागणार." ईश म्हणाला.

"तुला वेड लागलंय का?" मी विचारलं.

"नाही, आपण लोकांची संख्या आणखी कमी करू या." ईश म्हणाला.

"ईश, आपण लोकांना इजा करतोय. त्यातले काहीजण मरतीलही. आपण खूप रॉकेल ओतलंय." मी म्हणालो.

"मला पर्वा नाही." ईश म्हणाला "आपल्याला आणखी काहीजणांना घायाळ करावं लागेल."

मग आम्ही पहिल्या मजल्यावर आलो. ईशनं खिशातला किल्ल्यांचा जुडगा काढून मॅनेजरच्या ऑफिसचं कुलूप काढलं. आतमध्ये अली त्याची वाट पाहत होता. त्याला पाहताच तो धावत येऊन त्याला बिलगला.

"मला भीती वाटतेय." अली रडू लागला.

"काळजी करू नकोस. सगळं काही ठीक होईल." ईश म्हणाला.

"मला घरी अब्बांकडं जायचंय."

मी अलीच्या केसांतून बोटं फिरवली. आता त्याच्यासाठी घर हा पर्याय राहिला नव्हता.

"अली, माझं ऐकलंस तर तुला काहीही होणार नाही. तू माझं ऐकशील?" ईश म्हणाला.

अलीनं मान डोलवली.

"काही भयंकर माणसांना तुला ताब्यात घ्यायचं आहे. म्हणून मला तुला व्हॉल्टमध्ये कुलपात ठेवावं लागणार आहे. ते तुला तिथून कधीच नेऊ शकणार नाहीत." ईशनं सहा बाय सहाच्या जीव कोंडण्याजोग्या जागेकडे निर्देश करत सांगितलं.

"तिथं? तिथं केवढा अंधार आहे?" अली म्हणाला.

"हा घे, माझा फोन घे. त्याचा लाईट सुरू ठेव. मी लवकरच परत येईन." असं म्हणून ईशनं त्याचा सेलफोन अलीला दिला.

ईशनं अलीला त्या तिजोरीत ठेवलं. त्यानं त्याला काही उशा दिल्या. अलीनं फोनचा लाईट चालू ठेवला. ईशनं दार बंद करून कुलूप घातलं. त्यानं त्या किल्ल्या शॉर्ट्समध्ये लपवून ठेवल्या.

"तू ठीक आहेस ना?" ईशनं ओरडून विचारलं.

"इथं अंधार आहे." अली म्हणाला.

"तिथंच थांब, कळलं?" ईश म्हणाला.

"बरं, आता आपल्याला स्वयंपाकघरात आणखी एक पदार्थ बनवायचा आहे. लवकर चला." ईश म्हणाला.

आम्ही अलीला व्हॉल्टमध्ये सोडून स्वयंपाकघरात धावलो. मुख्य दरवाज्यावर धडका सुरूच होत्या. दार धारातीर्थी पडायला आणखी पाच मिनिटं लागतील असा मी हिशेब केला.

ईशनं एलपीजी सिलेंडरचं बूच काढलं.

"हा मुख्य दरवाज्यापर्यंत न्या." ईश म्हणाला.

मी व ओमीने तो सिलेंडर नेऊन दाराशी लावलेल्या सोफ्याखाली ठेवला.

"ओमी, आपण फटाके कुठे ठेवतो?" ईशनं विचारलं.

"शेल्फमध्ये वरच्या कप्प्यात." ओमी म्हणाला.

ईश दिवाळीतल्या उरलेल्या फटाक्यांची खोकी घेऊन आला. आम्ही भारतानं सामना जिंकला, की नेहमी ते फटाके उडवायचो. ईशनं बाँबचं खोकं त्या सिलेंडरवर रितं केलं.

त्यानं दोन बॉम्ब घेऊन त्यांची वात खुली केली. आता ती जास्त काळ टिकणार होती. जमाव दारावर धडका देत होता. दाराची एक कडी सैल झाली.

"मी दार उघडतो, तू पेटव आणि आपण सगळे पळू या, समजलं?" ईशनं ओमीला सांगितलं.

ओमीनं मान डोलवली. ईशनं सोफ्यावर चढून कडी काढायचा प्रयत्न केला. ती जमावाच्या धडकांमुळं थरथरत होती.

ओमीनं काडेपेटीतली काडी पेटवून ती वातीजवळ नेली. वातीच्या टोकाला शेंदरी रंगाचा ठिपका दिसताच ईशनं कडी काढली. सोफ्यामुळं दरवाजा आणखी काही सेकंद जागच्या जागी राहू शकणार होता. आम्हाला आमचा जीव वाचवायला तेवढाच वेळ होता.

"पळा," ईश सोफ्यावरून उडी मारत म्हणाला.

आम्ही जिन्यावर धावलो. मी वरच्या मजल्यापासून चार पायऱ्यांवर असताना दरवाजा सैल झाला.

"×××× आम्ही तुम्हाला सोडणार नाही. आपल्याच लोकांना ठार करताय होय." मी आमिष दाखवण्याचा प्रयत्न केलेल्या मिनी-नेत्यानं दरवाजा उघडला. त्याच्यासह आणखी तीन माणसं आत आली.

"ए थांब." ते माझ्यावर खेकसले. मी पायऱ्या चढताचढता मागं वळून पाहिलं. बँकेत आठ माणसं प्रवेशली होती.

मी एक पायरी खाली होतो, तितक्यात कानठळ्या बसवणारा स्फोट झाला. त्या प्रचंड तडाख्यानं तळमजल्यावरची कपाटं हादरली आणि मुख्य दरवाजा दूर जाऊन पडला. मला वाटतं त्या मिनी-नेतेमहोदयांना सिलेंडरचा सर्वांत वाईट प्रसाद मिळाला असावा. उर्वरित आठ माणसांची अवस्थाही फारशी चांगली नव्हतीच.

मला आम्ही काय करतोय तेच समजत नव्हतं. सूडाग्नीनं पेटलेल्या लोकांना आम्ही स्वत:च त्यांच्यावर हल्ला करून त्यापासून परावृत्त करत होतो. मी शरीराचे

अवशेष असे हवेत उडताना कधीही पाहिले नव्हते. कुणी दंगलखोर वाचला होता, की नाही कोण जाणे! मी तळमजल्यावरची ट्यूबलाईट लावली. संपूर्ण खोलीत धूर आणि जुन्या फायलींतल्या कागदांचे तुकडे भरून राहिले होते. ईश आणि ओमी माझ्यामागून आले.

"गेले सगळे?" ईशनं विचारलं.

तिथं कोंडलेला धूर तीस सेकंदांत विरला. खोलीत काही माणसं पडली होती. ती जखमी होती, की मृत ते मला सांगता आलं नसतं. एकेकाळी दरवाजा असणाऱ्या ठिकाणी आता नुसतं भगदाड होतं. मामा आणखी पाच जणांना घेऊन तिथं आला. तो सुदैवी होता म्हणून किंवा त्याच्यापाशी दूरदृष्टी होती म्हणून त्यानं दार उघडायला इतरांना आधी पाठवलं होतं. ती पाच माणसं खोलीत पडलेल्या जखमींकडं धावली. मामानं वर पाहिलं. त्याची आमच्याशी नजरानजर झाली.

एकवीस

“विश्वासघातकी ×××!” मामा किंचाळला.

माझं लक्ष त्याच्या डाव्या हाताकडं गेलं. त्याच्या हातातून रक्त येत होतं. रॉकेलच्या प्रतापामुळं त्याच्या कुर्त्याची डावी बाही जराशी जळली होती.

“पकडा त्यांना,” मामा गरजला. त्याच्यासह आणखी पाच माणसं जिन्यावरून पळत येऊ लागली. ईश, ओमी व मी धावत मॅनेजरच्या ऑफिसमध्ये गेलो आणि दरवाजा बंद करून घेतला.

“हे घ्या.” ईश म्हणाला.

आम्ही मॅनेजरच्या ऑफिसमध्ये क्रिकेटचं साहित्य ठेवायचो. ते साहित्य उचकताना त्याचे हात कापत होते. ईशनं बॅट उचलली. एव्हाना मामा त्या लोकांसमवेत दाराशी पोहोचला होता.

“दार उघडा, नाहीतर आम्ही मोडून काढू.” मामा म्हणाला. मात्र त्यांनी दारावर धडका दिल्या नव्हत्या. ते आम्हाला धमक्या देत होते, पण तसं करत मात्र नव्हते. कदाचित आम्ही आता कशाचा धमाका करतोय याची त्यांना भीती वाटत असावी.

माझ्या काळजाची धडधड त्यांच्या आरोळ्यांइतकीच जोरात सुरू होती.

“माझ्याजवळ फोन नाहीय. मला तुझा फोन दे. मी पोलिसांना बोलावतो.” ईश म्हणाला.

“आम्ही इथून हलणार नाहीये.” मामाचा आवाज घुमला.

मी माझा फोन ईशानला दिला. त्यानं पोलिसांना फोन लावला.

“××× कुणी फोन उचलतच नाहीय.” ईश पुन्हा फोन लावत म्हणाला. फोनला काहीच प्रतिसाद मिळाला नाही.

ईश फोन बंद करून, निराशेनं हातात झुलवू लागला.

तितक्यात त्यावर बीप बीप करत संदेश आला.

"एसेमेस आलाय." असं म्हणून ईशनं तो ओपन केला.

Hey, stay safe tonight,
By the way, just got my period!! Yippee!!
Relieved no? C U soon my hot teacher. Love – me.

हा संदेश सप्लायर विद्यानाथकडून आलेला पाहून ईशनं माझ्याकडं प्रश्नार्थक नजरेनं पाहिलं. मी खांदे उडवत त्याच्याकडून माझा फोन घ्यायला पुढं झालो; पण त्यानं फोन माझ्यापासून दूर नेला. त्याच्या चेहऱ्यावर धक्का बसल्याचे भाव होते. त्यानं पुन्हा तो एसेमेस पाहिला आणि त्याचे तपशील पाहिले. त्यानं नंबरही पाहिला आणि त्या नंबरवर फोन लावला.

माझं हृदयच बंद पडायच्या अवस्थेप्रत पोहोचलं होतं.

"ए, छान झालं ना? आपण चक्क पाळी साजरी करू असं मला कधी वाटलंसुद्धा नव्हतं." माझा नंबर पाहून विद्या पलीकडून बडबड बडबड करत होती. माझा फोन ईशच्या हातात असला तरी मला तिचा प्रफुल्लित आवाज ऐकू येत होता.

"विद्या?" ईशच्या भुवया आक्रसल्या होत्या.

"ईशभय्या?" तिनं विचारलं.

ईशनं माझ्याकडे पाहिलं. त्यानं फोन बंद करून खिशात ठेवला.

बाहेर दाराशी खुन्यांचं तांडव सुरू आहे ही गोष्ट आम्ही क्षणभर विसरलो. ईश माझ्या दिशेनं पुढं येऊ लागला तसा मी मागं मागं सरकत भिंतीला जाऊन भिडलो.

"ईश, माझं ऐकून घे." माझ्याजवळ सांगण्यासारखं काही नसूनही मी म्हणालो.

ईशनं बॅट जमिनीवर टाकली, हात उचलला आणि खाड्! खाड्! ... त्यानं माझ्या दोन मुस्कटात लगावल्या. मग त्यानं मूठ वळली आणि माझ्या पोटात जोराचा गुद्दा घातला.

मी जमिनीवर पडलो. मला प्रचंड वेदना होत होत्या, पण मी काहीही बोलण्याचा, प्राणांतिक दुःखानं विव्हळण्याचासुद्धा हक्क गमावला होता. मी दात आवळून डोळे मिटून घेतले. माझी लायकीच होती ही. माझ्या आयुष्यातल्या दुसऱ्या चुकीची किंमत मला मोजावीच लागली.

"अरे, असं काय करतोयस?" ओमी सगळं नीट समजत असूनही म्हणाला.

"काही नाही, स्वार्थी ××× साप आहे हा साप. त्याला शक्य झालं तर तो

आपल्यालाही विकेल. ××× बिझनेसमन.'' असं म्हणून ईशनं माझ्या नडगीवर लाथ मारली.

''ईश, अरे तुला मरायचंय का?'' ओमीनं विचारलं.

''××× मामा, अंगात पाणी असेल तर आत या.'' ईश गरजला.

तो दाराच्या दिशेनं निघाला होता.

ओमीनं मला हात दिला. मी उभा राहून त्याच्या अंगावर कललो, माझी आतडी फाटली की काय असं वाटत होतं.

''मी तुला सांगितलं होतं. प्रोटोकॉल,'' ओमी म्हणाला.

''मी काहीही चुकीचं वागलेलो नाही.'' मी म्हणालो.

हे वाक्य मी का बोललो कोण जाणे! कायदेशीरदृष्ट्या नुकत्या कुठं सज्ञान झालेल्या मुलीसोबत मी असुरक्षित सेक्स अनुभवला होता... तेसुद्धा माझ्या सर्वांत जवळच्या मित्राच्या बहिणीशी. एखादा माणूस नैतिकदृष्ट्या अयोग्य अशा ज्या काही 'टॉप टेन' गोष्टी करू शकेल, त्यात या कृत्याचा समावेश नक्की होईल.

पाच मिनिटं झाली तसा मामाचा संयम संपला. त्यानं त्याच्या बगलबच्च्यांना दार मोडायचा आदेश दिला. ते दारावर त्रिशुळाचे दणके देत होते, पण जरा अंतर राखूनच.

''आत्ता या क्षणी जिवंत राहणं हे ध्येय आहे, हिशेब चुकते करणं हे नव्हे,'' ओमी म्हणाला.

ओमीनं ईशच्या हातात बॅट दिली. मी विकेट घट्ट पकडली. आम्ही दारावर नजर ठेवून होतो. दार उघडायच्या बेताला आलं होतं.

''मी सरळ त्यांचा आत येण्याचा रस्ता खुला करतो.'' असं म्हणून ओमीनं दाराची कडी काढली.

''तुला मला मारायचंय ना? मामा, चल मार मला, थांबलास कशाला....'' ओमीनं दार उघडलं.

''ओमी, बाजूला हो. मला एवढंच सांग, ते पोरगं कुठं आहे.'' मामा म्हणाला.

''तुम्हाला इथं पोरगा-बिरगा कुणी मिळणार नाही.'' ईश गुरगुरला.

मामाच्या पाच माणसांनी हातातली त्रिशुळं परजली. आम्हीही आमची क्रिकेट सामग्रीची हत्यारं उपसली. एका माणसानं ईशवर हल्ला केला. ईशनं त्याला बॅटनं रोखलं. ईशनं त्या माणसाच्या हातापायावर, मांडीवर, जांघेत बॅटचे घाव घातले. तो माणूस जमिनीवर कोसळला.

मी एका जाड्या माणसाला भिडलो... माझे हात कापत होते. माझी विकेट त्याच्या त्रिशुळाच्या पात्यांत अडकली. आम्ही आपापली आयुधं बाजूला करायचा प्रयत्न करत असतानाच ती हवेत उडून बाजूला पडली. मग त्यानं माझ्या गुडघ्यात

लाथ घातली, तसा माझा तोल गेला. मग त्यानं मला भिंतीशी जखडलं.

तिसऱ्या माणसानं त्रिशुळाच्या बोथट टोकानं ईशच्या मानेवर मारलं. ईश पुढं पडला. मग त्या माणसानं ईशला पकडून भिंतीवर ढकललं. ओमीनं चौथ्या माणसाचे चवडे बॅटनं फोडून काढले. तो माणूस चेहरा टाकून जमिनीवर पडला होता. ओमीनं त्याच्या पोटावर लाथ हाणली, तितक्यात पाचव्या माणसानं ओमीच्या पाठीत जोरदार गुद्दा हाणला. त्यानं ओमीला मागून विळखा घातला.

"रेड्या, आता तुझी सुटका नाही," तो माणूस म्हणाला.

"च् च् च् .... मूर्ख ×××. विस्तवाशी खेळताय... अं?" मामा मॅनेजरच्या टेबलावर बसत म्हणाला. आम्हा तिघांनाही भिंतीशी जखडलं होतं. उर्वरित तिघा धड अवस्थेतल्या माणसांनी त्रिशुळाच्या साहाय्यानं आम्हाला रोखून धरलं होतं.

मामा शाखाधिकाऱ्याच्या टेबलावर बसून आमच्याकडं बघत होता.

"मला रक्त हवंय रक्त. तो पोरगा माझ्या ताब्यात द्या, नाहीतर तुमचं रक्त वाहील," तो म्हणाला.

त्यानं फ्लास्क बाहेर काढून व्हिस्कीचा मोठा घोट घेतला.

"इथं कुणीही मुलगा-बिलगा नाहीये." ईश म्हणाला.

"तुम्ही बघतायच."

"तुझ्यावर विश्वास नाही. पाहिलंच मी." मामा म्हणाला.

त्यानं रिकामा फ्लास्क ईशच्या दिशेनं फेकला. तो त्याच्या छातीवर जोरात लागला.

जमिनीवर पडलेल्या दोघा जखमी माणसांना लाथ घालत मामा गरजला,

"जा, शोधा त्याला."

ती माणसं लंगडत खोलीबाहेर गेली.

"इथं कुणीही नाही." बँकेच्या सगळ्या खोल्या पार करून झाल्यावर त्यांनी ओरडून सांगितलं. त्यांच्या आवाजात वेदना साकळली होती. त्यांना पुरेशी अद्दल घडली होती.

मग मामा ईशच्या जवळ गेला. त्यानं त्याचे केस जोरात ओढले.

"सांग मला ×××" मामा शिवी हासडत म्हणाला.

"तो इथं नाहीय." ईश म्हणाला.

"मी .... " मामा म्हणाला, इतक्यात फोनची रिंग वाजली.

माझा किंवा ओमीचा फोन वाजला नव्हता. मामा किंवा त्याच्या माणसांचाही नव्हता.

मग मामानं आवाजाच्या दिशेनं माग काढला. फोनचा आवाज शाखाधिकाऱ्याच्या टेबलाच्या दिशेनं येत होता. मामा टेबलापाशी गेला. ...त्या मागच्या भिंतीजवळ

गेला. त्या भिंतीतच व्हॉल्ट होतं. आवाज तिथूनच येत होता.

"हे उघडा." मामा व्हॉल्टच्या चक्राकार कुलपाकडं निर्देश करत म्हणाला.

आम्ही गप्प राहिलो. ईशचा फोन पुन्हा वाजला. मला वाटतं विद्यानं भावाला स्पष्टीकरण देण्यासाठी फोन केला असावा.

"उघड म्हणून सांगतोय." मामा म्हणाला.

"हे बँकेचं व्हॉल्ट आहे. आमच्याजवळ त्याच्या किल्ल्या नाहीत." मी म्हणालो.

मला माझ्या परीनं ईशला मदत करायची होती. माझी माझ्याबद्दलचा तिरस्कार कमी होण्यासाठी लागेल ते करायची तयारी होती.

"अरे हो... हुशार, चुणचुणीत मुलगा बोलला... किल्ल्या नाहीत." मामा म्हणाला.

मी वळून ईशकडं पाहिलं. त्यानं माझी नजर टाळली.

मामानं माझी हनुवटी धरून माझा चेहरा त्याच्याकडे वळवला.

"आम्ही म्हणजे खुळचटच, नाही का? तुझ्याजवळ किल्ल्या नाहीत, मग तो ××× फोन आतमध्ये कसा वाजतोय? किल्ल्या शोधा."

मग मामाच्या बगलबच्च्यांनी वेडेपिसे होत शक्य तितकी हिंस्र शोधमोहीम सुरू केली. माझी झडती घेणाऱ्या माणसानं माझ्या शर्टाचा खिसा फाडून काढला. त्यानं मला थप्पड मारून, पाठमोरं व्हायला सांगितलं. तो माझी नखशिखांत झडती घेत होता. त्याची नखं माझ्या अंगात रुतत होती. माझ्याजवळ किल्ल्या नाहीत ही गोष्ट मी त्याला दहादा सांगितली, पण तो ऐकायला तयार नव्हता. त्यानं माझ्या पँटचे खिसे तपासले. दोनदा माझी जांघसुद्धा चाचपली. मी काही हालचाल करायचा प्रयत्न केला, की तो मला ठोसा मारत होता.

इतर दोघं ओमी व ईशच्या बाबतीत हेच करत होते. ईशची झडती घेणाऱ्या माणसानं ईशचा शर्ट फाडून काढला होता. त्यानं त्रिशूळ त्याच्या बरगड्यांत खुपसलं होतं.

"या ×××कडं नाहीत." माझी झडती घेणाऱ्या माणसानं जाहीर केलं आणि माझ्यावरची पकड खुली करून मला पुन्हा भिंतीशी जखडलं.

"याच्याकडेही नाहीत." ओमीची झडती घेणारा माणूस ईशची पँट उतरवायचा प्रयत्न करत म्हणाला. ईशनं त्याच्या नडगीवर जोरात लाथ मारली.

मला ईशच्या छातीतून रक्त येत असलेलं दिसलं.

"मी मदत करू का?" मामानं मॅनेजरच्या डेस्कवरून विचारलं.

"काळजी करू नका, मी बघून घेतो." तो माणूस म्हणाला.

ईशनं त्याच्या हाताचा चावा घेतला.

मामा ईशकडे आला. त्यानं त्याच्या छातीवरच्या जखमेवर त्रिशुळाचं बोथट

टोक रुतवलं.

ईश वेदनेनं किंचाळत खाली पडला. त्याची झडती घेणाऱ्या माणसानं त्याला चार थपडा लावल्या. ईशनं दात आवळून घेतले होते, पण तो लाथा हाणतच होता. मामाचे हात ईशच्या खिशापर्यंत पोहोचले होते. त्याला खिशात काहीतरी लागलं. ईशनं पँटच्या आत प्रॅक्टिस शॉर्ट्स घातली होती. मामानं पँटवरचे हात त्याच्या शॉर्ट्समध्ये घातले आणि बांगडीच्या आकाराचं किल्ल्यांचं कडं काढलं. त्यात सहा इंच लांबीच्या दोन किल्ल्या होत्या.

ईश जमिनीवर पडला होता. तोंडानं खोल श्वास घेत होता. त्याचं शरीर साथ द्यायला नकार देत असलं तरी त्याच्या डोळ्यांत बेगुमानपण कायम होतं.

मामानं किल्ल्यांचं कडं हातात गरगर फिरवलं.

''याआधी कधी बँक लुटली नव्हती.'' मामा म्हणाला, ''आणि आज केवढं घबाड मिळालंय. बाप आणि पोरगा... मी सगळा वंश खलास करीन.''

मामाला व्हॉल्टच्या किल्ल्या शोधायला मिनिटभर लागलं.

''नको मामा, तो लहान मुलगा आहे. माझ्यासाठी म्हणून... '' ओमी म्हणाला.

मामा क्षणभर थांबला, मग आमच्याकडे वळला.

''माझा धीरजसुद्धा लहान मुलगाच होता.'' असं म्हणून तो व्हॉल्टच्या दिशेनं निघाला.

ईश जमिनीवर बसला. त्याच्यावर पहारा देणाऱ्या माणसानं त्रिशुळाचा दांडा त्याच्या गळ्याशी आवळून त्याला गुदमरवलं होतं.

''त्याला हात लावायचा नाही. तो राष्ट्रीय संपत्ती आहे.'' ईश गुरगुरला. त्या माणसानं दांडा आणखी आवळला. ईशचा जीव अधिकच कोंडला.

''मी तुम्हाला जे हवं असेल ते देईन, मी चुकतं करीन.'' मी म्हणालो.

''बिझनेसमन, जा. तुझ्या आईला जाऊन विक.'' मामा व्हॉल्टचं चक्र फिरवत म्हणाला.

''ते ×××× तिथं आहे,'' मामा म्हणाला.

मामानं अलीला व्हॉल्टमधून ओढून बाहेर काढलं. अलीचा कुर्ता-पायजम्यातला हडकुळा देह प्रचंड कापत होता. त्याच्या चेहऱ्यावरचे मळकट डाग तो आता रडत असल्याची साक्ष देत होते. मामानं अलीचं मानगूट धरून त्याला हवेत उंच धरलं.

''ईशभय्याऽ,'' अली ओरडला. त्याचे पाय हवेत लटकत होते.

''आत्ता तू निरागस दिसतोयस ना, पण दहा वर्षांनी मोठा सैतान होशील,'' असं म्हणून मामानं अलीला खाली उतरवलं. त्यानं अलीचं मानगूट धरलं.

''मामा, थांबव हे.'' मामानं त्रिशूळ उचललं होतं, ओमी त्याला रोखत म्हणाला.

"तुला नाही समजणार," असं म्हणून मामानं हात जोडले.

"पळ अली, पळ," ईश ओरडला.

अलीनं तिथून बाहेर पळायचा प्रयत्न केला, तितक्यात मामानं डोळे उघडले आणि अलीच्या घोट्यात त्रिशूळ खुपसलं.

अली वेदनांनी किंचाळत जमिनीवर पडला.

मामा अलीच्या जवळ गुडघे टेकून वाकला.

"कुत्र्या, इथून सुटायचा प्रयत्न करू नकोस. मी तुला एका फटक्यात ठार करू शकतो. तू हुशारी दाखवायचा प्रयत्न केलास तर मी तुझं एकेक बोट तोडीन. कळलं?" मामा गरजला.

त्याचे डोळे लालभडक झाले होते, त्यात पांढरा भाग कुठं दिसतच नव्हता.

मामानं पुन्हा डोळे मिटले आणि तोंडातल्या तोंडात पुटपुटत प्रार्थना केली. त्यानं जोडलेले हात कपाळाशी नेले, मग हृदयाशी आणले, तिथं ते तीनदा आपटले. त्यानंतर त्यानं डोळे उघडून त्रिशूळ उचललं. अलीनं उठून, लंगडत पळायचा प्रयत्न केला.

मामानं घाव घालण्यासाठी त्रिशूळ उंचावलं.

"मामा नाहीऽ," ओमी बेंबीच्या देठापासून किंचाळला.

ओमीनं त्याला जखडून ठेवणाऱ्या माणसाला ढकललं आणि तो मामा व अली यांच्यामध्ये पळत सुटला. मामानं गर्जत प्रार्थना म्हटली आणि घाव घातला...

"थांब मामा," ओमी म्हणाला.

आता मामाला स्वत:ला थांबायचं असतं तरी त्याला ते शक्य नव्हतं. त्याचा तीर सुटला होता. त्रिशूळ ओमीच्या पोटात कच्चकन घुसलं होतं.

"अरे... अरे..." त्यानं काय घडलं ते आधी पचवलं... मग त्याला वेदनेची जाणीव झाली. अवघ्या काही क्षणांतच जमिनीवर रक्ताचं थारोळं साचलं. मामा आणि त्याची माणसं एकमेकांकडं पाहत होती.

"मामा असं करू नकोस." ओमी म्हणाला.

त्रिशुळाची पाती त्याच्या पोटात पाच इंच खोल रुतल्याचं त्याच्या अजून लक्षातच आलं नव्हतं.

"ओमी, माझ्या लेकरा," मामा म्हणाला.

मामानं त्रिशूळ ओढून बाहेर काढलं. ओमी प्राणांतिक वेदनांनी तडफडत होता.

मी आयुष्यात कधी इतकं रक्त पाहिलं नव्हतं. मला उलटीची भावना होत होती. मन बधिर झालं होतं. आत्तापर्यंत ओमीला जखडून ठेवणाऱ्या माणसानं आता अलीला घट्ट पकडलं आणि मामाजवळ आणलं. मामानं ओमीला मांडीवर घेतलं होतं.

"अरे जनावरा, काय केलंस हे," ईश किंचाळला. त्यानं घडलेला प्रसंग मागून

पाहिला होता. त्यानं त्रिशूळ घुसलेलं पाहिलं नव्हतं. ते दृश्य फक्त मी पाहिलं होतं, आता कितीही वर्षं उलटली तरी ते दृश्य माझी पाठ सोडणार नव्हतं.

"अरे कुत्र्यांनो, ॲम्ब्युलन्स बोलवा," ईश किंचाळला. त्याला जखडून ठेवणाऱ्या माणसानं त्याच्यावरची पकड प्रचंड आवळली.

अलीनं त्याचा मोकळा असलेला हात ओमीच्या छातीवर ठेवला. त्याची छाती अनियमितपणे वर-खाली होत होती.

ओमीनं अलीचा हात धरला आणि माझ्याकडे पाहिलं. त्याचे डोळे क्षीण दिसत होते. माझ्या गालांवरून अश्रू ओघळले. मला जखडून ठेवणाऱ्या माणसाशी दोन हात करण्याची माझ्यात शक्तीच उरली नव्हती. माझ्यात काहीच करण्याची शक्ती उरली नव्हती.

"×××× सोडा आम्हाला." मी लहान मुलासारखा रडत म्हणालो.

"तू बरा होशील, राजा. मला असं करायचं नव्हतं." मामा ओमीच्या केसात हात फिरवत म्हणाला.

"मामा, तो चांगला मुलगा आहे, त्यानं तुझ्या मुलाला मारलेलं नाही. सगळेच मुस्लीम वाईट नसतात रे." ओमी म्हणाला.

ओमीला श्वास घ्यायला कष्ट पडत होते. त्याचा आवाज फाटत चालला होता.

"लव्ह यू फ्रेंड," ओमी माझ्याकडे बघत म्हणाला.

हे त्याचं अखेरचं वाक्य नसतं तर ते ऐकायला फार छान वाटलं असतं.

ओमीनं डोळे मिटले.

✦

"ओमी, बाळा, माझ्या लेकरा," मामा ओमीला उठवण्यासाठी त्याला गदागदा हलवत होता.

"काय झालं? काय झालं?" ईश विचारत होता.

त्यानं हा प्रसंग मागून पाहिला होता.

मामानं ओमीच्या छातीवर डोकं टेकलं. ईशनं त्याला धरून ठेवणाऱ्या माणसाला लाथा मारून ढकलायला सुरुवात केली. त्या माणसानं ईशला कोपरानं जखडलं होतं. ईशनं त्याच्याकडच्या त्रिशुळाचा दांडा घट्ट पकडला आणि त्याला जोरात मागं ढकललं. ...अखेर तो तोल जाऊन आपटला. मग ईशनं त्या माणसाच्या जांघेत लाथ हाणली. ईशनं पुन्हा त्याच जागी आणखी तीन लाथा हाणल्या आणि त्या माणसाच्या डोक्यावर तो बेशुद्ध पडेपर्यंत पायानं प्रहार केले. त्यानंतर तो ओमीकडं धावला.

मामा ओमीचा मृतदेह जमिनीवर ठेवून उभा राहिला. ईशनं ओमीच्या चेहऱ्याला स्पर्श केला. त्यानं आजवर कधीही मृतदेहाला स्पर्श केला नव्हता, मग मित्राच्या

मृतदेहाला स्पर्श करण्याची गोष्ट तर दूरच. त्यावेळी मी ईशला रडताना पहिल्यांदा पाहिलं. तो हुंदके आवरायचा खूप प्रयत्न करत होता, पण अश्रू थांबत नव्हते.

"बघ, ××× तू मला काय करायला लावलंस," मामा म्हणाला. "मला माझ्या आणखी एका मुलाचा जीव घ्यायला लावलास. पण मी कमजोर नाही. मी अजूनही रडलेलो नाही, बघ."

ईशनं मामाकडे दुर्लक्ष केलं. मघाशी काही क्षणांपूर्वी मी जी बधिरावस्था अनुभवली, तीच आता ईश अनुभवत होता. तो ओमीच्या मृतदेहाला पुन:पुन्हा स्पर्श करत होता.

"हिंदू कमजोर नाहीत, मी कमजोर आहे का?" मामा त्याच्या बगलबच्च्यांकडे वळून म्हणाला. ती माणसं भयभीत झालेली दिसत होती, कारण इथं बेतानुसार न घडता काही निराळंच घडलं होतं. अलीचा हात धरून ठेवणारा माणूस पुढं काय करायचं याच्या मार्गदर्शनासाठी मामाकडे पाहत होता.

"त्याला मागं जखडून ठेव, या आईची भडवेगिरी करणाऱ्या बिझनेसमनशेजारी उभं कर त्याला." मामा म्हणाला.

त्या माणसानं अलीला माझ्या शेजारी उभं करून त्याला त्रिशुळानं जखडून ठेवलं.

मघाशी ईशनं जांघेत लाथा घातलेला माणूस त्या हल्ल्यातून सावरला होता. तो उठला आणि ईशच्या दिशेनं धावला. त्यानं ईशवर पाठीमागून त्रिशुळाच्या टोकानं डोक्यावर हल्ला केला.

"आ...!" ईश वेदनेनं विव्हळत अर्धवट बेशुद्ध होऊन खाली पडला. त्या माणसानं ईशलाही ओढत भिंतीशी आणलं.

ईश माझ्या व अलीच्या समोर होता.

"आता बास," असं म्हणत मामा अलीच्या समोर उभा ठाकला. त्यानं अलीला धरून ठेवणाऱ्या माणसाला त्याला मोकळं करायला लावलं. मी ईशकडं पाहिलं... आमच्यात साधारण पंधरा फूट अंतर होतं. त्याला धरून ठेवणारा माणूस अतिदक्ष होता. ईशनं माझ्याकडे पाहिलं, तो मला डोळ्यांनीच काहीतरी सांगायचा प्रयत्न करत होता.

'काय?' मी स्वत:लाच प्रश्न केला, *'तो काय सांगायचा प्रयत्न करतोय?'*

मी हळूच तिरप्या नजरेनं त्याच्याकडे पाहिलं. तो बुबुळं डावीकडं हलवून खुणा करत होता. तो मला 'पळत जा आणि मामाला अडव' असं सांगत होता. ओमीनं अयशस्वी प्रयत्न केला तसंच.

मी मला धरून ठेवणाऱ्या माणसाकडे पाहिलं. त्यानं मला पुरतं जखडलं असलं तरी त्याचं लक्ष मामा व अलीकडं होतं. 'लाईव्ह' खुनाच्या दृश्यावरून नजर हटवणं तसं कठीणच असतं. मला त्याच्या तावडीतून सुटणं शक्य होतं. पण...

स्वत:ला ठार करवून घेण्यात काय अर्थ होता?

"डुकरा, मरायला तयार हो." मामा त्रिशूळ उंचावून पाच पावलं मागं जात म्हणाला.

मी स्वत:ची सुटका करून घेऊन अलीला माझ्याकडे ओढून घेण्याचा प्रयत्न करू शकत होतो. म्हणजे मामाच्या त्रिशुळाचा घाव भिंतीवर बसला असता... ईश त्याला धरून ठेवणाऱ्या माणसाला ढकलून, मागच्या बाजूनं येऊन आमचं रक्षण करू शकत होता. ईश हेच तर सांगायचा प्रयत्न करत नसेल? डोळ्यांच्या हालचालीतून दिलेले इशारे सोडले तर माझ्याकडे डेटा मर्यादित होता. माझ्यापाशी वेळही मर्यादितच होता. मी तपशिलांचा अभ्यास करू शकत नव्हतो. मला आधी कृती व मग विचार करता येणार होता ...म्हणजे मी विद्यासोबत झोपलो त्याच्या अगदी उलट. तिथं मी आधी विचार व नंतर कृती करायला हवी होती.

मामा अलीच्या दिशेनं धावला. आता आपण आपल्याला धरून ठेवणाऱ्याच्या तावडीतून सुटून अलीला आपल्या दिशेनं ओढून घ्यायचंय हे मला समजत होतं... मी सज्जही झालो. मात्र मी मामाकडं पाहिलं... त्याचा तो धिप्पाड, बलदंड देह आणि त्याच्या हातातलं ते धारदार शस्त्र पाहिलं... आणि माझ्या देहात भीतीची लहर दौडत गेली आणि आपण पाऊल कधी पुढं टाकायचं या विचारात मी मौल्यवान वेळ दडवला. ईशची व माझी पुन्हा नजरानजर झाली. त्यानं माझ्या चेहऱ्यावरचं स्वहितमिश्रित भय पाहिलं.

ते त्रिशूळ माझ्याच पोटात घुसलं तर? हे जर-तर माझा पाय मागं ओढत होतं. अखेर मी हे विचार पिटाळून लावले आणि माझ्या डाव्या बाजूला झेप घेतली. मी अलीला माझ्या दिशेनं ओढला. मामाचा तीर सुटला, पण त्याचा नेम हुकला... अलीचं धड माझ्या दिशेनं आलं आणि त्रिशुळाचं एक पातं अलीच्या मनगटात घुसलं. मी फक्त एकच सेकंद आधी झेपावलो असतो, तर अलीच्या केसालाही धक्का लागला नसता... आणि त्यावेळी माझ्या हे ध्यानात आलं नव्हतं, पण हा एक सेकंदाचा उशीर हीच माझ्या आयुष्यातील **तिसरी घोडचूक** ठरली होती.

अर्थात आपण चूक केलीय हे तेव्हा मला समजलं नव्हतं.

ईशनं मला वाटलं होतं तसंच केलं. त्यानं स्वत:ची सुटका करून घेण्यासाठी त्याला धरून ठेवणाऱ्या माणसाच्या डोक्यावर स्वत:च्या डोक्यानं टक्कर दिली. त्यामुळं ईशलाही लागलं असणारच; पण त्यावेळी तो वेदनांच्या पलीकडं पोहोचला असावा.

ईशनं त्याला धरून ठेवणाऱ्या माणसाचं त्रिशूळ घेतलं आणि त्या माणसाच्या काळजावर घाव घातला. एक किंकाळी फोडून तो माणूस स्तब्ध झाला.

मग ईश पळत आमच्याकडे आला.

"तो ठीक आहे, ठीक आहे." मी ईशकडं वळून म्हणालो. मी अलीला अगदी घट्ट कुशीत घेतलं होतं.

✦

आता मामा आणि दोन माणसं असे तिघंच उरले होते. आम्हाला कुणालाच ठार करायचं नव्हतं.

"आम्हाला फक्त इथून जायचंय." ईश मामासमोर त्रिशूळ घेऊन उभा राहिला. मामाच्याही हातात त्रिशूळ होतं. त्यांची नजरानजर झाली. मामाची माणसं संभाव्य द्वंद्व पाहत उभी होती. मी अलीला घेऊन खोलीच्या दुसऱ्या टोकाला धावत सुटलो. ती माणसं आमच्या मागं धावत आलीच.

"थांबा ×××" आम्ही खोलीच्या टोकाला पोहोचलो, तितक्यात ते ओरडले. त्यातल्या एकानं पुढं होऊन दरवाज्याला कडी घातली.

अलीनं जमिनीवर पडलेली बॅट उचलली. मीही एक बॅट उचलली, मात्र मला आत्ता मी दोन हात करू शकेन की नाही याचीच खात्री नव्हती.

अलीनं बॅट उचलताच त्याच्या उजव्या दुखावलेल्या मनगटातून कळ आली आणि तो आकसला.

"काय? मारामारी करायचीय?" त्या दोघा माणसांनी विचारलं.

मामा व ईश अजूनही आमनेसामने, क्रुद्ध नजरेनं एकमेकांकडं बघत होते. मामा त्याच्या हातातलं त्रिशूळ गरागर फिरवत होता.

त्या दोघांतला एकजण मामाकडं वळून म्हणाला,

"मी त्याच्याकडं बघतो, मामा. तुम्ही या पोराला खलास करा."

"बरं," असं म्हणून मामा बाजूला झाला, मात्र जाता जाता त्यानं ईशच्या चवड्यावर त्रिशूळ मारलं. ईशला हे अपेक्षित नव्हतं. तो तोल जाऊन शाखाधिकाऱ्याच्या डेस्कशेजारी पडला.

"तू ××× कमजोर आहेस, कळलं का?" ईश म्हणाला.

"मी तुला आत्ता खलास करू शकतो. तू हिंदू घरात जन्माला आला आहेस याबद्दल तुझ्या नशिबाचे आभार मान." मामा ईशच्या तोंडावर थुंकला.

त्यानंतर तो अलीच्या दिशेनं आला.

"अरे, अरे, अरे तुला खेळायचंय, अं? तुला माझ्याशी बॅट-बॉलनं खेळायचंय?" असं म्हणून मामा हसला. अलीच्या हातात बॅट होती.

"बाजूला व्हा," मामा त्याच्या माणसांना म्हणाला.

"पोराला खेळायचंय, ए... वेश्येच्या कार्ट्या, खेळ, माझ्याशी खेळ," मामा अलीभोवती नाचत होता. तो अलीच्या बॅटच्या टप्प्याच्या जरासा बाहेर होता.

तितक्यात अली जमिनीवर पडलेल्या दोन चेंडूंशी अडखळला.

मामानं त्यातला एक चेंडू उचलला,

"तुला मी बॉलिंग करू का? अं? बॅट-बॉल खेळायचं?" मामा हसून विचारत होता, "मरण्याआधी एक शेवटचा बॉल?"

मामा चेंडू उडवत होता.

"हो, मला बॉलिंग टाका." अली म्हणाला.

"असं?" मामा हसला.

दुसरा चेंडू अलीच्या पायाशी पडला होता. तो चेंडू त्यानं पायानं ईशकडं ढकलला... चेंडू घरंगळत ईशकडे गेला. ईश शाखाधिकाऱ्याच्या टेबलाला टेकून जमिनीवर बसला होता. त्याच्या पायाच्या बोटातून रक्त वाहत होतं, त्याला उठताच येत नव्हतं.

"माझ्याजवळ येऊ नका." अली मामाला म्हणाला.

"ओ... मला बॅट-बॉलची फार भीती वाटतेय बुवा." असं म्हणून मामानं थट्टेनं घाबरून थरथरल्याचं नाटक केलं. त्याच्या एका हातात त्रिशूळ होतं आणि तो दुसऱ्या हातात चेंडू उडवत होता.

ईशनं हळूच चेंडू उचलला. अलीची व त्याची नजरानजर झाली. अलीनं खुणेदाखल शक्य तितकी निसटती मान हलवली.

ईशनं चेंडू उचलला. दोघा माणसांपैकी एकाच्या ही गोष्ट लक्षात आली, पण त्यानं त्यावर काहीही प्रतिक्रिया दिली नाही. ईशनं सर्वशक्तिनिशी तो चेंडू अलीकडं टाकला.

फटाक्! अलीनं चेंडू बॅटवर घेतला. त्याला फटका मारायची एकच संधी होती, ती त्यानं हातची जाऊ दिली नाही... अलीचा चेंडू मामाच्या कानशिलावर फाड्दिशी बसला. मामानं हातातला चेंडू सोडून कपाळ धरलं. जमिनीवर पडलेला चेंडू अलीनं पायानं ईशकडं लोटला. ईशनं पुन्हा चेंडू टाकला... अलीनं तो अचूक बॅटवर घेतला आणि फटाक्! चेंडू मामाच्या कपाळावर बरोबर मध्यभागी बसला.

अलीचे फटके चेंडू स्टेडियमबाहेर नेण्याइतके ताकदवान असत. पाच फुटांच्या अंतरावर तर ते मामाला विटा फेकून माराव्यात तसे बसले. मामा खाली कोसळला. त्याचं त्रिशूळ जमिनीवर पडलं. ईशनं त्याचा काठीसारखा वापर केला. त्या त्रिशुळाचा आधार घेत तो उठला. ती दोन माणसं मामाकडे धावली. ईशनं मागून येऊन त्यातल्या एकाच्या मानेत ते त्रिशूळ भोसकलं. दुसऱ्या माणसानं भळाभळा वाहणारं रक्त आणि ईशच्या नजरेतला खुनी अंगार पाहिला. त्यानं दरवाज्याची कडी काढली आणि अवघ्या दहा सेकंदांत तो दिसेनासा झाला.

अली जमिनीवर गुडघे टेकून बसला. त्यानं डाव्या हातानं उजवं मनगट आवळून धरलं होतं.

"या अल्ला," अली उद्‌गारला.

त्याच्या स्वरात वेदनेपेक्षा आपण केलेल्या कृत्याचं आश्चर्यच अधिक होतं.

मामा जमिनीवर पडला होता. त्याचं कानशील फुटलं होतं. अंतर्गत रक्तस्राव झाल्यामुळं त्याचं कपाळ काळंनिळं होऊन टम्म सुजलं होतं. त्याला फारशी हालचालही करता येत नव्हती. त्याच्याजवळ जाऊन त्याचा श्वासोच्छ्वास सुरू आहे की नाही हे पाहण्याची कुणाचीच इच्छा नव्हती. पाच मिनिटांनी त्यानं डोळे मिटले, तेव्हा मी त्याची नाडी तपासली.

"थांबलीय, मला वाटतं तो संपलाय." मी म्हणालो.

एव्हाना मी मृतदेहातला तज्ज्ञच झालो होतो.

ईशनं अलीभोवती हात टाकले होते.

"ईशभय्या, फार दुखतंय हो. मला घरी नेऊन सोडा." अली म्हणाला. त्याचं शरीर अजूनही भयानं कापत होतं.

"कमॉन, ते मनगट हलव. अली, तुला या मनगटाची गरज आहे, ते कामात राहिलं पाहिजे." ईश म्हणाला.

तो दाराच्या दिशेनं लंगडत निघाला होता. आधारासाठी त्रिशूळ काठीसारखं धरलं होतं.

"आपण त्याला वाचवलं. ईश, आपण त्याला वाचवलं," मी पाठीमागून ईशचे खांदे हलवत म्हणालो.

तो थांबला. माझ्याकडे वळला. त्यानं माझ्याकडे तिरस्कारयुक्त नव्हे, तर त्यापेक्षाही वाईट कटाक्ष टाकला. त्यानं माझ्याकडे तटस्थ नजरेनं पाहिलं. मी त्याला अनेक बाबतींत निराश केलं होतं हे खरं आहे. पण तो माझ्याशी 'कोण तू?' अशा थाटात का वागत होता? जणू त्याला माझ्याशी काहीही देणंघेणं नसावं.

तो वळला आणि चालू लागला.

"ए ईश, थांब. मी येतोय. मी तुला दार उघडून देतो." असं म्हणून मी दाराजवळ गेलो.

ईशनं मला 'बाजूला सरक' अशी हातानंच खूण केली.

"ईश, कमॉन ईश, तो जिवंत आहे. आपण, आपण अखेर हे साध्य केलंच." मी म्हणालो.

ईश एक शब्दही बोलला नाही. मीसुद्धा तिथं पडलेल्या मृतदेहांपैकीच एक असल्यासारखा तो मला तिथंच सोडून बाहेर पडला.

उपसंहार

हृदयाची गती मोजणाऱ्या मॉनिटरवर बीप बीप जलद गतीनं होऊ लागलं. गोविंदच्या हृदयाचे ठोके मिनिटाला १३० च्या पुढं गेले होते.

नर्स धावतच आत आली.

"काय केलंत?" तिनं विचारलं.

"मी ठीक आहे. फक्त गप्पा मारतोय." गोविंद म्हणाला.

तो बिछान्यात जरासा वर सरकून बसला.

"त्यांना ताण घेऊ देऊ नका." नर्स माझ्याकडे पाहून बोट नाचवत म्हणाली.

मी मान डोलवली. ती खोलीतून बाहेर गेली.

"आणि त्या दिवसापासून... म्हणजे तीन वर्षं, दोन महिने आणि एक आठवडा, ईश पुन्हा माझ्याशी कधीही बोलला नाही. मी त्याच्याशी बोलायचा प्रयत्न केला, की प्रत्येक खेपेला तो मला तिरस्कारानं झटकतो."

गोविंदनं त्याची कहाणी संपवली.

त्याचं बोलणं अडखळत येत असल्यामुळं मी त्याला पाण्याचा ग्लास दिला.

"मग या तीन वर्षांत काय काय घडलं... दुकान, विद्या, अली... काय झालं?" मी विचारलं.

तो नजर खाली वळवून, छातीवर लावलेल्या हृदयगती मॉनिटरवरच्या वायरशी खेळू लागला. मनाचा तोल सावरण्यासाठी तो मधूनमधून पाणी पित होता.

मीही जास्त खोदून विचारलं नाही. त्याला सांगायचं असेल तर सांगेल. मी घड्याळ पाहिलं. पहाटेचे पाच वाजले होते. मी त्याच्या खोलीतून बाहेर पडलो. रुग्णालयाच्या व्हरांड्यात प्रात:कालचे सूर्याचे कोवळे किरण भरून राहिले होते. मी

एकाला 'चहा कुठं मिळेल?' विचारलं. त्यानं मला कॅन्टीनचा पत्ता दिला.

मी चहाचे दोन कप घेऊन गोविंदच्या खोलीत आलो. गोविंदला पोट धुतल्यानं अजून चहा प्यायची परवानगी नसल्यामुळे त्यानं चहा घेतला नाही. तो नजरेला नजर देत नव्हता.

"मला 'सिंगापूर एअरलाईन्स'चा नंबर शोधावा लागेल. मला परतीच्या प्रवासाचं निश्चित करायचं आहे." मी त्याचा मूड बदलण्यासाठी विषय बदलला.

"ओमीचे आईवडील..." गोविंद सांगू लागला, त्याची नजर खाली होती आणि आवाजही उतरलेलाच होता. "मी वर्णनसुद्धा करू शकत नाही इतके उद्ध्वस्त झाले होते ते. कितीतरी आठवडे आजूबाजूच्या परिसरातले लोक मंदिरात येत होते आणि फक्त ओमी, मामा, धीरजसाठी प्रार्थना सुरू होत्या. अंत्यविधीच्या वेळी संपूर्ण अहमदाबादमधून पाच हजार लोक आलेले पाहून ओमीच्या वडिलांना अश्रू आवरत नव्हते. ओमीच्या आईनं आठवडाभर अन्नाचा कणही घेतला नाही, त्यामुळं ती आजारी पडली. त्यानंतर महिनाभर तिला दवाखान्यात ठेवावं लागलं होतं.

बिछान्यावरच्या गोविंदच्या हातावर हात ठेवावा का... मी विचारात पडलो होतो.

"मी दोन महिने दुकानात फिरकलो नाही. मी ईशशी संपर्क साधण्याचा प्रयत्न केला, पण.... मी त्याला भेटायला गेलो, की तो माझ्या तोंडावर दार बंद करायचा."

"तू विद्याशी बोललास?"

गोविंदनं नकारार्थी मान हलवली.

"विद्याशी बोलणं तर दूरच, पण त्यांनी तिला घरात नजरकैदेत ठेवलं होतं. तिच्या डॅडनी तिचा मोबाइल फोन फोडून टाकला. गोध्राची बातमी, दंगली यानंतर वृत्तवाहिन्या दुसऱ्या विषयावर सरकल्या, पण माझं जीवन मात्र पूर्णपणे कोसळलं. तरीसुद्धा मी या साऱ्यांतून जिवंत राहिलो, तेव्हाही मी झोपेच्या गोळ्या घेतल्या नाहीत. आज मी इथं आहे... केवळ एवढ्यावरून तुम्ही मला कमजोर समजू नका."

तो क्षणभर बोलायचा थांबला.

"या घटनेनंतर तीन महिन्यांनी ओमीची आई माझ्या घरी आली. तिनं मला पुन्हा दुकान उघडायला सांगितलं. ओमीनं तिला दुकान ही त्याची सर्वांत आवडती जागा असल्याचं सांगितलं होतं. आता मामा नव्हता, त्यामुळं दुकानाची मालकी ओमीच्या आईकडे आली होती. आपल्या मुलाच्या स्मृती जिवंत ठेवण्यासाठी तिची ते दुकान आम्हाला देण्याची इच्छा होती."

"मग... तुम्ही कबूल झालात?"

"सुरुवातीला मी तिच्या नजरेला नजर भिडवू शकलो नाही. माझ्या मनात अपराधाचा सल होता... ओमीला मरू दिल्याचा, मामाच्या मरणात माझा सहभाग असल्याचा, त्याच्या मरणाचा आनंद साजरा करण्याचा. पण मी अनुभवलेल्या भयानक तांडवातलं तिला काहीही ठाऊक नव्हतं आणि मलाही जगायला काहीतरी साधन हवंच होतं. बिझनेसमध्ये घाटा येत होता, माल पुरवठा करण्याच्या बाबतीत आमच्याकडून कसूर होत होती, म्हणून मी दुकानात परत आलो. ईशनं ओमीच्या आईला सांगितलं, की मीसुद्धा येईन; पण मला गोविंदशी काहीही संबंध ठेवायचा नाही. ओमीच्या आईला आम्ही दोघंही हवे होतो, त्यामुळं फक्त एकच मार्ग होता."

"कुठला?"

"दुकानाची वाटणी. आम्ही दुकानाच्या बरोबर मध्यात प्लायवूडची भिंत घातली. ईशनं उजवी बाजू घेतली. त्यात त्यानं क्रीडा साहित्याचं दुकान सुरू ठेवलं. मी डावी बाजू घेतली. त्यात मी शालेय स्टेशनरी व पाठ्यपुस्तकांचं दुकान सुरू केलं.

त्याचे ग्राहक माझ्या व माझे ग्राहक त्याच्या दुकानात जाणं नित्याचंच होतं. आम्ही अभ्यास व खेळाची सुविधा एकाच ठिकाणी पुरवली, पण आम्ही कधीही, एकदाही बोललो नाही. २००३ च्या विश्वचषक स्पर्धेत भारत अंतिम फेरीत पोहोचला त्यावेळीसुद्धा नाही. आता ईश एकटाच सामने पाहतो. आता तो षट्कारानंतर कधीही उड्या मारत नाही.

"तू विद्याशी कधी संपर्क साधलास? आणि अलीचं काय झालं?" मी त्याला आधार देऊ करण्यापेक्षा प्रश्नांची फैर झाडतोय हे मला कळत होतं, पण मला हे कळणंही आवश्यक होतं.

"त्यांनी विद्याला पीआर अभ्यासक्रमासाठी मुंबईला पाठवलं. तिच्या दृष्टीनं एवढी एकच गोष्ट चांगली झाली. मेडिकल कॉलेजात असो वा नसो, त्यांना तिला माझ्यापासून दूर ठेवायचं होतं. अशाप्रकारे विद्याची पिंजऱ्यातून सुटका झाली. तिला माझ्याशी पुन्हा कधीही न बोलण्याची ताकीद दिली होती. मात्र तिला नियम मोडणं आवडत असल्यामुळे तिनं तिथून माझ्याशी संपर्क साधायचा काही वेळा प्रयत्न केला, पण या खेपेला मी तिला कधीही प्रतिसाद दिला नाही. मी देऊच शकलो नाही... मी दररोज तिच्या भावाला पाहत होतो. आता माझी फक्त एकच इच्छा होती – शक्य तितके पैसे मिळवायचे आणि अलीसाठी साठवायचे."

"त्याला मोठं करण्यासाठी?" मी चहाचा घोट घेत विचारलं.

रुग्णालयातला चहा डेटॉलच्या चवीचा का असतो कळत नाही!

"आता अली ईशच्या घरी राहतो, त्यामुळे तो त्याचं संगोपन नीट करेलच.

पण आम्हाला त्याच्या मनगटाच्या शस्त्रक्रियेसाठी पैशांची गरज आहे. बऱ्याच पैशांची!'' गोविंद म्हणाला.

सकाळी नर्स गोविंदची हालहवाल पाहायला आली. गोविंदनं त्याला संडासला जायचं असल्याचं सांगितलं. मग तिनं त्याच्या अंगाला जोडलेल्या नळ्या काढून दिल्या.

मी चिंतातुरपणे दहा मिनिटं त्याची प्रतीक्षा करत थांबलो. त्याला कितपत बरं वाटत होतं कोण जाणे... माझ्या मनात शंकेची भुतावळ नाचत होती.

''कसली शस्त्रक्रिया?'' मी विचारलं.

''अलीच्या मनगटाला दुखापत झालीय. म्हणजे त्याची योग्य वेळी बॅट फिरवण्याची क्षमता संपलीय. मी त्याचा जीव वाचवला, पण मी केलेल्या एका सेकंदाच्या उशिरामुळं त्याचं दैवी लेणं हरवलं. तुम्हाला म्हणालो ना, तो उशीर ही माझ्या आयुष्यातली तिसरी घोडचूक होती.''

''तू सर्वतोपरी केलंस, एका क्षणाचाच तर उशीर झाला,'' मी त्याला धीर देत म्हणालो.

''पण तो क्षण जाणीवपूर्वक होता. त्या क्षणी मी स्वार्थानं पेटलो होतो. जसं माझ्या मॉलबद्दल माझी महत्त्वाकांक्षा होती, तेव्हा किंवा मी विद्यासोबत असायचो, तेव्हासारखा स्वार्थी. त्यांचं बरोबरच आहे. मी बिझनेसमन वगैरे नाहीच. मी आहे फक्त एक स्वार्थी ×××''

तो क्षणभर थांबला.

''त्याच्यावर पुनर्रचनात्मक शस्त्रक्रिया करण्याची गरज आहे. त्याच्या मनगटाच्या स्नायूत त्रिशूळ घुसून त्याला इजा पोहोचली आहे. त्यामुळे डॉक्टरांना त्याच्या मांडीच्या स्नायूचा तुकडा कापून त्याच्या मनगटात बसवावा लागणार आहे, मग त्याच्या मनगटाची हालचाल होण्याची आशा आहे. हे सिंथेटिक स्किन ग्राफ्ट नाहीय, हे मसल ट्रान्स्फर आहे. ही शस्त्रक्रिया फक्त परदेशातच होऊ शकते, पण त्याला प्रचंड खर्च आहे.''

''किती?''

''पूर्ण रकमेबद्दल तर बोलायलाच नको. ईशनं ब्रिटन व अमेरिकेतल्या प्रत्येक मोठ्या हॉस्पिटलला मदतीची विनंती करणारी पत्रं लिहिली. त्याला ब्रिटनमधल्या एका हॉस्पिटलमधून सर्वोत्तम प्रतिसाद मिळाला. त्यांनी पाच लाख रुपयांत शस्त्रक्रिया करायचं कबूल केलंय. अर्थातच, ईशनं हे सगळं मला कधीच सांगितलं नाही. हे सगळं मला प्लायवूडच्या पातळ भिंतीतून ऐकू यायचं.''

''तुमच्याकडं एवढे पैसे आहेत?''

''ईशनं गेल्या तीन वर्षांत दोन लाख रुपये साठवले. मी तीन लाख साठवलेत.

मागच्या आठवड्यात मी पैसे घेऊन त्याच्याकडे गेलो. मी त्याला सांगितलं, की आपण दोघं मिळून अलीच्या शस्त्रक्रियेचा खर्च करू या. मी त्याला आपण त्या दृष्टीनं लगेच हालचाल करू या असंही सांगितलं, कारण त्या हॉस्पिटलमध्ये अपॉईंटमेंट मिळायलाच नऊ महिने लागतात. पण त्यानं...''

गोविंदचा गळा पुन्हा दाटून आला होता.

''तू ठीक आहेस ना?'' मी विचारलं.

गोविंदनं मान डोलवली.

''त्यानं काय केलं माहीत आहे? त्यानं माझ्या पैशाला हातसुद्धा लावला नाही आणि हातात क्रिकेटचे हातमोजे चढवून मला माझा लखोटा परत केला. शिवाय, त्यानं मला सांगितलं, की तुझी हाव भागवण्यासाठी गरज असेल, तर माझ्याच गल्ल्यातले पैसे देईन. मला अप्रामाणिक माणसाच्या पैशातून अलीची शस्त्रक्रिया करायची नाही असंही त्यानं मला सुनवलं.''

गोविंदचा आवाज कापू लागला होता.

''मी अप्रामाणिक नाही, मी स्वार्थी आहे. मी चुका केल्या आहेत, पण मी लबाड नाही आणि मला फक्त पैशांचीच काळजी नाहीय. मला अलीचीही काळजी आहे.''

मी त्याच्या शेजारी बसून त्याच्या हातावर हात ठेवला. त्यानं तो दूर केला.

''मी तीन वर्षं मला शक्य तितकी पै पै वाचवत होतो आणि आता ईशनं माझी मेहनत अप्रामाणिक ठरवली. हे मला अजिबात सहन झालं नाही. मला रात्री झोप न येण्याचा त्रास होत होता, त्यासाठी डॉ. वर्मांनी मला गोळ्या दिल्या होत्या. त्या दिवशी माझ्या मनात आलं, कायमचंच झोपून टाकावं झालं! बहुधा माझ्या आयुष्याचं सगळं गणितच चुकलं होतं. आता समीकरणांच्या गुंताळ्यातून बाहेर पडण्याची वेळ आली होती.'' तो शक्तिहीन हसला.

सकाळी सात वाजता डॉक्टर गोविंदच्या वॉर्डमध्ये आले. गोविंदच्या शरीरातून गोळ्यांतील रासायनिक घटक धुऊन काढले होते.

''रुग्णाला सहा तास झोप मिळायला पाहिजे.'' डॉक्टर मला म्हणाले. त्यांनी पडदे ओढले.

मी त्याच्या खोलीतून बाहेर पडलो. गोविंदची आई व्हरांड्यातल्या बाकावर बसली होती. तिनं चिंतातुरपणे माझ्याकडं पाहिलं.

''तो ठीक आहे. त्याला फक्त विश्रांतीची गरज आहे.'' मी तिच्याशेजारी बसत म्हणालो.

''माझा मुलगा किती शूर होता. काय झालं हे त्याला?'' ती उसासा सोडत म्हणाली.

"आपण शूर आहोत असं त्याला वाटत होतं." मी म्हणालो. "हे ईशला माहीत आहे?"

तिनं माझ्याकडं पाहिलं.

"ते दोघं बोलत नाहीत."

"तुम्ही घडलेला प्रकार त्याला सांगू शकाल का... त्याला हॉस्पिटलमध्ये यायला भाग पाडू नका." मी म्हणालो.

त्याच्या आईनं मान डोलवली. आम्ही दोघं हॉस्पिटलमधून बरोबरच बाहेर पडलो. गोविंदची आई रिक्षात बसली, तेव्हा मी तिला विचारलं,

"बरं... विद्या मुंबईत कुठल्या कॉलेजमध्ये आहे हे तुम्हाला माहीत आहे का?"

"इतके लोक भेटायला? हे हॉस्पिटल आहे, क्लब नाही." सायंकाळी गोविंदच्या बिछान्यावरची चादर बदलताना नर्स गुरगुरत होती.

गोविंदच्या खोलीत माणसांची दाटी झाली होती. तिथं नर्सखेरीज ईश, विद्या, गोविंदची आई आणि मी... इतकेजण होतो. ते झोपाळूमहाशय दिवसातली दुसरी डुलकी आटोपून जागे होण्याची वाट बघत आम्ही थांबलो होतो. त्याच्या झोपेच्या गोळ्यांमुळं किती लोकांची झोप उडाली होती.

गोविंदच्या पापण्या जराशा फडफडल्या, तसे आम्ही सगळे त्याच्या जवळ गेलो.

"ईश? विद्या?" गोविंद डोळ्यांची उघडझाप करत म्हणाला.

"लक्ष वेधून घ्यायचे यापेक्षा चांगले मार्ग आहेत." विद्या म्हणाली.

"तू केव्हा आलीस?" गोविंदनं विचारलं. त्याला इतरांचा पूर्ण विसर पडला होता.

"मी माझा मार्केटिंगचा तास अर्ध्यात सोडून आलेय." विद्या म्हणाली. "पण याचा अर्थ मी तुला मला उत्तर न देण्याबद्दल किंवा असं झोपेच्या गोळ्या घेण्याबद्दल माफ केलंय असा नाही. मी सर्वाधिक घाबरले होते, तेव्हासुद्धा मी नाही कधी गोळ्या घेतल्या... केव्हा ते तुला माहीत आहे!"

"तुझ्या आईवडिलांनी मला तुझ्याशी बोलायची बंदी केली होती. ईशचीही तीच इच्छा होती."

"मग?" विद्यानं खांद्यावर लावलेली कॉलेजची बॅग त्याच्या बिछान्यावर ठेवली, "पण तुझं मन काय सांगत होतं?"

ईश गोविंदकडे पाहत स्तब्ध उभा होता. गोविंदची आई चांगली हादरलेली दिसत होती. बहुधा एखाददिवशी विद्या नामक फटाका सून घरात येण्याच्या कल्पनेनं तिला धडकी भरली असावी.

"आय ॲम सॉरी, ईश. मला कुणालाही दुखवायचं नव्हतं. मी... मी तिच्यावर प्रेम केलंय." गोविंद म्हणाला.

ईश तिथून बाहेर जाऊ लागला. गोविंदच्या आईनं त्याच्या मागोमाग जात त्याचा हात ओढून त्याला थांबवलं. मग तिनं ईशचा हात गोविंदच्या हातात दिला.

"तुम्ही आईवडिलांचं बाकी काही ऐकलं नाही तरी चालेल, पण तुमची मैत्री पुन्हा जुळावी असं मला वाटतं." गोविंदची आई म्हणाली.

ईश अजूनही गप्पच होता. गोविंदनं ईशचा हात घट्ट धरला होता.

गोविंदची आई पुढं बोलू लागली,

"आयुष्यात असे बरेच तडाखे बसतात. तुमच्या जवळची माणसं तुम्हाला दुखवतात. पण म्हणून असं नातं तोडून टाकायचं नसतं. आपण त्यांना आणखी दुखवायचं नसतं. तुम्ही दुखावलेपण बरं करायचा प्रयत्न करा. हा धडा तुम्हीच नव्हे, तर आपल्या देशानंही शिकण्याची गरज आहे."

"चुंबन घेणाऱ्या चिंपांझीची गोष्ट आठवतेय?" गोविंदनं विचारलं.

ईश थांबला, त्यानं मागं वळून पाहिलं.

"अलीसाठी पैसे घे. माझ्या दृष्टीनं आता हे फक्त पैशासाठी नाही. पैसा ज्याच्यासाठी आहे तो महत्त्वाचा आहे. अलीला बरं कर. माझ्याही दृष्टीनं ते महत्त्वाचं आहे."

ईशनं अश्रू रोखत नाक जोरात वर ओढलं.

"मला माफ करशील?" गोविंदनं विचारलं.

ईश व गोविंद – दोघांचेही डोळे भिजले होते.

"आंटी, आपण बायका इथं असताना वॉर्डातले सगळे पुरुष रडतायत हे विचित्र नाही का वाटत?" विद्या म्हणाली.

गोविंदची आई भयचकित दिसत होती. आत्मविश्वाससंपन्न बायका सून म्हणून भयंकर असतात.

दुसऱ्या दिवशी सकाळी मी विमानतळावर जाण्याआधी गोविंदला भेटलो. त्याला त्या दिवशी संध्याकाळी घरी सोडणार होते.

"थँक्स," तो भावुकपणे म्हणाला.

"कशाबद्दल?"

"इथं आलात त्याबद्दल. मी तुमचा उतराई कधी होणार कोण जाणे...."

"एक मार्ग आहे."

गोविंद माझ्या बोलण्याची वाट बघत होता.

"तुझी कहाणी सर्वांना सांगितली पाहिजे."

"पुस्तकरूपानं?"

"होय, पुस्तकरूपानंच. माझं तिसरं पुस्तक. तू मला मदत करशील?"

"मला नाही सांगता येणार. मला फक्त सुखान्त असलेल्या कथा आवडतात." तो म्हणाला.

"तुझ्या कथेचाही छान सुखान्तच होईल."

"अजून मला अलीबद्दल समजलेलं नाही. आम्ही त्याच्यावर शस्त्रक्रिया करून घेणार आहोत, पण त्यात यश लाभण्याची प्रॉबबिलिटी शंभर टक्के नाही. त्यांनी यशापयश पन्नास-पन्नास असं सांगितलंय."

"तू श्रद्धा ठेव; आणि प्रॉबबिलिटी पुस्तकातच राहावी हे उत्तम." मी म्हणालो.

त्यानं मान हलवली.

"बरं, मी आता निघतो. आपण ई-मेलनं संपर्कात राहू," मी म्हणालो.

"नक्की, आपण त्यावर काम करू. पण अलीची हालहवाल कळल्याखेरीज ही कहाणी प्रसिद्ध करू नका. ओके? म्हणजे तुमचे श्रम वाया जाणार नाहीत." तो म्हणाला.

"कबूल," मी म्हणालो.

आम्ही हस्तांदोलन केलं.

मी हॉस्पिटलमधून बाहेर पडत होतो, तितक्यात दारात विद्या भेटली. तिनं हिरवा ड्रेस घातला होता. गोविंदच्या चित्तवृत्ती प्रफुल्लित करण्यासाठी बहुधा तिनं तिच्याकडचा सर्वांत ताजा, टवटवीत पोशाख घातला असावा. तिच्या हातात पुष्पगुच्छ होता.

"गुलाब मस्त आहेत." मी म्हणालो.

"लॉ गार्डनजवळ सर्वोत्तम मिळतात. मला अहमदाबादची खूप आठवण होते. माझा कोर्स संपेपर्यंत अजून सहा महिने मला कळ निघत नाहीय." ती म्हणाली.

"मला वाटलं तू बॉम्बे गर्ल आहेस, छोट्याशा गावात अडकून पडलेली."

"त्यानं तुम्हाला सगळं सांगितलं? म्हणजे... सगळं?" तिला धक्का बसलेला दिसत होता.

"बरंचसं."

"ओह, वेल. मुंबई छान आहे, पण माझं ते माझं. अहमदाबादमध्ये पावभाजी कितीतरी जास्त चवदार असते."

मला तिच्याशी आणखी बोलायचं होतं, पण मला निघावं लागलं. त्यांनी मला त्यांच्या विश्वात प्रवेश दिला होता, पण मी आणखी पाहुणचार घेत थांबू शकत नव्हतो.

उपसंहार : २

मी सिंगापूरमध्ये माझ्या घरी संगणकासमोर बसलो होतो. मध्यरात्रीच्या सुमाराला माझी पत्नी तिथं येऊन म्हणाली,

''आता ही कथा जरा बाजूला ठेवतोस का? तुला शक्य ते तू केलं आहेस. काही घडलं तर तो तुला सांगेल.''

''हो, पण आत्ता ते लंडनमध्ये आहेत. शस्त्रक्रिया पार पडली आहे. अली दररोज फिजिओ व्यायाम करतोय. कुठल्याही क्षणी तो बॅटिंगच्या चाचणीसाठी सज्ज होऊ शकतो.''

''हे तू गेला महिनाभर सारखं सांगतोयस. आता दिवा बंद करशील का?''

मी पडल्यापडल्या त्यांचाच विचार करत होतो. आत्ता लंडनमध्ये दिवस असेल. आज डॉक्टरांनी त्याला क्रिकेटच्या मैदानात चाचणी घ्यायची परवानगी दिली असेल का? इतक्या प्रदीर्घ कालावधीनंतर तो चेंडूला सामोरं जाईल तेव्हा काय घडेल? त्याचं नवं मनगट खेळण्याच्या दृष्टीनं फारच नाजूक तर असणार नाही ना?... मनात विचारांची वावटळ घुमत असतानाच मी झोपेच्या अधीन झालो.

मला दुसऱ्या दिवशी सकाळी लवकर जाग आली.

गोविंदचा एसेमेस आला होता.

doc approves ali 2 play
fingers X. pls pray
V hit pitch 2mrow

दुसऱ्या दिवशी मी ऑफिसला गेलो. लंडनचं घड्याळ सिंगापूरच्या आठ तास मागं असतं. दुपारी चार वाजता कॉफी पिताना मी माझा फोन पाहिला, पण काही संदेश नव्हता. मी रात्री आठ वाजता ऑफिसमधून बाहेर पडलो. मी टॅक्सीत असताना माझ्या फोनवर बीप झालं.

ish bowls 2 ali.
ali moves fwd & turns.
straight 6....!